एक हृदयरोगतज्ज्ञ व ई.ई.सी.पी. क्षेत्रातील आघाडीचा संशोधक म्हणून काम करताना दुष्परिणाम व शस्त्रक्रिया-विरहित ई.ई.सी.पी.मुळे माझ्या पेशंटना जे फायदे मिळतात ते पाहून मी खरोखरच अचंबित होतो. या तंत्राने सर्व उपचार थकलेल्या पेशंटचे आयुष्यसुद्धा योग्य मार्गाला येऊ शकते. डॉ. ब्रेव्हरमनने अत्यंत द्रष्टेपणाने वैद्यकीय उपचारांसाठी ई.ई.सी.पी.चा उपयोग केला आहे. गेल्या दशकातील सर्वोत्कृष्ट व हृदयरोग उपचारांचा कायापालट करून टाकणारे हे तंत्र देशभरातील प्रत्येक हृदयरुग्णापर्यंत पोहोचवण्याचे त्यांचे ध्येय खरोखरच कौतुकास्पद आहे.

– डॉ. रोहित अरोरा

हृदयरोगाविरुद्धच्या लढ्यामध्ये ई.ई.सी.पी. उपचार केंद्रस्थानी आहेत, असे मी एक हृदयरोगतज्ज्ञ म्हणून मानतो. प्रत्येकच पेशंटला अँजिओप्लास्टी, स्टेंट किंवा बायपासची गरज नसते आणि शिवाय या दुष्परिणाम-रहित तंत्रामध्ये तर फायदेच फायदे आहेत.

ई.ई.सी.पी.ची माहिती सर्वदूर पसरवण्याला वाहून घेतलेली डॉ. ब्रेव्हरमनसारखी दुसरी व्यक्ती माझ्या पाहण्यात नाही. मी माझ्या सर्व पेशंटना फक्त अनुभवी शल्यकिकित्सकांकडेच पाठवतो व अंजायनाच्या पेशंटना डॉ. ब्रेव्हरमनकडे ई.ई.सी.पी.साठी पाठवतो व प्रत्येक वेळी मिळणारे फायदे पाहून थक्क होतो.

– डॉ. रिचर्ड वाईस

शस्त्रक्रिया अथवा इन्वोझिव प्रोसीजर अयशस्वी झाल्यानंतर पेशंटना ई.ई.सी.पी.साठी पाठवण्यापेक्षा औषधोपचारांनंतर व शस्त्रक्रियेपूर्वी ई.ई.सी.पी.चा पर्याय निश्चितच विचारात घ्यावा.

– डॉ. डेव्हिड होम्स

'तुमच्यासाठी आता आम्ही अजून काहीही करू शकत नाही,' असे सांगितले जाणाऱ्या अनेक हृदयरुग्णांसाठी एक अद्वितीय आधुनिक उपचारपद्धती

डॉ. ब्रेव्हरमन यांनी प्रचलित केली आहे. हृदयरुग्णांच्या पुनर्वसनाचे काम करताना आलेले विविध अनुभव सर्वांपर्यंत पोहोचवण्यासाठी त्यांनी हे पुस्तक लिहिले आहे. अमेरिकेत हृदयरोग मोठ्या प्रमाणात मृत्यूला कारणीभूत ठरतो, हे सर्वज्ञातच आहे; पण लाखो नागरीक सततच्या छातीत दुखण्यामुळे व हृदय कमकुवत झाल्यामुळे परावलंबी व अपंग झाले आहेत, ही वस्तुस्थिती फार कमी लोक जाणतात. अशा हृदयरोगग्रस्तांना ई.ई.सी.पी.मुळे मिळणाऱ्या प्रचंड फायद्यांमुळेच प्रोत्साहन मिळून डॉ. ब्रेव्हरमन यांनी या कामाला सर्वतोपरी वाहून घेतले आहे.

– डॉ. कार्ल व्ही. ग्रेंजर

हृदयरोगाने त्रस्त होणाऱ्या व्यक्तींची संख्या जशी वाढू लागली आहे, तसतसे लक्षणांवर काबू मिळवून आजाराची प्रगती रोखणाऱ्या नवनवीन उपचार-पद्धतीचे महत्त्व वाढू लागले आहे. विविध औषधोपचारांनंतरही सततचा अंजायना किंवा इतर लक्षणे जाणवणाऱ्या रुग्णांसाठी ई.ई.सी.पी. उपचारपद्धती खूप फायदेशीर ठरत आहे. डॉ. ब्रेव्हरमनचा ई.ई.सी.पी.वरचा विश्वास, त्यामधील सखोल ज्ञान व माहिती त्यांच्याकडूनच समजावी हे योग्यच आहे.

– डॉ. सूझन सी. ब्रॉझीना

जेव्हा पेशंट औषधोपचारांना पुरेसा प्रतिसाद देत नाहीत तेव्हा कोणत्याही प्रोसीजरच्या आधी ई.ई.सी.पी. उपचारांचा पर्याय म्हणून विचार व्हावा अशी मझी इच्छा आहे.

– डॉ. विल्यम ई. लॉसन

हृदयरोगासाठी वापरल्या जाणाऱ्या बहुतेक सर्व शस्त्रक्रियांची व अनेक औषधांची जागा घेऊ शकणारी ही उपचार पद्धती अधिकाधिक पेशंटना फायदेशीर ठरावी म्हणून दिलेली ही कळकळीची हाक आहे.

– ज्यूलियन व्हिटाकर, एम.डी.

हृदयरोगावर काबू मिळविण्याचा एकमेव शस्त्रक्रिया-विरहित उपाय

हृदयाचे पुनरुज्जीवन करणारे
ई.ई.सी.पी. तंत्र

डेबरा ब्रेव्हरमन, एम.डी.

अनुवाद
डॉ. अश्विनी घैसास

मेहता पब्लिशिंग हाऊस

HEAL YOUR HEART WITH EECP by DEBRA BRAVERMAN, MD
© Copyright 2005 by Debra Braverman
This Translation Published by Arrangement with Celestial Arts, an imprint of the Crown Publishing Group, a division of Random House, Inc.
The information contained in this book is based on the experience and research of the author. It is not intended as a substitute for consulting with your physician or other health-care provider. Any attempt to diagnose and treat an illness should be done under the direction of a health-care professional. The publisher and author are not responsible for any adverse effects or consequences resulting from the use of any of the suggestions, preparations, or procedures discussed in this book.

Translated into Marathi Language by Dr. Ashiwini Ghaisas

हृदयाचे पुनरुज्जीवन करणारे ई.ई.सी.पी. तंत्र / आरोग्यविषयक

अनुवाद : डॉ. अश्विनी घैसास
'स्पंदन' बंगला, प्लॉट नं. ५, सत्या कॉलनी,
नाशिक - ४२२००७.

मराठी अनुवादाचे व प्रकाशनाचे हक्क मेहता पब्लिशिंग हाऊस, पुणे – ३०.

प्रकाशक : सुनील अनिल मेहता, मेहता पब्लिशिंग हाऊस,
१९४१, सदाशिव पेठ, माडीवाले कॉलनी, पुणे – ४११०३०.

मुखपृष्ठ : चंद्रमोहन कुलकर्णी
प्रथमावृत्ती : जुलै, २०१२ / पुनर्मुद्रण : जुलै, २०१३

ISBN 978-81-8498-398-2

निरोगी आरोग्य हीच जीवनाची गुरूकिल्ली.

हे पुस्तक ॲलन ब्रेव्हरमन यांना अर्पण करत आहे.
त्यांचे व्यक्तिमत्त्व व मन:शक्ती सतत माझ्यासाठी प्रेरणेचा
स्त्रोत बनले आहेत. त्यांचे प्रेम व संपूर्ण प्रोत्साहन हीच
माझ्या प्रवासासाठीची ऊर्जा आहे.
ते माझे पिता, पार्टनर व मित्र आहेत.

प्रस्तावना

दहा वर्षांपूर्वी अतिशय कठीण परिस्थितीतला रिचर्ड माझ्याकडे आला. त्याच्यावर दोन बायपास व अगणित अँजिओप्लास्टी झाल्या असूनही हृदयरोगाची लक्षणे त्याला सतत जाणवत होती. नायट्रोग्लिसरीनच्या पॅचमुळेही त्याच्या छातीत दुखणे थांबत नसे. त्याची व्यायामाची क्षमता इतकी कमी झाली होती की, दम लागल्याने व छातीत दुखल्याने स्ट्रेस टेस्ट करताना लगेच थांबावे लागे. आधीच्या अगणित प्रोसीजर्समुळे पुन्हा ऑपरेशन अशक्यच होते अशा निष्कर्षाला सर्व हृदयरोगतज्ञ आले होते. रिचर्डचे भविष्य अंधारात होते.

याच सुमारास मी एनहान्स्ड एकस्टर्नल काउंटर पल्सेशनबद्दल (ई.ई.सी.पी.) प्रथम ऐकले; पण माझ्या मनात काही शंका होत्या. जरी मला या उपचारांची माहिती होती, तरी साध्या मशीनने दाब देऊन गंभीर हृदयरोगाच्या पेशंटला फायदा होऊ शकेल, अशी मला खात्री नव्हती; पण कडक आहार व पथ्ये पाळूनही फारसा फायदा होत नव्हता. त्यामुळे मी या उपचारांची कसोटी घेण्याचे ठरवले.

ई.ई.सी.पी.ची सर्व सत्रे पूर्ण झाल्यावर मी पुन्हा रिचर्डला भेटलो आणि उपचारांचे परिणाम पाहून विस्मित झालो. त्याचे छातीत दुखणे पूर्णपणे थांबले होते व व्यायामाची क्षमता वाढली होती. हृदयाच्या पेट स्कॅनवर पर्यायी रक्तवाहिन्यांची वाढ झालेली दिसत होती. म्हणजेच अडथळ्यांना नैसर्गिकरित्या बायपास करून रक्तपुरवठा करणाऱ्या रक्तवाहिन्या ई.ई.सी.पी.ने तयार केल्या होत्या.

काही महिन्यांनी मला रिचर्डकडून एक पत्र आले. तो न्यूझिलंडला राहायला गेला होता व एक शेत विकत घेऊन स्वत: शेतात राबत होता. त्याने लिहिले होते, 'ई.ई.सी.पी.चा मला प्रचंड फायदा झाला हे कळविण्यासाठी पत्र पाठवत आहे. आधीचा मी व आत्ताचा मी यात तुलनाच करता येणार नाही. ई.ई.सी.पी.चे दबावतंत्र उपयोगी ठरते, यात काडीमात्र शंका नाही.'

या पेशंटच्या अनुभवाने मला ई.ई.सी.पी.चे महत्त्व पटवून दिले. तेव्हापासून माझ्या प्रॅक्टीसमध्ये या उपचारांचा समावेश झाला आहे. या उपचारांची माहिती प्रत्येक पेशंट व डॉक्टरपर्यंत पोहोचायलाच हवी. कारण 'हील युवर हार्ट विथ ई.ई.सी.पी.' या पुस्तकासारखी दुसरी चांगली सुरुवात नाही!

ही बिनधोक्याची नॉन-इक्वेझिव उपचारपद्धती कशी काम करते, संपूर्ण

शरीरातील रक्तप्रवाह कसा वाढवते हे डॉ. डेबरा ब्रेव्हरमन यांनी पुस्तकात विस्ताराने स्पष्ट केले आहे. इतर अनेक आजारांसाठीही तिचा कसा लाभ होतो, तसेच इतर उपचारांच्या तुलनेत कसे टिकाऊ फायदे मिळतात व हॉस्पिटल-भरतीची गरज कशी कमी होते, हेही त्यांनी सविस्तर सांगितले आहे.

पारंपरिक वैद्यकशास्त्र ई.ई.सी.पी.चे स्वागत का करत नाही? यावर डॉ. ब्रेव्हरमन यांनी विचारांना चालना देणारे एक प्रकरण लिहिले आहे. प्रश्नाचे उत्तर अगदी स्पष्ट आहे. आधुनिक तंत्रज्ञानावर आधारीत प्रोसीजर्स व महाग औषध योजना जितका नफा मिळवून देतात तितका यातून मिळणार नाही. शक्यच नाही! बऱ्याचदा ई.ई.सी.पी.ची फी अँजिओप्लास्टी स्टेंट किंवा बायपासच्या तुलनेत अगदीच किरकोळ असते. हॉस्पिटलच्या बाहेर नर्सही हे उपचार करू शकते. ई.ई.सी.पी.मध्ये पेशंटसाठी जे फायदेच फायदे आहेत, ते पारंपरिक वैद्यक-व्यवसायासाठी तोटेच तोटे!

'हील युअर हार्ट विथ ई.ई.सी.पी.' ही डॉ. ब्रेव्हरमनची स्वत:ची कथाही आहे. प्रसिद्ध वैद्यकीय संस्थेत प्रथितयश डॉक्टरच्या पदावर विराजमान झाल्यावर जाणवलेला ध्येयपूर्तीचा अभिमान व आनंद त्यांनी मोकळेपणाने व्यक्त केला आहे. मात्र मग काहीतरी वेगळे घडले आणि असंख्य पेशंट्ना भक्कम आधार देणारी एक अमूल्य उपचार-पद्धती त्यांना सापडली! सुरक्षित, स्वस्त, उपचारांना सोपी... या पद्धतीत काय नव्हते! पण मग मात्र त्यांना पारंपरिक वैद्यक व्यावसायिकांच्या विरोधाला सामोरे जावे लागले.

स्वमनातील डॉक्टरची प्रतिमा प्रत्यक्षात साकार करण्यासाठी महाविद्यालयातील वैद्यकीय अध्यापन सोडावे लागणार, याची डॉ. ब्रेव्हरमनला लवकरच जाणीव झाली आणि त्यानंतर जे घडले व त्यांनी अनुभवले त्याचा सविस्तर वृत्तान्त म्हणजे हे पुस्तक आहे. ते वाचायला, समजायला सोपे आहे. सुरुवातीपासून वाचकाला बांधून ठेवणारे आहे. त्याचप्रमाणे त्यात अनेक पेशंटचे प्राण वाचवून त्यांच्या जीवनात रंग भरण्याची गुरुकिल्ली आहे. हृदयविकारासाठी वापरल्या जाणाऱ्या बहुतेक सर्व शस्त्रक्रिया व अनेक औषधांची जागा घेणारी ही उपचार-पद्धती वापरात आणण्यासाठी डॉक्टरांनी जागरूक व्हावे म्हणून दिलेली ही हाक आहे.

— **डॉ. ज्यूलिअन व्हिटाकर**, एम.डी.

अनुवादिकेचे मनोगत

जानेवारी २००८मध्ये डॉ. नितीन घैसासांनी नाशिकच्या शताब्दी हॉस्पिटलमध्ये हृदयरुग्णांसाठी जेव्हा ईसीपी उपचारपद्धती उपलब्ध करून दिली, तेव्हा पेशंटना मिळणारे अनेकविध फायदे केवळ कल्पनेच्या पलीकडचे होते; आणि मग आदल्या चार वर्षांत उपचार घेऊन गेलेल्या पेशंट्सच्या असामान्य कहाण्यांची एक साखळीच तयार होऊ लागली. तेव्हाच डॉ. डेबरा ब्रेव्हरमन यांचे पुस्तक हातात पडले. ईसीपी उपचारांची मशीन्स जगभरातील कंपन्यांची ई.ई.सी.पी., एसईसीपी अशा विविध नावांनी वापरात आणली आहेत. सर्व मशीन्स सारख्याच प्रकारे काम करतात.

ओ.पी.डी.मध्ये व कोणत्याही कापाकापीशिवाय दिल्या जाणाऱ्या ईसीपी उपचारांची सुरक्षितता वैद्यकीय जगतात सर्वमान्य आहे. दुष्परिणामविरहित व औषधोपचाराशिवाय संपूर्ण रक्ताभिसरण संस्था बलवान व स्वास्थ्यपूर्ण करणारी ईसीपी अनेक हृदयरुग्णांसाठी संजीवनी ठरत आहे, परंतु तरीही कित्येक पेशंट्सपर्यंत हिची माहिती पोहचत नाही. अत्यंत गंभीर हृदयरोगाने आजारी असणाऱ्यांनाच नव्हे, तर नुकतेच हृदयरोगाचे निदान झालेल्या सर्व वयोगटातील पेशंट्ससाठीही ती अत्यंत परिणामकारक ठरत आहे, याची कोणालाच माहिती नाही. बायपास, अँजिओप्लास्टीसारख्या इन्वेझिव प्रोसीजर्सना परिणामकारक, सुरक्षित व वेदनारहित पर्याय म्हणून ईसीपीचा विचार निश्चितपणे व्हायला हवा. हृदयरोगाचे निदान झाल्यानंतर दिल्या जाणाऱ्या उपचारांच्या पर्यायांमध्ये प्रथम ईसीपीचा विचार व्हायला हवा. पेशंटच्या बरोबरीने ईसीपीचा प्रत्यक्ष अनुभव नसलेल्या अनेक वैद्यकीय व्यावसायिकांपर्यंतसुद्धा ही शास्त्रशुद्ध माहिती पोहोचावी, हा अनुवादामागचा उद्देश आहे.

तुमच्या हृदयरोगाबद्दल जास्तीत जास्त ज्ञान मिळवणे, सर्व उपचारपद्धतींचा चिकित्सकपणे विचार करून मग पुढील निर्णय घेणे हे तुमच्या हातात आहे व ती तुमची जबाबदारीही आहे!

गेल्या ५० वर्षांतील बदलत्या ज्ञानावर आधारीत, ईसीपी या नाविन्यपूर्ण उपचारपद्धतीची माहिती जास्तीत जास्त हृदयरोग्यांपर्यंत पोहोचावी, या हेतूने सुरू केलेल्या या चळवळीत वाचकांची मोलाची साथ लाभेल, याची मला खात्री आहे.

– डॉ. अश्विनी नितीन घैसास

चला, आपले हृदयरोगाबद्दलचे ज्ञान तपासून पाहू या!

बरोबर की चूक?

१. हृदयरोगाचे निदान अनेक व्यक्तींसाठी मेडिकल इमर्जन्सी असतेच असे नव्हे. तसेच त्यासाठी शस्त्रक्रियाही तातडीने करण्याची गरज नसते.
२. तुम्ही गेली तीस वर्षे जर धूम्रपान करत असाल, तर आता बंद करून काहीच फायदा नाही कारण व्हायचे ते नुकसान आता झालेले असते.
३. स्वत:ची कोलेस्टेरॉलची पातळी व रक्तदाब ताब्यात राहण्यासाठी पुरुष व स्त्रियांनी रोज दोन वेळा मद्यपान केले पाहिजे.
४. सतत तीस मिनिटे एरोबिक्स केल्यानेच हृदयाच्या आरोग्याला फायदा होतो.
५. एल. डी. एल. (अपायकारक) कोलेस्टेरॉलची पातळी ७५ मि. ग्रॅ/डी. एल. किंवा कमी असलेली चांगली.
६. उच्च रक्तदाबाला 'छुपा मारेकरी' म्हणतात कारण तो असूनही कोणतीही लक्षणे अनेकदा जाणवत नाहीत.
७. बायपास सर्जरी हाच हृदयविकारावरचा सर्वांत उत्तम उपचार आहे.
८. कमी हालचाल करणाऱ्यांपेक्षा नियमित व्यायाम करणाऱ्या लोकांना जास्त उत्साही व निरोगी वाटते व ते दीर्घायुषी होतात.
९. अपचन किंवा छातीत जळजळणे ही अंजायनाची लक्षणे असू शकतात.
१० सार्वजनिक ठिकाणांमध्ये धूम्रपानावर बंदी घालण्यात राजकारण्यांचा मतलबीपणा आहे. कोणतेही संशोधन अशा धूम्रपानाचे दुष्परिणाम दाखवत नाही.
११ अँजिओग्राफीमध्ये हृदयधमनीत मोठा अडथळा दिसल्यास ताबडतोब अँजिओप्लास्टी, स्टेंट किंवा बायपास केले पाहिजे.
१२. प्रचंड थकवा हे महिलांमध्ये अनेकदा हृदयरोगाचे लक्षण असू शकते.
१३. अँजिओप्लास्टीने हृदयधमनीतील अडथळा दूर होतो.
१४. नियमित दात घासून फ्लॉसिंग केल्याने, तसेच वर्षातून दोनदा

दंतचिकित्सकांना दात दाखवल्याने हृदयरोगाचा व इतर अनेक आजारांचा धोका कमी होतो.

१५. एच. डी. एल (चांगल्या) कोलेस्टेरॉलची पातळी ६० मि. ग्रॅ. /डी. एल. किंवा जास्त असल्यास उत्तम.

१६. हृदयधमनीत अचानक संपूर्ण अडथळा आल्याने हृदयाच्या काही भागात रक्ताची कमतरता जाणवते व तो भाग अकार्यक्षम होऊन हृदयविकाराचा झटका येतो.

१७. अमेरिकन हार्ट असोसिएशनच्या निष्कर्षानुसार एक तृतीयांश नागरिकांची बैठी जीवनशैली असून व्यायामाचा अभाव आहे.

१८. अमेरिकेमध्ये मृत्यू व अनारोग्याचे मोठे टाळता येण्यासारखे कारण म्हणजे धूम्रपान होय.

१९. लठ्ठपणा (स्थूलता) व बैठी जीवनशैली ही मधुमेहासाठी दोन मोठी धोक्याची कारणे आहेत.

२०. तंदुरुस्त व्यक्तीचा नेहमीचा रक्तदाब १५०/९० मि. मि. ऑफ मर्क्युरी इतका असतो.

उत्तरे

१.	बरोबर	(प्रास्ताविक)	११.	चूक	(प्रास्ताविक)
२.	चूक	(प्रकरण ७)	१२.	बरोबर	(प्रकरण २)
३.	चूक	(प्रकरण ७)	१३.	चूक	(प्रास्ताविक)
४.	चूक	(प्रकरण ७)	१४.	बरोबर	(प्रास्ताविक)
५.	बरोबर	(प्रकरण ७)	१५.	बरोबर	(प्रकरण ७)
६.	बरोबर	(प्रकरण ७)	१६.	बरोबर	(प्रकरण २)
७.	चूक	(प्रास्ताविक)	१७.	बरोबर	(प्रकरण ७)
८.	बरोबर	(प्रकरण ७)	१८.	बरोबर	(प्रकरण ७)
९.	बरोबर	(प्रकरण २)	१९.	बरोबर	(प्रकरण ७)
१०.	चूक	(प्रकरण ७)	२०.	चूक	(प्रकरण ७)

अनुक्रमणिका

- प्रास्ताविक – हृदयरोगाच्या अंतरात डोकावताना / १

१. **कापाकापीला फाटा देणारे आधुनिक तंत्र**
   ई.ई.सी.पी.पर्यंत झालेला माझा प्रवास / १३
   ई.ई.सी.पी. एक आश्चर्य / १५
   सर्वसामान्य प्रश्न / २३
   ई.ई.सी.पी. उपचार कोणी घेऊ नयेत? / २७
   ई.ई.सी.पी. : एक अफलातून कल्पना / २८

२. **रक्तप्रवाह सर्वांत महत्त्वाचा!**
   संतत प्रवाहाची दीर्घकालीन संकल्पना / २९
   शरीरशास्त्रीय दृष्टिकोनातून हृदयरोग / ३२
   अडथळ्यांच्या पलीकडे पाहताना / ३७
   क्लिष्ट समस्येसाठी सोपा उपाय / ३८
   धक्कास्टार्ट / ४६

३. **ई.ई.सी.पी.च्या उपयुक्ततेचा चिकित्सक पुरावा**
   सुरुवातीला / ४७
   यशसंपादनाचे पहिले चिन्ह / ४८
   अमेरिकेत पाऊल रोवले / ५३
   फायद्यांची मोठी व्याप्ती / ५९
   नवीन नियम / ६२
   कधीच ऐकीवात नसलेले यशस्वीतेचे उच्चांक / ६९

४. **तर्कसंगती, सविस्तर माहिती व विशिष्ट केसेस**
   तर्कसंगती व नेमकेपणा / ७०
   विशेष केसेस / ७७
   स्पेशल केसेस इतर आजार / ८०
   रक्तप्रवाहाची ताकद वाढते / ८६

५. हृदयरोगावरील उपचारांव्यतिरिक्त ई.ई.सी.पी.चे फायदे
शारीरिक दुर्बलता व ई.ई.सी.पी. / ८८
ई.ई.सी.पी. व तंदुरुस्त शरीर / ९८
रक्तप्रवाहाचा रतीब / १०४

६. ई.ई.सी.पी.बद्दल मी यापूर्वी का ऐकले नाही?
अमेरिकेतील वैद्यक – 'जितके हायटेक तितके चांगले' / १०६
ई.ई.सी.पी.ने बिले कशी भरणार? / १०७
'(अ) नैसर्गिक अनुक्रम / १०९
हृदयरोग : थोडा आडवळणाचा रस्ता / ११०
इन्फॉर्म्ड कन्सेंट व बायोएथिक्स / १११
डॉक्टर-पेशंटचे नाते / ११३
माहिती व ज्ञान ही शक्ती आहे / ११५

७. ई.ई.सी.पी.नंतरचे आरोग्य-रक्षण
'बैठे रहो' या मोहाशी दोन हात करा / ११६
चला... हला... / ११८
ताणतणाव नियमन / १२४
धूम्रपान थांबवा / १२६
मर्यादित मद्यपान / १२९
उच्च रक्तदाब, मधुमेह व कोलेस्टेरॉल सांभाळा / १३०
निरोगी व दीर्घायुषी व्हा / १३४

८. ई.ई.सी.पी. व वैद्यकशास्त्राचा भविष्यकाळ : क्रांतीची उत्क्रांती
संपूर्ण रक्ताभिसरण संस्थेच्या आजाराचा संपूर्ण तोडगा / १३८
डॉक्टर-पेशंट नातेसंबंध दृढ करण्याची सुसंधी / १३८
प्रतीक्षा कशासाठी? / १३९
यापुढे काय? / १४०
भविष्यात डोकावताना / १४०
आपण काय पणाला लावले आहे? / १४३

- सतत विचारले जाणारे प्रश्न / १४४
- ECP Centers in Maharashtra / १५०

प्रास्ताविक

हृदयरोगाच्या अंतरात डोकावताना

हृदयरोगावर सर्व माध्यमांमधून केल्या जाणाऱ्या महाचर्चेचा सूर बदलण्याची आता वेळ आली आहे. उपचारपद्धतीकडे पाहण्याचा दृष्टिकोन दुर्दैवाने कालबाह्य झाला आहे. म्हणूनच आज अमेरिकेमध्ये सर्वांत महाग मृत्यूचा सापळा म्हणून हृदयरोगाचे असलेले स्थान अजूनही अबाधित आहे. सर्व प्रकारच्या कर्करोगांशी एकत्रित तुलना केल्यानंतरही शक्तिशाली ठरणाऱ्या या हृदयरोगामुळे प्रत्येक पंचेचाळीस सेकंदानंतर एक बळी जात आहे. आजमितीला तेरा मिलियन अमेरिकन नागरिकांना हृदयरोगाने ग्रासले आहे; पण आज या महाभयंकर आजाराला अढळ पदावरून खाली खेचणारे प्रभावी अस्त्र आपल्या हातात आले आहे. निराशेच्या गर्तेत सापडलेल्या असंख्य हृदयरोग्यांच्या जीवनात खऱ्या अर्थाने 'जान' आणण्याची ताकद या अस्त्रात आहे. हे काही जादूचे औषध किंवा आहार-तक्ता नाही. नवीन व्यायामाचे तंत्र नाही किंवा हॉस्पिटलमधील ऑपरेशनही नाही; तर हृदयरोगाबद्दलच्या अद्ययावत ज्ञानाचा उपलब्ध तंत्रज्ञानाबरोबर घातलेला मेळ आहे.

चुकीच्या वाटेवर भरकटलो

हृदयरोग म्हणजे रक्तवाहिन्या 'तुंबणे' असे अनेक वर्ष शास्त्रज्ञ मानत होते. हृदयातील रोहिणींमध्ये रक्तप्रवाहाला अडथळा निर्माण झाल्याने उद्भवणारा आजार अशी या आजाराची व्याख्या होती. म्हणूनच हे अडथळे दूर करण्याच्या किंवा पर्यायी रक्तपुरवठा करण्याच्या उपचार-तंत्रावर सर्व लक्ष केंद्रित केले गेले. आज देशभर बायपास, अँजिओप्लास्टी, स्टेंट यांसारख्या छोट्या व मोठ्या शस्त्रक्रियांद्वारा तुंबलेला रक्तप्रवाह सुरळीत केला जात आहे; पण तरीही विकलांग करून मृत्यूस कारणीभूत होणारा हृदयरोग अजून आटोक्यात कसा येत नाही?

फक्त रक्तप्रवाहातील अडथळ्यामुळे जर रोग होतो, तर हे अडथळे दूर केल्यानंतरही हार्टअॅटॅक (हृदयविकाराचा झटका) का येतो? अनेक पेशंट्समध्ये हृदयरोगाची लक्षणे व छातीतील वेदना शस्त्रक्रियेनंतरही पुन्हापुन्हा का जाणवतात? अपुऱ्या रक्तप्रवाहाची ही लक्षणे ताबडतोब का दिसतात? ५४ टक्के अँजिओप्लास्टीच्या पेशंटना, २०% स्टेंट टाकलेल्यांना व ८% बायपास झालेल्या पेशंट्सना काही वर्षांतच पुन्हा प्रोसीजरची गरज का भासावी? हृदयरोगाची सर्व लक्षणे दाखवणाऱ्या, पण अँजिओग्राफीमध्ये कुठेही अडथळे न दाखवणाऱ्या पेशंट्सच्या आजाराचे आपल्याकडे काय स्पष्टीकरण आहे? कार्डिअॅक सिंड्रोम एक्स किंवा मायक्रो व्हॅस्क्यूलर अंजायनाची कारणमीमांसा काय? हृदयरोहिणीमधील अडथळे म्हणजे हृदयरोग इतकी हृदयरोगाची सोपी व्याख्या असेल असे वाटत नाही.

एक नवीन व्याख्या

अलीकडच्या काळात झालेल्या प्रचंड चिकित्सक अभ्यासातून असे निष्पन्न झाले आहे की, केवळ हृदयातील रक्तवाहिन्या तुंबून रक्तप्रवाहास अडथळा आल्याने हृदयरोग होत नाही. दीर्घ कालावधीत होणारा व संपूर्ण शरीराला ग्रासणारा हा रोग आहे. हृदयाच्या आसपासच्या रक्तवाहिन्यांची हानी होऊन कमकुवत रक्ताभिसरणामुळे होणारा हा आजार आहे. आनुवांशिकता, दीर्घकालीन जंतुसंसर्ग, दाह, सूज येणे, ऑटोइम्यून परिस्थिती व व्यक्तिगत जीवनशैली, सवयी यांच्या एकत्रित परिणामातून रक्तवाहिन्यांची हानी होऊन त्या तुंबण्याची शक्यता वाढते व परिणामी रक्तप्रवाह खंडित होतो. हृदयरोगाचा गाभा केवळ रक्तवाहिन्या तुंबण्यात नसून असे होण्यामागच्या मूळ कारणामध्ये म्हणजेच तुंबून रक्तप्रवाह खंडित करणाऱ्या, हानी झालेल्या रक्तवाहिन्यांमध्ये आहे.

हृदयरोगाबद्दल जशी जास्त माहिती मिळते आहे, तसा अनेक आजारांमध्ये सूज व दाह यांचा किती वाटा आहे, हेही समोर येत आहे. सूज, दाह किंवा इन्फ्लमेशन ही मूलभूत जैविक प्रतिकार शक्तीची प्रक्रिया आहे. कर्करोग, अल्झायमर्स व संधिवात यांसारख्या शरीर खिळखिळे करणाऱ्या अनेक आजारांमध्ये यांचा मोठा हात आहे. सर्वश्रेष्ठ 'यमदूत' म्हणावा लागेल, असा हृदयरोगही याला अपवाद नाही, असे संशोधनातून सिद्ध होत आहे. यामुळेच फक्त हृदयधमनीतील अडथळ्यामुळे हृदयरोग होतो, या समजुतीला जोरदार धक्का बसला आहे.

हृदयरोगाच्या आपल्या ज्ञानात किती आमूलाग्र बदल करावा लागेल, याचे एक उदाहरण पाहू या. न्यू इंग्लंड जर्नल ऑफ मेडिसिनने २००२मध्ये प्रसिद्ध केलेल्या एका शोधनिबंधात म्हटले आहे की, कोलेस्टेरॉलपेक्षा रक्तातील सीआरपीचे

(CRP - सी रिॲक्टीव्ह प्रोटीन) प्रमाण हृदयरोगाचे जास्त चांगले भाकीत करते. दाह व सूज यांचा सामना करताना रक्तामध्ये ते यकृतातून सोडले जाते.

हृदयरोगाचा धोका दाखवणारा प्लासेंटल ग्रोथ फॅक्टर (PIGF) नावाचा अजून एक पदार्थ संशोधकांनी दाखविला आहे. रक्तवाहिन्यांच्या पेशींमधून दाह व सूज यांना प्रतिकार करताना निघणाऱ्या या पदार्थामुळे नवीन निष्कर्षाला बळकटी मिळते.

हिरड्यांच्या सततच्या जंतुसंसर्गामुळे हृदयरोगाच्या वाढीस प्रोत्साहन मिळते, असा नवा पुरावा समोर येत आहे. सतत थोडी थोडी सूज आल्याने असे होत असावे. नवीन पुराव्यानुसार हिरडीतील जंतू रक्तवाहिन्यांच्या संपर्कात येतात, कोलेस्टेरॉलमध्ये बदल करतात व खडबडीत रक्तवाहिनीतील कोलेस्टेरॉलचा थर दुभंगतो. हृदयरोगाने त्रस्त ३८% लोकांच्यात हिरडीचे आजार आढळतात. जितके दात खराब, तितका हृदयरोगाचा धोका जास्त!

क्लॅमिडिया न्युमोनी नावाच्या जंतूविरुद्ध निर्माण झालेल्या अँटिबॉडी (प्रतिकार करणारी रसायने) हृदयरोग्यामध्ये आढळून आल्या, असे जर्नल ऑफ अमेरिकन मेडिकल असोसिएशनमध्ये दाखवले गेले आहे. न्यूमोनिया व इतर श्वसनसंस्थेच्या आजारांना कारणीभूत होणारा ह्या जंतूंचा एक प्रकार यौनसंबंधांतून पसरणाऱ्या आजारांनाही कारणीभूत होतो. सायटोमेगॅलो व्हायरस व हेलिकोबॅक्टर पायलोरींच्या संसर्गाने हृदयरोग वाढू शकतो. तसेच काही अँटीबायोटिक्स घेतल्याने रक्तवाहिन्यांच्या आतील पुटे कमी होऊन खडबडीतपणा कमी होतो, असेही दिसून आले आहे. त्यामुळे वरील संशोधनाला बळकटी आली आहे.

या सर्व नव्या माहितीमुळे हृदयरोगाची उपाययोजना एका वेगळ्या वळणावर उभी आहे. या आजाराबद्दलच्या आपल्या ज्ञानात त्याच्याशी लढणाऱ्या पद्धतींमध्ये आमूलाग्र बदल होतो आहे. हृदयधमनीतील अडथळा दूर करणाऱ्या इन्वेझिव प्रोसीजर्सच्या (शरीरांतर्गत शस्त्रक्रिया) उपयुक्ततेच्या बाबतीतही मोठे प्रश्नचिन्ह निर्माण झाले आहे. अनेकदा प्रोसीजरनंतरही मूळ आजार व लक्षणे तशीच का राहतात या कोड्याचा उलगडा होऊ लागला आहे. म्हणजेच सध्याच्या हृदयरोगाच्या उपचारांनी, प्रोसीजर्सनी लक्षणांवर तात्पुरती मलमपट्टी केली जाते; पण मूळ आजारावर उपचार होत नाहीत.

हृदयरोगाचे निदान करताना

'हृदयरोग म्हणजे हृदयधमनीतील अडथळा' या तत्त्वावरच रोगनिदान आधारित असल्यामुळे कुठे व किती तुंबले आहे, हे शोधले जाते. अनेक पेशंट्समध्ये पूर्वकल्पनेशिवाय निदान केले जाते. बरेच वेळा असा अनुभव येतो.

तुम्ही बरे वाटत नाही म्हणून डॉक्टरांकडे जाता. अनेक तपासण्यांबरोबर स्ट्रेस टेस्ट केली जाते. ती नॉर्मल नसल्यास लगेच अँजिओग्राफीचा सल्ला दिला जातो. मांडीतील मोठ्या धमनीतून छोटी नळी हृदयापर्यंत टाकली जाते. त्यातून विशिष्ट प्रकारचा डाय (एक्सरेवर वेगळा ओळखता येणारा द्राव) आत सोडून हृदयधमनीचे फोटो घेतले जातात. कुठे अडथळा आहे का ते पाहिले जाते. अडथळा असल्यास किती टक्के (५०%, ७०%, ९०% इ.) आहे व नक्की कुठल्या भागात आहे त्याची नोंद केली जाते आणि पेशंटच्या हातात त्यांच्या आजाराचे निदान ठेवले जाते – हृदयरोग!

कार्डिॲक कॅथेटरायझेशन (अँजिओग्राफी)

अमेरिकेत कार्डिॲक कॅथेटरायझेशन (ज्याला आपण अँजिओग्राफी म्हणतो) प्रचंड मोठ्या प्रमाणात केले जाते. २००२ साली अशा १४,६३,००० प्रोसीजर केल्या गेल्या व त्यासाठी २३.३ बिलियन डॉलर खर्च आला. ही काही संपूर्ण सुरक्षित प्रोसीजर नाही. रक्तस्राव, जंतुसंसर्ग व इतरही धोके त्यादरम्यान संभवतात. तसेच सरासरी ५० टक्के अशा प्रोसीजर विनाकारण केल्या जातात किंवा त्या पुढे ढकलल्या तरी चालतात, असेही दिसून आले आहे.
हृदयरोगाच्या निदानासाठी आता जी नॉनइन्वेझिव टेक्नॉलॉजी जास्त लोकप्रिय व प्रचलीत होते आहे, ती म्हणजे सी. टी. अँजिओग्राफी. त्यात हृदयातील रक्तवाहिन्यांची खूप सविस्तर माहिती मिळू शकत असल्याने ती लवकरच इन्वेझिव अँजिओग्राफीची जागा घेऊ शकेल. त्यामधे रक्तप्रवाह तुंबण्याच्या बऱ्याच आधी रक्तवाहिनीच्या आतील आवरणावरील पुटे दिसू शकतात व पेशंटला त्रासही कमी होतो. १५ मिनिटाच्या या तपासणीत पेशंटला फक्त झोपलेल्या अवस्थेत सी. टी. स्कॅनरमधून नेले जाते.

ॲक्शन काय घ्यावी?

आजपर्यंत तुम्ही तंदुरुस्त असता. आणि अचानक तुमचे डॉक्टर तुम्हाला सांगतात की, तुमच्या हृदयाच्या धमनीमध्ये अडथळा आहे व ताबडतोब बायपास किंवा अँजिओप्लास्टी केली पाहिजे. बायपास म्हणजे नवीन रक्तवाहिनीचा छोटा तुकडा

(ग्राफ्ट) टाकून अडथळ्याला बायपास करणे. अँजिओप्लास्टी म्हणजे तुंबलेल्या रक्तवाहिनीत फुगा असणारी वायर टाकून फुगा फुगवणे व अडथळा नाहीसा करून रक्तप्रवाह पूर्ववत करणे. स्टेंट नावाची स्प्रिंगसारखी वस्तू रक्तवाहिनीत टाकल्यास पुन्हा अडथळा येण्याची शक्यता कमी असते. अमेरिकन हार्ट असोसिएशनच्या निरीक्षणानुसार एका वर्षात १.७ मिलियन प्रोसीजर्स त्यांच्याकडे होतात. ५,१५,००० बायपास (एकूण खर्च ३१.३ बिलियन), १२,०४,००० अँजिओप्लास्टी व स्टेंट प्रोसीजर्स (एकूण खर्च ३४.३ बिलियन) असा हा आकडा प्रतिवर्षी वाढत आहे.

हृदयरोगाचे निदान व संबंधित घडत जाणाऱ्या घटनांमुळे पेशंटच्या छातीत धडकी भरणे अनिवार्य आहे. हृदयाला रक्तपुरवठा करणाऱ्या वाहिन्या तुंबून रक्तपुरवठा खंडित होत असल्याची माहितीच भीतीदायक आहे. तसेच 'रूटीन ऑपरेशन'ने सगळे ब्लॉक्स काढले की, मग चिंता नाही, असेही अनेकांना वाटते. अडथळे काही एका दिवसात तयार होत नाहीत! अनेक वर्षं ती क्रिया चालू असते आणि अनेक रुग्णांमध्ये इमर्जन्सीचे कारण नसते. अँजिओग्राफीपूर्वी ३० मिनिटे अगोदर जी तुम्ही व्यक्ती असता, तीच नंतरही असता, नाही का? फरक एवढाच असतो की, आता तुम्हाला अडथळ्यांची माहिती झालेली असते; पण अनेकदा विचार करायला पुरेसा वेळ न मिळाल्याने अनेक पेशंट्स डोळे झाकून डॉक्टरचा सल्ला मानतात. सांगितलेली प्रोसीजर तातडीने करून घेतात व आपण आता पूर्ण बरे होऊ अशी अपेक्षा ठेवतात.

दिसलेले अडथळे अँजिओप्लास्टीने उघडणे किंवा बायपास करणे म्हणजे संपूर्ण शहरात वाहतूक खोळंबली असताना एका जंक्शनला वाहतूक सुरळीत केल्यासारखे होईल. रोगाच्या मुळाशी हात न घालता वरवरचे उपाय करणे होईल. एका जंक्शनला वाहने पुढे सरकू लागली, तरी दुसरीकडे कुठेतरी वाहतूक अडेल. एकीकडचा अडथळा काढून रक्तपुरवठा सुरळीत झाला, तरी कधीतरी दुसरीकडे अडथळा येऊन त्रास होणारच, कारण मूळ आजार तसाच असतो! ज्या खराब हृदयधमनीमुळे मुळात अडथळा तयार झाला तिच्या इतर भागांचे काय? अशीच खराबी झालेल्या इतर हृदयधमन्यांचे काय? आता सुरळीत रक्तप्रवाह सुरू आहे म्हणून नंतर अडथळा येणार नाही कशावरून? अनेक हृदयरुग्ण पुन्हा पुन्हा हृदयरोगाची शिकार का बनतात त्यांच्यासाठी एकानंतर एक प्रोसीजर का अनिवार्य होते, हे यावरून स्पष्ट होते.

स्वत:च्या हृदयरोगाबद्दल जास्तीत जास्त ज्ञान मिळवणे, सर्व उपचारपद्धतींचा चिकित्सकपणे विचार करणे हे तुमच्यापुढे आव्हानही आहे आणि तुमची जबाबदारीही! तरच तुम्ही हृदयाचे आरोग्य उत्तम ठेवण्याचा निर्णय घेऊ शकाल. तुम्हाला व तुमच्या कुटुंबीयांना योग्य माहिती देण्याच्या हेतूने हे पुस्तक लिहिले गेले आहे.

तुम्हाला सुयोग्य निर्णय घेण्यास यामुळे मदत व्हावी ही अपेक्षा आहे.

गैरसमजांना छेद देऊ या

येत्या अनेक वर्षांत प्रचंड संशोधन होऊनही अनेक हृदयरुग्ण व त्यांचे कुटुंबीय अजूनही खूप चुकीच्या माहितीच्या आधारे हृदयरोगाचा सामना करीत आहेत. त्यामुळे आजाराची नीट माहिती न मिळून चुकीचे उपचार घेतले जात आहेत. हृदयरोगाचे उपचार संपूर्ण यशस्वी होण्यासाठी गैरसमजांना दूर करणे गरजेचे आहे.

गैरसमजूत १
हृदयरोग म्हणजे रक्तवाहिनीतील अडथळा.
स्पष्टीकरण : हृदयरोग हा संपूर्ण शरीरातील अनेक संस्थांना ग्रासणारा आजार आहे. सर्वांत महत्त्वाचे म्हणजे तो रक्तप्रवाह बिघडल्याने होतो. हृदयधमनीत नाहीतर शरीरात इतर ठिकाणी हा दोष असण्याची बरीच शक्यता आहे.

गैरसमजूत २
बायपास सर्जरी, अँजिओप्लास्टी व स्टेंट टाकल्यामुळे हृदयरोग संपूर्ण नाहीसा होईल.
स्पष्टीकरण : या प्रोसीजरमुळे तो अडथळा दूर होईल, पण मूळ आजार तसाच राहील. एक अडथळा निघाल्याने तिथला रक्तप्रवाह सुरळीत होईल हे खरे, पण ते लक्षणांवर तात्पुरती मलमपट्टी केल्यासारखे असेल. हृदयातील स्नायूंना व पर्यायाने संपूर्ण शरीराला भरपूर व नियमित रक्तपुरवठा व्हावा, हा हृदयरोगाच्या उपचारांचा हेतू असला पाहिजे; नुसता दिसलेला एक अडथळा दूर करणे नव्हे. संपूर्ण हृदयाचे रक्ताभिसरण पर्यायी मार्गांनी विनासायास चालू राहिले, तर अडथळे असूनही रक्तप्रवाह खंडित होत नाही आणि ते अडथळे उघडण्याची गरजही भासत नाही.

मला इथे एक स्पष्टपणे सांगितले पाहिजे. बायपास किंवा अँजिओप्लास्टी यांची कधीच गरज नसते, असे मला अजिबात सुचवायचे नाही. काही पेशंट्समध्ये त्यांची निश्चितच गरज असते. शास्त्रशुद्ध संशोधनावर आधारलेल्या सर्व आधुनिक वैद्यकीय सुविधांचे आपण कायमच ऋणी राहणार आहोत. बायपास सर्जरी तर एक खरोखरच विस्मयकारक उपचारपद्धती असून वैद्यकशास्त्राच्या उत्क्रांतीमध्ये तिला अनन्यसाधारण महत्त्व आहे. तिच्यामुळे आज जगभर हजारो लोकांचे प्राण वाचत आहेत.

परंतु दोन विशिष्ट प्रकारच्या पेशंट्समध्येच त्यामुळे आयुर्मान वाढते, असे संशोधनात दिसून आले आहे. पहिले म्हणजे जेव्हा डाव्या हृदयधमनीत ७०%पेक्षा जास्त अडथळा असतो व दुसरे म्हणजे तीनही हृदयधमन्यांमध्ये जेव्हा मोठे अडथळे

असतात व हृदयाचे स्नायू नाजूक झालेले असतात. जर आजाराचे स्वरूप वरील दोन्हींपेक्षा वेगळे असेल, तर बायपास सर्जरीने हार्टअ‍ॅटॅक टळतो, आयुष्य वाढते किंवा जास्त काळासाठी फायदा होतो, असे कोणत्याही संशोधनाने अजूनपर्यंत समाधानकारकपणे दाखवलेले नाही.

अँजिओप्लास्टी व स्टेंटबाबत तर अजूनही कमी खात्रीलायक माहिती आहे. या दोन्हीचा किती काळपर्यंत फायदा होतो ते नीट माहीत नाही. त्यांच्यामुळे आयुर्मान वाढते, हार्टअ‍ॅटॅक टळतो असेही सिद्ध झालेले नाही. शोधनिबंधांमध्ये अँजिओप्लास्टी स्टेंट, औषधीयुक्त स्टेंट व बायपास सर्जरी यांच्यामध्ये समाधानकारक तुलनात्मक अभ्यास झाला नसल्याने कुठल्या पेशंटसाठी कुठला उपाय उत्तम ते सांगता येत नाही. या इन्वेझिव प्रोसीजर्सची जीवनाची प्रत सुधारण्यासाठी किती मदत होते, हेही संशोधनातून स्पष्ट होत नाही.

बऱ्याचदा प्रोसीजर करण्याची गरजच नसते, असेही काही हृदयरोगतज्ज्ञांना वाटते. ''पेशंटला अँजिओप्लास्टी किंवा बायपासची गरज आहे असे वाटणे, हे आक्रमक वैद्यकीय मनोधारणेचे लक्षण आहे.'' असे हार्वर्ड मेडिकल कॉलेजमधील प्रोफेसर थॉमस ग्रेबॉईस, एम.डी. म्हणतात. ''अमेरिकेतील कित्येक हृदयरोग्यांनाही या प्रोसीजरची गरज नसते.''

शास्त्रशुद्ध पुराव्याचा अभाव असूनही वर्षागणिक अशा प्रोसीजर्सचा आकडा वाढतो आहे. त्याने आपला हृदयरोग पूर्ण बरा होईल, अशा गैरसमजुतीने अजून अनेक पेशंट त्याला सामोरे जात आहेत. हा निर्णय चुकीच्या समजुतीवर आधारलेला असल्यामुळे अनेकांचा अपेक्षाभंग होतो आहे.

गैरसमजूत ३

हृदयरोगाचे निदान झाल्यावर ताबडतोब प्रोसीजर किंवा ऑपरेशन केले नाही, तर मृत्यू अटळ आहे.

स्पष्टीकरण : हृदयरोग हळूहळू वाढतो आणि अडथळे तयार होण्यासाठी कित्येक वर्षे जावी लागतात. अडथळे सापडून रोगाचे निदान झाले, याचा अर्थ ताबडतोब ऑपरेशन करणे गरजेचे आहे असे अजिबात नाही. खरेतर अनेक केसेसमध्ये विचार करायला, अधिक माहिती मिळवायला, सर्व उपचारांचे फायदे-तोटे समजून घेऊन काळजीपूर्वक निर्णय घ्यायला पुरेसा वेळ असतो.

हार्वर्डमध्ये झालेले एक संशोधन अशा 'तातडीच्या निर्णयांवर' नीट प्रकाश टाकते. बायपासचा सल्ला दिला गेलेल्या ८८ पेशंट्सपैकी ७४ पेशंटना (८४%) बायपासची गरज नाही, असे दुसऱ्या हृदयरोग तज्ज्ञांचे (सेकंड ओपिनियनमध्ये) मत पडले. त्यांपैकी ६० रुग्णांनी (एकूणात ६८ टक्के) ऑपरेशन अनिश्चित काळापर्यंत पुढे ढकलले. बायपास न करण्याचा निर्णय घेणारा

एकही रुग्ण पुढील अडीच वर्षांच्या निरीक्षणामध्ये दगावला नाही, असे दिसून आले. दुसऱ्या तज्ज्ञांचा सल्ला घेतल्याने निर्णयाची घाई कमी झाली व ऑपरेशनचा आकडा पन्नास टक्क्यांनी कमी करता आला, असा निष्कर्ष या संशोधनामधून निघाला.

गैरसमजूत ४

हृदयरोगावर 'रूटीन' प्रोसीजर केली की, तुम्ही संपूर्ण बरे होता व काहीच काळजीचे कारण राहत नाही.

स्पष्टीकरण : यात दोन गैरसमज आहेत. एकतर प्रोसीजरमध्ये 'रूटीन'असे काही नसतेच. प्रत्येक प्रोसीजरचे अनेक प्रकारचे गंभीर व प्रसंगी मृत्यूस कारणीभूत होतील असेही धोके असतात.

दुसरे असे समजून घेणे गरजेचे आहे की, हृदयरोग हा दीर्घकालीन आजार असून तो संपूर्ण बरा करणारा उपाय नाही. तुम्ही कोणतेही उपाय केले, तरी तुमचे हृदय नव्यासारखे तंदुरुस्त होणार नाही. हृदयरोग हा तुमचा आयुष्यभराचा साथीदार असणार आहे, परंतु हृदयरोगासमवेतही तुम्ही संपूर्ण कार्यक्षम राहून भरभरून जीवन जगू शकता हेही तितकेच खरे आहे. काळजीपूर्वक माहिती मिळवून, मग उपचार घेऊन व जीवनशैलीत जाणीवपूर्वक बदल करून तुम्ही लक्षणेही कमी ठेवू शकता.

आजपर्यंतच्या हृदयरोगाच्या माहितीपेक्षा ही माहिती जर संपूर्णपणे निराळी वाटत असेल, विसंगत असेल, तर असे वाटणारे तुम्ही एकटे नाही. अत्यंत भयानक अशा रोगाचा जर यशस्वीपणे सामना करायचा असेल, तर हे गैरसमजांचे निराकरण करणे जरुरीचे आहे.

ज्ञानाची आचरणाशी सांगड घालू या

हृदयरोगाची जशी संपूर्ण नवीन माहिती मिळत आहे, तसेच उपचार-पद्धतीमध्येही परिवर्तन व्हायला हवे. नाही का? पण दुर्दैवाने तसे होत नाही. नवीन शास्त्रशुद्ध माहितीच्या आधारे वैद्यकीय आचार पद्धतीतही आमूलाग्र बदल करायला हवेत; परंतु पूर्वापार चालत आलेल्या त्याच उपचार-पद्धती आपण अजूनही ग्राह्य मानत आहोत. जगभरातील एक नंबरचा मारेकरी अजूनही बेछूट हत्या करत आहे, पण त्याला लगाम घालण्यात आपण अयशस्वी ठरत आहोत.

हृदयरोगाबद्दलच्या नवीन सिद्धान्तांना स्वीकारणे काही डॉक्टरांना कठीण जाते आहे. तुंबलेली हृदयधमनी म्हणजे हृदयरोग नव्हे, हा सिद्धान्त त्यांना समजला असला, तरी तुंबलेला रक्तप्रवाह सुरळीत करणे हाच योग्य उपचार समजला जात आहे. 'तुंबलेली रक्तवाहिनी मोकळी करणे हेच योग्य आहे अशी

आपली ठाम समजूत आहे' असे २१ मार्च २००४च्या न्यूयॉर्क टाइम्समध्ये क्लीव्हलंड क्लिनिकचे हृदयरोगतज्ज्ञ डॉ. एरिक टोपोल स्पष्टपणे मान्य करतात.

टेक्सास युनिव्हर्सिटी मेडिकल सेंटरचे हृदयरोग तज्ज्ञ डॉ. डेव्हिड हिलीस त्याच लेखात यामागची मनोभूमिका स्पष्ट करताना सांगतात की, 'बिझनेस चालवताना असा विचार करावा लागतो. असे पाहा, जर एक फॅमिली डॉक्टर तुम्हाला पेशंट पाठवित असतील व तुम्हाला प्रोसीजरची गरज नाही असे सांगून तुम्ही पेशंट परत पाठवत असाल, तर लवकरच ते तुम्हाला पेशंट पाठवणे बंद करतील, नाही का? काही वेळा तुम्ही जाणता की, हे बरोबर नाही. तरीही मनाची समजूत घालून तुम्ही ते करत राहाता?'

रक्तवाहिनी उघडण्यासाठी केल्या जाणाऱ्या प्रोसीजर्स वाढत राहण्याचे अजून एक कारण त्यांनी सांगितले. ''जितकी जास्त आक्रमक वैद्यकीय उपचार-पद्धती तितकी ती जास्त उपयुक्त व मौल्यवान अशी आपली मनोभूमिका झाली आहे. प्रोसीजर आवश्यक आहे, अशी खात्री पटूनच पेशंट क्लिनिकमध्ये येतो. त्यानेच जीव वाचेल, अशी त्यांची समजूत करून दिली गेलेली असते. त्यांना सांगितले गेलेले असते – 'तुम्ही चालते बोलते 'टाइमबॉम्ब' आहात. प्रोसीजर केली नाहीत तर...'

सवयीचा परिणाम असो, पेशंट कमी होण्याची भीती असो; पण जागोजागचे अडथळे दूर करण्याच्या छोट्या-मोठ्या ऑपरेशन्सना दुजोरा देणारा पुरेसा पुरावा कुठेही सापडत नाही हे मात्र खरे. इतर सर्व प्रकारच्या गोष्टींमध्ये बदल करून हृदयरोगाचा झटका येण्याची शक्यता ८०% कमी करता येते, असे लॉस अँजेलिसमधले हृदयरोगतज्ज्ञ व संशोधक प्रेदिमन शाह, यांनी निश्चितपणे सिद्ध केले आहे. कॅलिफोर्नियाच्या युनिव्हर्सिटीचे डॉ. डेव्हिड वॉटर्स टाइम्समध्ये म्हणतात, 'हृदयरोग संपूर्ण रक्ताभिसरण संस्थेचा आजार आहे. सर्व हृदय-धमन्यांमध्ये तो दिसून येतो. तुम्ही एक भाग आज दुरुस्त केलात, तर वर्षभरात दुसरा भाग खराब होऊन हृदयविकाराचा झटका येईल. म्हणूनच सर्वंकष उपचार व जीवनशैलीतील बदलांमुळेच जास्त फायदा होईल.' परंतु ते असेही म्हणतात, 'एक डॉक्टरांचा गट हे मानायला तयार नाही.'

पारंपरिक हृदयरोग उपचार-पद्धती जसे हे मानायला तयार नाही, तसेच अनेक पेशंट्सही हे मान्य करत नाहीत कारण ते अशाच लोकांकडून सल्ला घेत आले आहेत. त्यामुळे योग्य निर्णय घेण्यासाठी आवश्यक असणाऱ्या बहुमूल्य माहितीला ते पारखे होतात. पेशंटचा वेळ, प्रोसीजरचा खर्च वाचवणारी, शिवाय धोका कमी करणारी ई.ई.सी.पी. उपचार-पद्धती हृदयरुग्णांच्या कानांपर्यंत दुर्दैवाने जातच नाही. जर ई.ई.सी.पी.ची माहिती रुग्णांना वेळेत मिळाली, तर

अनावश्यक व निरुपयोगी अशी प्रोसीजर करून घेण्यास ते नक्कीच नकार देतील आणि प्रतिवर्षी या प्रोसीजर्सचा आकडा कमी कमी व्हायला लागेल.

सुयोग्य उपचारपद्धती दृष्टिपथात आहे

हृदयरोगाच्या उपचारांमागचा आपला उद्देश काय आहे, ते क्षणभर आठवून पाहू या. हृदयरोग संपूर्ण बरा करणे हा हेतू नाही. कारण हृदयरोग 'बरा' होत नाही. अडथळे दूर करणे हाही हेतू नाही. कारण अडथळे म्हणजे मूळ रोगांचे प्रगट लक्षण आहे. आपले लक्ष्य आहे हृदयरुग्णांना हृदयरोगाबरोबर दीर्घायुष्य मिळण्यासाठी व भरभरून आयुष्य जगण्यासाठी मदत करणे, त्याची लक्षणे (छातीतील दुखणे, धाप लागणे, हालचालींवरचे बंधन येणे) कमी करून रोगाच्या समस्या कमी करणे आणि जगण्याची प्रत उंचावणे.

हृदयरोगावर सर्वांत यशस्वी ठरेल अशा उपचार-पद्धतीत संपूर्ण शरीराचा विचार व्हायला हवा; फक्त अडथळ्यांचा नाही, हे आपण पाहिले. ह्या उपचारांनी दाह-सूजेविरुद्ध लढावे, संपूर्ण रक्ताभिसरण संस्था बळकट करावी व शरीरातील, विशेषत: हृदयातील रक्तपुरवठा अडथळ्यांच्या पुढे जाऊन सुरळीत करावा, हृदयाच्या पंपाचे कार्य विनासायास व अधिक कार्यक्षमतेने व्हावे, अशी आपली अपेक्षा आहे.

आपली सर्व उद्दिष्टे सुरळीतपणे, कोणत्याही इन्वेझिव प्रोसीजरशिवाय, पण तितक्याच समर्थपणे पूर्ण करेल अशी उपचारपद्धती आता आपल्या हाताशी आहे. ते आतापर्यंत उजेडात न आलेले एक वैद्यकीय गुपित आहे.

ई.ई.सी.पी. ही उपचारपद्धती म्हणजे आरोग्याच्या घसरणाऱ्या मार्गावर वेगाने चाललेल्या हृदयरुग्णांना मिळालेला मदतीचा हात आहे. हा तंदुरुस्तीचा अनोखा मार्ग आहे. आधुनिक वैद्यकशास्त्राने स्वीकारलेली, एफ. डी. ए ने (फेडरल ड्रग ॲडमिनिस्ट्रेशन, अमेरिका) मान्यता दिलेली, विम्याचे संरक्षण असलेली व जगभर उपलब्ध असलेली ही उपचारपद्धती कोणत्याही कापाकापीशिवाय केली जाते.

हृदयरुग्णांना व कुटुंबीयांना त्यांच्या आजाराची संपूर्ण माहिती मिळावी व सर्व उपचारपद्धतींमधून योग्य उपचाराची निवड करता यावी ह्याच उद्देशाने व ध्येयाने प्रेरित होऊन 'हृदयाचे पुनरुज्जीवन करणारे ई.ई.सी.पी. तंत्र' हे पुस्तक मी लिहिले आहे.

आधुनिक वैद्यकप्रणालीवर टीका करणे हा या पुस्तकाचा मुळीच हेतू नाही. उलट यात आधुनिक वैद्यकाची आतापर्यंतची ऐतिहासिक वाटचाल व नवीन संशोधन यांची सांगड घातली आहे. पारंपरिक प्रोसीजर्स सवयीचे गुलाम म्हणून कशा चक्रीच्या पद्धतीने वापरल्या जातात, तसेच वैद्यकीय व्यावसायिकांनी वैज्ञानिक पुराव्याच्या प्रवाहात हृदयरोग-उपचारांचा मार्ग कसा योग्य तऱ्हेने शोधला पाहिजे

याची इथे चर्चा केली आहे. हे पुस्तक एक नवीन व स्वीकारार्ह उपाय सुचवते. ई.ई.सी.पी. ही संशोधनाने सिद्ध केलेली, क्रांती घडवून आणणारी व जीवदान देणारी पद्धती असून खर्चात कपात करण्याची प्रचंड ताकद तिच्यात आहे. अंजायना (अपुऱ्या प्राणवायू व रक्तपुरवठ्यामुळे होणाऱ्या हृदयवेदना. त्यात छातीत दुखणे व दाब जाणवणे किंवा मान, जबडा, खांदे, हात दुखणे, धाप लागणे, थकवा अशी काही लक्षणे जाणवतात.) पूर्ण थांबवून इतर कोणतेही दुष्परिणाम न करणारी, वैद्यकीय शपथेला ('हिप्पोक्रॅटीसची ओथ') जागणारी ही प्रणाली आहे; आणि म्हणूनच हृदयरोगाविरुद्धच्या लढ्यात तिचे खरे स्थान बरेच वरचे आहे.

अमेरिकेमध्ये सर्वांत मोठी ई.ई.सी.पी.ची प्रॅक्टीस असणाऱ्या ब्रेव्हरमन ई.ई.सी.पी. हार्ट सेंटर्सची मी संस्थापक-संचालक आहे. आजपर्यंत दोन हजार रुग्णांना मी बरे केले आहे. तरीही हे सोपे, पण कमी प्रसिद्ध तंत्र किती आरोग्यदायी व जीवनदायी आहे ते पाहून मी प्रत्येक वेळी विस्मित होते. गेली पाच वर्षे अनेक डॉक्टर्स व पेशंट्स यांना ई.ई.सी.पी.ची माहिती पुरवण्याचे काम मी जगभरातून करत आहे. टी.व्ही., रेडिओ, वृत्तपत्र व मासिकात मुलाखती व व्याख्यानांच्या माध्यमातून ही माहिती मी सर्वदूर पोहोचविण्याच्या प्रयत्नात आहे. तरीही असे अनेक हृदयरुग्ण आहेत, ज्यांनी ई.ई.सी.पी.बद्दल ऐकले नाही. म्हणून तर ह्या पुस्तकाचा प्रपंच!

माझ्या अनेक पेशंट्सचे ई.ई.सी.पी.बद्दलचे उल्लेखनीय अनुभव या पुस्तकात तुम्हाला ठिकठिकाणी सापडतील. त्यांचे जीवनानुभव प्रति दिन जशी मला प्रेरणा देतात तशीच तुम्हालाही देतील, याची मला खात्री आहे.

गेल्या पन्नास वर्षांतील नव्या वैद्यकीय पायड्यांमधील एका नाविन्यपूर्ण उपचारपद्धतीची माहिती देणारे हे पुस्तक आपल्याला निश्चित आवडेल. जेव्हा तुमचे वाचून संपेल तेव्हा ही माहिती इतरांना जरूर द्या. लाखो हृदयरोग्यांच्या फायद्यासाठी सुरू केलेल्या या खास कार्यात तुमची मोलाची साथ माझ्यासोबत असू द्या.

१

ई.ई.सी.पी. एक आधुनिक रत्न

कापाकापीला फाटा देणारे आधुनिक तंत्र

कल्पना करा, हृदयरोगाचे उपचार करताना शस्त्रक्रिया, औषधे नाहीत. शिवाय धोका नाही, दुखणे नाही. विम्याच्या सर्व संरक्षणामध्ये येणारे उपचार असूनही हॉस्पिटलमध्ये दाखल होण्याची गरज नाही. कोणताही त्रास न होता पैसाही वाचेल. बाह्य रुग्ण विभागात (ओ.पी.डी.) दिली जाणारी ही उपचारपद्धती जेवणाच्या सुटीत, ऑफिसला जाण्याआधी किंवा कोणत्याही सोयीच्या वेळेत घेता येते. आता असे समजा की, सुरक्षित असणारी ही उपचारपद्धती बहुतेक सर्व रुग्णांना अनेक आजार असूनही लागू पडणारी आहे.

खरेतर कल्पना करण्याची काहीच गरज नाही कारण असे उपचारतंत्र अस्तित्वात आहे. सर्व जगभरात, भारतात व महाराष्ट्रामध्येही आहे. त्याचे नाव आहे Enhanced External Counter pulsation किंवा ई.ई.सी.पी. तंत्र व त्यामुळे अनेक हृदयरुगणांच्या जगण्यात दिवसागणिक सुधारणा होते आहे.

ई.ई.सी.पी.चे तंत्र विकसित होते आहे कारण हे तंत्र संपूर्ण शरीरावर काम करते. हे सोपे आहे आणि इन्वेझिव नाही (म्हणजेच कोणालाही टोचाटोची, कापाकापीशिवाय दिली जाते) व संशोधनाने या तंत्राचा फायदा वादातीतपणे सिद्ध केला आहे.

एक डॉक्टर म्हणून अनेक आजारी व्यक्तींच्या आयुष्यात बदल घडवण्याची माझी पहिल्यापासून इच्छा आहे. मी प्रथम ई.ई.सी.पी.बद्दल ऐकले तेव्हा ती माहिती इतकी चांगली होती की, खरेपणाबद्दल मनात शंका यावी. म्हणून सर्व पुरावे व संशोधन केल्याखेरीज मी विश्वास ठेवायला तयार नव्हते; पण मी जिथे जिथे शोधले तिथे तिथे मला प्रेरणादायक माहिती मिळाली. कुठेही छुपे तोटे दिसले नाहीत.

ई.ई.सी.पी. तंत्राद्वारे कोणत्याही धोक्याशिवाय चांगले व भरभरून आयुष्य जगण्याची संधी पेशंट्सना मिळवून देण्यात आता मी मदत करते आहे. त्यांना मिळणारे अनेकविध फायदे मला अजूनही आश्चर्यचकीत करीत आहेत. अनेकदा तर हे जादूई लाभ पाहून मला माझ्या वैयक्तिक व व्यावसायिक जीवनात पराकोटीचे समाधान मिळते आहे.

ई.ई.सी.पी. एक साधी सोपी उपाययोजना असूनही तिचे इतके फायदे कसे आहेत, हे या प्रकरणात आपण पाहणार आहोत.

ई.ई.सी.पी.पर्यंत झालेला माझा प्रवास

आयव्ही लीग मेडिकल सेंटरमध्ये मोठी डॉक्टर बनण्याचे माझे लहानपणापासूनचे स्वप्न होते. सर्व शिक्षण घेताना ते एकच लक्ष्य मी समोर ठेवले होते. कॉर्नेल युनिव्हर्सिटी मेडिकल कॉलेजमधून मी पदवी घेतली व न्यूयॉर्क हॉस्पिटलमध्ये पदव्युत्तर अभ्यासासाठी रुजू झाले. बऱ्याच संशोधनात भाग घेऊन शोधनिबंधही लिहिले. पदव्युत्तर अभ्यासक्रम पूर्ण करून जेव्हा मला युनिव्हर्सिटी ऑफ पेनसिल्वानियामध्ये असिस्टंट प्रोफेसरची नोकरी मिळाली तेव्हा माझे स्वप्न प्रत्यक्षात उतरले असेच मला वाटले.

मला आठवतोय तो दिवस. माझ्या स्वतःच्या ऑफिसमध्ये पहिल्या दिवशी बसून कॉलेजच्या रम्य परिसराकडे बघताना मला अभिमान वाटत होता. शिकवण्यात मला रस होता. पेशंटबद्दल आत्मीयता होती. संशोधन करून शोधनिबंध लिहिण्याची आवड होती. माझा भविष्यातला मार्ग ठरला होता.

पण त्यानंतर तीन वर्षांनी मला ई.ई.सी.पी.ची माहिती मिळाली. मी त्याबद्दल पूर्वी कधीच ऐकले नव्हते. साहजिकच मला वाटले हे अजून एक 'फॅड' आहे. मी थोड्या साशंकतेने माहिती मिळवायला सुरुवात केली. जशी मी पाहत गेले, वाचत गेले, तशी माझ्या ज्ञानात मोलाची भर पडत गेली. अशी उपचार-पद्धती जिच्यावर प्रचंड वैद्यकीय शोधनिबंध लिहिले गेले होते, कोणत्याही धोक्याशिवाय जी अनेक पेशंटच्या हृदयात अक्षरशः 'जान' भरत होती, तिच्या बाबत हाती येणारे सर्व कल्पनेच्या पलीकडचे होते. यात नीट लक्ष घातलेच पाहिजे, असे मला वाटले.

अमेरिकेच्या पश्चिम किनाऱ्याच्या एका ई.ई.सी.पी. क्लिनिकला मी भेट दिली. याआधी असे तंत्र मी कधी पाहिले नव्हते. या तंत्रामध्ये रक्तदाब मोजण्याच्या यंत्रासारखे शरीरावर दाब देणारे पट्टे पेशंटच्या पायाभोवती गुंडाळले जातात. ते एका ठेक्यामध्ये आकुंचन-प्रसरण पावतात. त्याचा ठोका हृदयाच्या ठोक्यांबरोबर नीट जुळवला जातो व त्यामुळे संपूर्ण शरीरभर रक्तप्रवाह सुधारतो. त्यातल्या त्यात जास्त हृदयाचा रक्तप्रवाह वाढतो. याचे अतिशय उत्तम परिणाम लवकरच

जाणवायला लागतात.

स्वत:चे कोणतेही काम करायला असमर्थ असणारे ९७ वर्षांचे आजोबा मला तिथे भेटले. ई.ई.सी.पी. उपचारांच्या मध्यावरच हातातील काठी टाकून ते विनासायास हिंडूफिरू लागले होते. त्यांच्यातला हा आमूलाग्र बदल मला थक्क करून गेला.

बायपास व अनेक स्टेंटच्या प्रोसीजर झालेली ५४ वर्षांची मधुमेही स्त्री मला तिथे भेटली. एक जिना चढताना तिची दमछाक होई, धाप लागे व सॉर्बिट्रेटची जिभेखालची गोळी घेऊन तिला छातीतील दुखणे कमी करावे लागे. ई.ई.सी.पी. उपचार संपताना कोणत्याही दुखण्याशिवाय ती रोज दोन मैल चालू शकत होती. भावनाकुल होऊन ती मला म्हणाली, "ई.ई.सी.पी.ने मला जीवनदान दिले."

त्या दिवशी मला असे कित्येक पेशंट्स भेटले ज्यांच्या असामान्य कहाण्यांनी मी अतिशय प्रभावित झाले. पेशंट्सशी बोलण्याआधी ई.ई.सी.पी.च्या प्रभावाची मला इतकी कल्पना नव्हती. आजारी व्यक्तींना हवे तसे आयुष्य जगता येण्यासाठी साहाय्यभूत होणे, हे जे डॉक्टरचे परम कर्तव्य आहे, ते ई.ई.सी.पी.च्या माध्यमातून करणे मला शक्य होते.

फिलाडेल्फियाच्या परतीच्या विमान-प्रवासात मला अशक्य वाटणारा निर्णय मी सहज घेऊन टाकला. पेनसिल्वानिया युनिव्हर्सिटीमधील माझी मानाची नोकरी सोडून फक्त ई.ई.सी.पी.च्या प्रॅक्टीसला वाहून घेण्याचे मी ठरवले. हृदयरुग्णांना या कमालीच्या यशस्वी उपचारांची माहिती मिळायलाच पाहिजे व मला जे शक्य आहे ते सर्व मी करीन असा माझा निर्धार झाला. मी खाजगी प्रॅक्टीस करायचे ठरवले.

माझ्या विद्यापीठात ही बातमी पसरली व माझ्या सर्वच सहकारी डॉक्टरांना हा निर्णय वेडेपणाचा वाटला. खाजगी प्रॅक्टीस करणारे बहुतेक डॉक्टर अयशस्वी होतात असे त्यांचे मत होते, पण माझा निर्णय पक्का होता.

मी एका छोट्या क्लिनिकपासून सुरुवात केली. पाच वर्षांच्या कालावधीनंतर आज माझी पाच क्लिनिक्स आहेत आणि ही देशातील सर्वांत मोठी ई.ई.सी.पी. प्रॅक्टीस असूनही ती दिवसागणिक वाढते आहे. आपल्या जीवनात ई.ई.सी.पी.ने केवढा मोठा बदल घडवून आणला, हे दररोज एकतरी नवीन पेशंट जेव्हा मला येऊन सांगतो तेव्हा माझा निर्णय किती बरोबर होता याची मला पुन्हा पुन्हा जाणीव होते.

ई.ई.सी.पी. एक आश्चर्य

ई.ई.सी.पी. ही किती थक्क करणारी व अशक्य वाटणारी उपचारपद्धती आहे, ते आता पाहू या.

अत्यंत सुरक्षित ई.ई.सी.पी.

हे उपचार घेणाऱ्या हजारो रुग्णांपैकी कोणीही या उपचारांमुळे दगावलेले नाही. कोणतेही दुष्परिणाम किंवा तोटे यात नाहीत. तुमच्या हृदयाला, फुफ्फुसांना, मेंदूला अथवा इतर कोणत्याही अवयवाला ई.ई.सी.पी. धोकादायक नाही. ई.ई.सी.पी.मुळे हार्ट ॲटॅक येऊच शकत नाही. उलट एफ. डी. ए.ने ॲटॅकच्या दरम्यान घेण्यासाठी हे उपचार सुचवले आहेत. जंतुसंसर्ग, अर्धांगवायूचा झटका, विस्मृती, रक्तस्राव हे प्रोसीजरमुळे होणारे अनेक धोके इथे संभवतच नाहीत.

ई.ई.सी.पी. उपचाराची सुरक्षितता वैद्यकीय जगतात सर्वमान्य आहे. तुम्हाला कोणतेही धोके, दुष्परिणाम नसणारे एकही औषध, शस्त्रक्रिया किंवा उपचारपद्धती सांगता येईल का? ई.ई.सी.पी. उपचार-पद्धती वेगळ्याच गटात मोडतात.

ई.ई.सी.पी.मधून बरे होण्यास काहीच वेळ लागत नाही

कोणत्याही कापाकापीखेरीज व ओ. पी. डी.मध्ये दिली जाणारी ही सोपी उपचार-पद्धती असल्यामुळे डॉक्टरांच्या भेटीच्या अपॉइंटमेंटसारखीच ती घेता येते. त्यामुळे दैनंदिन व्यवहारांमध्ये मुळीच बाधा येत नाही. कामाला जाताना, जेवणाच्या सुटीत किंवा इतर कोणत्याही सोयीच्या वेळात उपचार घेता येतात. उपचार संपले की, उठून, कपडे करून आपण आपल्या कामाला जाऊ शकतो. माझ्या क्लिनिकमधून लोक नोकरीला किंवा शॉपिंगलाही जातात!

ई.ई.सी.पी. फायदेशीर आहे

तिसऱ्या प्रकरणात सांगितल्याप्रमाणे ई.ई.सी.पी.वर संशोधन झालेले जवळजवळ शंभर शोधनिबंध नावाजलेल्या मासिकांमधून प्रसिद्ध झाले आहेत. छातीत दुखणे, धाप लागणे, थकवा व इतर लक्षणांमध्ये किंवा औषधांच्या गरजेमध्ये ई.ई.सी.पी.ने मोठा फरक पडतो, असे प्रत्येक निबंधात दिसले आहे. ई.ई.सी.पी.ने व्यायामाची क्षमता वाढते, दैनंदिन व्यवहार विनाकष्ट करता येतात, तसेच हृदयाचा रक्तपुरवठा वाढतो, स्ट्रेस टेस्ट सुधारते, मानसिक दृष्टिकोनही सकारात्मक होऊन उच्च प्रतीचे जीवन जगता येते. स्वत:चे कपडे घालणे, जेवण करणे ह्यांसारख्या साध्या गोष्टी कठीण होऊन बसलेल्या अनेक रुग्णांना सर्व दैनंदिन व्यवहार पूर्ववत करता येऊ शकतात.

ई.ई.सी.पी.ने होणारे फायदे टिकाऊ आहेत

अनेक निबंधातून असे सिद्ध झाले आहे की, ई.ई.सी.पी.चे सकारात्मक फायदे अनेक वर्षे टिकतात. हृदयाचा रक्तप्रवाह सुधारल्यामुळे अनेक रुग्ण तंदुरुस्त होतात व त्यांची कार्यक्षमता चढत्या क्रमाने वाढत जाते. ई.ई.सी.पी. प्रतिबंधात्मक फायदे तर अजूनच उत्साह वाढवणारे आहेत. शस्त्रक्रिया झालेल्या किंवा हृदयरोगासाठी कोणतीच उपाययोजना न केलेल्या रुग्णांबरोबर तुलना केल्यास ई.ई.सी.पी. झालेल्या रुग्णांना हार्टअ‍ॅटॅक येण्याची किंवा हॉस्पिटलमध्ये अ‍ॅडमिट होण्याची शक्यता पुढच्या काही वर्षांत खूप कमी होते.

या अनेकविध फायद्यांचे अनन्यसाधारण महत्त्व आपण जाणून घेऊ. हृदयरोगाचे निदान होऊन एकदा बायपास, स्टेंट किंवा अँजिओप्लास्टी झाली की, अनेकांसाठी नवनवीन प्रोसीजर्सची साखळीच सुरू होते. हृदयरोगाचा हा एक अविभाज्य भाग आहे, असे त्यांना सांगितले जाते. अनेक तऱ्हेच्या प्रोसीजर हृदयरोगाच्या तळाशी पोचून बरे करत नसल्यामुळे त्या साहजिकच पुन:पुन्हा कराव्या लागतात. उलट ई.ई.सी.पी.मुळे प्रत्येक व्यक्तीचे रक्ताभिसरण मुळापासून सुधारते व त्याचबरोबर रक्तवाहिन्याही बळकट होतात. त्यामुळे त्यापासून मिळालेले फायदे जास्त काळ टिकतात. व्यक्तीची निरोगी भविष्याकडे वाटचाल सुरू होते. लक्षणे-प्रोसीजर-सुधारणा, परत लक्षणे-प्रोसीजर-सुधारणा या दुष्टचक्रातून पेशंटची सुटका होऊन त्याला परत पूर्वीसारखे जीवन जगता येऊ शकते, हे ई.ई.सी.पी. उपचारपद्धतीने सिद्ध केले आहे.

ई.ई.सी.पी. खरोखरच इन्वेझिव (आक्रमक) नाही

मला खात्री आहे, तुम्ही अशा अनेक जाहिराती पाहिल्या असतील. वर्तमानपत्रात वाचले असेल. हृदयरोगासाठी कमी इन्वेझिव किंवा कमी आक्रमक उपाययोजना! पण असा विचार करू या – एखादे औषध असो, सुई असो, सुरी असो किंवा बाहेरची गोष्ट असो, जे शरीरात, मेंदूत आरपार जाते, ते आक्रमकच नाही का? आणि जेव्हा उपचार आक्रमक असतात तेव्हा गुंतागुंत प्रचंड वाढून समस्या वाढणारच. हृदयविकारासाठी ई.ई.सी.पी. ही खरीखुरी इन्वेझिव नसणारी उपचारपद्धती आहे. औषधे, सुया, शिरेतील इंजेक्शने, नळ्या किंवा सुऱ्या यांचा त्यात बिलकूल समावेश नाही. शरीरात ढवळाढवळ करेल असे त्यात काहीही नाही. संपूर्ण बाह्य उपचार असल्याने ती अगदी सुरक्षित उपाययोजना आहे.

ई.ई.सी.पी. वेदनारहित आहे

जेव्हा लोक माझ्या ऑफिसमध्ये येतात व ई.ई.सी.पी.च्या उपचारपद्धतीकडे पाहतात,

तेव्हा हसून म्हणतात, 'विचित्रच दिसतंय हे प्रकरण!' रक्तदाबाच्या पट्ट्यांवर झोपलेले असल्याने व त्यामध्ये हवा कमीजास्त होत असल्याने पेशंट बिछान्यावर वरखाली उसळत असल्यासारखे दिसतात; परंतु ते तसे नसते. खरे म्हणजे नियमित वेगाने वर-खाली होणाऱ्या एखाद्या फुग्यावर झोपल्यावर कसे वाटेल, तसे ते दिसत असतात.

हे उपचार इतके आरामदायी आहेत की, कित्येक जण त्या वेळात झोपून जातात. इतकेच काय, घोरायलासुद्धा लागतात. कुठेही दुखत-खुपत नसते. छातीत किंवा हृदयात काही वेदना जाणवत नाही. उपचार म्हणजे सहा मालीशवाल्यांनी एकाच वेळी पायाच्या स्नायूंना खोलपर्यंत मालीश केल्यासारखे वाटते, असा एका व्यक्तीचा अभिप्राय होता. झोप लागली नाही, तर रुग्ण पुस्तक वाचू शकतात, संगीताचा आनंद घेऊ शकतात किंवा निवांत गप्पा मारू शकतात. शेवटी त्यांना इतके ताजेतवाने वाटते, जणूकाही एकाच वेळेस आराम व व्यायाम झाला असावा.

ई.ई.सी.पी.नंतर कसे वाटते, याचा अनुभव मी घेतला आहे. सर्व कर्मचाऱ्यांना जेव्हा मी स्वत: प्रशिक्षण देते तेव्हा हृदयरोग नसूनही मी बऱ्याचदा उपचार घेते. वेगवेगळ्या क्लिनिकमधील माझे कर्मचारी नीट उपचार देत आहेत की नाहीत, हे पाहण्यासाठी मी अनेक वेळा उपचारांच्या पलंगावर स्वत: आडवी झाले आहे. कारण त्यांच्या कामावर लक्ष ठेवण्याबरोबरच मला इतक्या सशक्त रक्तप्रवाहाचा लाभही घेता येतो ना!

ई.ई.सी.पी.ला विमाकंपन्यांकडून भरपाई मिळते

आवश्यकता असलेल्या सर्वांसाठी ई.ई.सी.पी. उपलब्ध आहे. ई.ई.सी.पी. ही प्रभावशाली उपचारपद्धती आहे, हे अनेक शोधनिबंधांमधून सिद्ध झाल्यानंतर मेडिकेअरने (अमेरिकेतील आघाडीची विमाकंपनी) जुलै १९९९पासून त्यासाठी भरपाई देण्यास सुरुवात केली. त्यानंतर काही महिन्यांतच देशभरातील अनेक खाजगी विमा कंपन्यांनी त्यांच्या धोरणात बदल करून त्यांच्या सभासदांना ई.ई.सी.पी. सुविधा उपलब्ध करून दिली आहे.

दूरचा विचार केला, तर ई.ई.सी.पी. कमी खर्चिक असल्याने पैसे वाचतात

अनेक विमा कंपन्या ई.ई.सी.पी.साठी भरपाई देत असल्याने विमाधारकांना कोणताच इतर खर्च करावा लागत नाही; परंतु हृदयरोग्यांच्या आजाराचे उपचार किती खर्चिक असतात याची या रोग्यांना पुरेपूर जाणीव असल्याने इतर इन्वेझिव उपचारांची फी आणि ई.ई.सी.पी.च्या उपचारांची फी यांची तुलना करण्यासाठी ते उत्सुक असतात.

बायपास सर्जरी, अँजिओप्लास्टी, स्टेंट यांच्या तुलनेत ई.ई.सी.पी.चा खर्च लक्षणीयरीत्या कमी आहे. तसेच रुग्णाला हार्टअॅटॅक किंवा हॉस्पिटलमध्ये अॅडमिशन लागण्याचे प्रमाणही नंतर खूप कमी होत असल्याने त्यामध्ये विमा कंपनीचा फायदाच होतो. त्यामुळे यात रुग्ण व विमा कंपनी दोघांनाही फायदा आहे.

ताबडतोब येणारा खर्च – ई.ई.सी.पी.च्या पूर्ण उपचाराचा खर्च विमाधारकांना ६००० डॉलर्स इतका येतो. याविरुद्ध बायपास, अँजिओप्लास्टी किंवा स्टेंटचा खर्च २०,००० ते १,००,००० डॉलर्सच्या घरात जातो.

समजा तुमच्या छातीत दुखायला लागल्यास किंवा श्वास घ्यायला त्रास झाल्यामुळे तुम्ही हॉस्पिटलच्या आपत्कालीन विभागात गेलात, तर त्याचे कारण शोधणे आवश्यक असते. तेव्हा तुम्हाला वेगवेगळे डॉक्टर तपासतात, औषधे देतात, वेगवेगळ्या चाचण्या व तपासण्या करायला सांगतात. सगळ्याच्या शेवटी कधीकधी असाही निष्कर्ष निघतो की, अपचनाचा त्रास आहे व घरी जाण्यास हरकत नाही; पण अॅडमिट न होताही या सर्वांचे जे बिल झालेले असते, तेवढ्यात तुमची पूर्ण ई.ई.सी.पी.ची ट्रीटमेंटपण होऊ शकते.

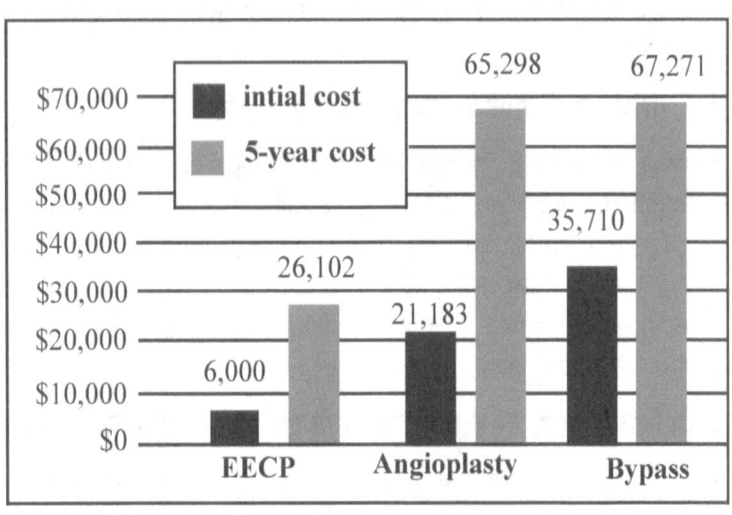

आकृती १ : बायपास, अँजिओप्लास्टीच्या तुलनेने ई.ई.सी.पी. दीर्घकालीन फायदेशीर ठरते.

पुढच्या काही वर्षांतली बचत

बाह्य रुग्ण विभागात केली जात असलेली व कोणत्याही शरीरभेदी उपचारांपासून दूर असलेली ही ई.ई.सी.पी.ची शास्त्रसिद्ध उपचारपद्धती हृदयरोगाच्या सर्व उपचारांच्या तुलनेत कमी खर्चाची आहे. बायपास, अँजिओप्लास्टीच्या तुलनेने ई.ई.सी.पी.ला मोठ्या कालावधीतही किती अल्प खर्च येतो हे पाहून आधुनिक वैद्यकाच्या पुरस्कर्त्यांना खरोखरच धक्का बसतो. बायपास, अँजिओप्लास्टी झालेल्या हृदयरोग्यांना त्यानंतर पाच वर्षांत कराव्या लागणाऱ्या खर्चाच्या (हॉस्पिटल-भेटी, तपासण्या, चाचण्या, छोट्या शस्त्रक्रिया व औषधे) तुलनेत ई.ई.सी.पी.चे उपचार झालेल्या हृदयरुग्णांचा पाच वर्षांतील खर्च कितीतरी पटीने कमी येतो. म्हणजे असे की, आरंभीच्या उपचारानंतरच्या पाच वर्षांच्या कालावधीत ई.ई.सी.पी.च्या रुग्णाचा खर्च अंदाजे २६ हजार डॉलर्स येतो, तर बायपास अँजिओप्लास्टीच्या रुग्णाचा खर्च अंदाजे ६५ हजार ते ७०हजार डॉलर्स येतो. अमेरिकेत हृदयरोगाच्या उपचारांसाठी वर्षाला जवळजवळ ६६ बिलीयन डॉलर्स खर्च केले जातात. ई.ई.सी.पी.चा मोठ्या प्रमाणात वापर होऊ लागल्यास हा खर्च दोन तृतीयांशने (६६%) कमी करता येईल.

ई.ई.सी.पी. बहुतकरून प्रत्येकाला लागू पडते

माझ्या प्रॅक्टीसमध्ये दोन हजारांपेक्षा जास्त व्यक्तींवर ई.ई.सी.पी. उपचार झाले आहेत आणि आमच्या विस्तीर्ण व विभिन्न प्रकारच्या अनुभवांमुळे यशाचे प्रमाण खूपच मोठे आहे. आमचे पेशंट्स छत्तीस ते सत्त्याण्णव या वयोगटातले होते. ८२ पौंड वजनापासून ४८९ पौंड वजनापर्यंतच्या रुग्णांचा यात समावेश होता. जरी उपचारपद्धती साधी-सोपी असली, तरी आपली तब्बेत व आपापल्या विविध वैद्यकीय समस्या घेऊन येणारी प्रत्येक व्यक्ती वेगळी असते. काहींच्या वैद्यकीय समस्येमुळे ई.ई.सी.पी.च्या दरम्यान त्यांच्याकडे विशेष लक्ष पुरवावे लागते. म्हणूनच प्रत्येकाकरिता वैयक्तिक उपचार दिले जातात. उपचारांना सुरुवात करण्यापूर्वी मी प्रत्येक पेशंटशी सविस्तर चर्चा करते. त्यांची वैद्यकीय माहिती, रिपोर्ट पाहते व त्यांची संपूर्ण शारीरिक तपासणी करते. काही विशेष नोंद करते किंवा उपचाराच्या दरम्यान काय काळजी घ्यायची तेही ठरवते. अनेक अपंगांना, कॅन्सर व डायलिसिसच्या रोग्यांना, हृदय व मूत्रपिंड ट्रान्सप्लँट केलेल्यांना, अस्थिविरलता, हर्निया, सांधे रोपण केलेल्या रुग्णांना मान व कणा यांच्यावर शस्त्रक्रिया झालेल्या अशा अनेकांना ई.ई.सी.पी. दिलेले आहे. एका महिला रुग्णाच्या पायाला प्लास्टर असतानाही ई.ई.सी.पी. दिले व तिला त्याचा

खूपच लाभ झाला. निर्मितीक्षम मनाने, प्रत्येकाच्या वैयक्तिक गरजा ओळखून व सुखावह होईल अशा प्रकारे उपचारात बदल केल्यास प्रत्येकासाठी हे उपचार यशस्वी होऊ शकतात.

केस स्टडी

सत्तेचाळीस वर्षांच्या पामेला एस.ला एका वर्षात तीन हार्टअॅटॅक आले होते. दोन स्टेंट घालूनही छोट्या छोट्या हालचाली करताना तिला रोजच अंजायना जाणवत असे. तिच्या उजव्या पायाच्या तळव्यावर एक बरी होत नसलेली जखमही होती. (खराब रक्तप्रवाह व इन्शुलिनवर अवलंबून असणारी मधुमेही असण्याचा परिणाम.) शेवटी तिच्या हृदयरोगतज्ज्ञांनी तिला ई.ई.सी.पी.ला पाठवले. सहा सत्रांनंतर जखम भरावी म्हणून आधीप्रमाणे तिच्या पायाला प्लॅस्टर घालण्यात आले. तशाही स्थितीत तिचे ई.ई.सी.पी. उपचार सुरूच ठेवण्यात आले होते. सव्वीस सत्रांनंतर प्लॅस्टर काढले. तिची पायाची जखम इतक्या पटकन व पूर्णपणे भरून आली होती की, तिचे पायाचे डॉक्टर आश्चर्यचकितच झाले. ते म्हणाले, "केवळ ई.ई.सी.पी.मुळे सुधारलेल्या रक्तप्रवाहामुळेच हे शक्य झाले आहे." उपचार संपले तेव्हा पामेला बऱ्याच जास्त दैनंदिन गोष्टी करायला लागली होती व फक्त आठवड्यातून एखाद्या वेळेसच तिला अंजायनाचा त्रास होत असे.

ई.ई.सी.पी.ने मनाला शांती मिळते

जेव्हा आपले शरीर तंदुरुस्त व्हायला लागते तेव्हा आपल्याला मानसिक व भावनिकदृष्ट्याही खूप बरे वाटू लागते. ई.ई.सी.पी.मुळे शारीरिक स्वास्थ्याबरोबरच मानसिकदृष्ट्या बरे वाटून आयुष्याची प्रत कशी सुधारते यावर बऱ्याच शोधनिबंधांमध्ये विस्ताराने मांडले गेले आहे. उपचारांचे फायदे बघून पेशंट चक्रावून जातात, हे मी अनेक वेळा पाहिले आहे. हृदयामधला व संपूर्ण शरीरातला रक्तप्रवाह सुधारल्यामुळे इतके बरे वाटू लागते की, आनंदाला पारावर राहत नाही.

अशक्य ते शक्य करते ई.ई.सी.पी.

ई.ई.सी.पी.मुळे रुग्णांना एकाच वेळी झोपताही येते व व्यायामही केला जातो. हे ऐकायला जरा विचित्र वाटतेय ना? पण प्रत्यक्षात तसेच घडत असते. ई.ई.सी.पी.ला 'निष्क्रिय व्यायाम' म्हणता येईल. हृदयाच्या स्पंदनाच्या तालात उघडझाप होणारे रक्तदाबाचे पट्टे पेशंटच्या रक्ताभिसरणाला चालना देतात. ई.ई.सी.पी.मुळे रक्तप्रवाह वाढून टिकाऊ व्यायामाइतकीच चालना शरीरभरच्या रक्तवाहिन्यांना मिळते. त्यामुळे त्यांचे वर्धन होते, त्या सशक्त बनतात आणि रक्त, प्राणवायू व पोषक द्रव्यांची वाहतूक त्या पेशी व अवयवांपर्यंत जास्त कार्यक्षमतेने करतात. जे लोक हृदयरोगाने पछाडल्यामुळे चालणे, जिना चढणे, बाजारहाट करणे अशा महत्त्वाच्या गोष्टी करू शकत नाहीत त्यांच्यासाठी ही मोठीच खूशखबर आहे. अशांना हालचालींवर बंधने असूनही व्यायामाचा फायदा मिळतो कारण व्यायाम करू न शकणाऱ्यांसाठी ई.ई.सी.पी. हाच व्यायाम आहे. आराम करत असताना व्यायामामुळे मिळणारे रक्ताभिसरण-सुधारणेचे फायदे अशा पेशंटला मिळतात व तेदेखील आरामात, हॉस्पिटलमध्ये अॅडमिट न होता किंवा कोणत्याही इन्वेझिव प्रोसीजरशिवाय.

ई.ई.सी.पी.चे दुष्परिणाम नाहीत

ई.ई.सी.पी. इतके प्रभावी असेल, हे खरेच वाटत नाही, असा विचार माझ्याप्रमाणेच तुमच्याही मनात आला असेल; पण ते खरोखर इतके प्रभावी आहे. या उपचारांचे म्हणावे असे काहीच दुष्परिणाम नाहीत. माझ्या पेशंटची एकच नेहमीची तक्रार असते; तुमच्या ऑफिसबाहेर पार्किंगला जागा मिळत नाही! उपचारांसाठी ३५ दिवस रोज एक तास वेळ काढणे काही लोकांना कठीण वाटते. पण एकदा उपचारांना सुरुवात केली, त्याचे अविश्वसनीय, कधीकधी तत्काळ जाणवणारे फायदे पाहिले की, रोज येण्याचा त्रास त्यापुढे त्यांना जाणवतच नाही. बरेच जण या सत्राची वाट पाहत असतात. आजपर्यंत पाच टक्क्यांपेक्षाही कमी लोक उपचाराच्या दरम्यान सोडून गेले आहेत.

पायांवर पट्टे दाबले गेल्याने काही पेशंटना तिथल्या त्वचेची आग होते. पायाला घट्ट बसणारी लायक्राची व्यायामाची पँट आत घालून आम्ही हे टाळण्याचा प्रयत्न करतो. पँटला आत चुण्या पडल्या नाहीत, तर घर्षण व त्रास होत नाही. जर कुणाची त्वचा नाजूक असेल किंवा मधुमेह, रक्तवाहिन्यांचा आजार इ.मुळे त्वचा हुळहुळी झाली असेल, तर त्वचेचे क्रीम लावून अजून एक पातळ पँट किंवा उंच पायाचे मोजे आत घालायला सांगितले जाते. नीट प्रशिक्षण झालेले माझे कर्मचारी प्रत्येक पेशंटची गरज ओळखून, पायाची त्वचा नीट तपासून, फोम किंवा रबर यांचा जास्तीचा थर वापरून

केस स्टडी

मॅडलीन जी. या चौऱ्याहत्तर वर्षांच्या बाईंना रक्तदाब, मधुमेह व हार्ट फेल्युअरचा त्रास होता. एक हार्टअ‍ॅटॅक व अनेक पक्षघाताचे झटके येऊन गेले होते. २५ वर्षांपूर्वी जेव्हा त्यांच्या हृदयरोगाचे निदान झाले तेव्हा बायपास अँजिओप्लास्टी, स्टेंट इ. उपचार करून घेण्यास नकार देऊन त्यांनी फक्त औषधोपचारच घेण्याचे ठरवले होते. सत्तर वय होईपर्यंत त्यांनी स्वत:ला नीट सांभाळले होते, पण आता मात्र छोट्या छोट्या हालचालींनीही त्यांना अंजायना होऊ लागला होता. चालताना, फोनवर बोलताना किंवा थोड्या हालचालीनेसुद्धा त्यांना धाप लागे, छातीत दुखे व प्रचंड थकवा येई. "मी काहीच करू शकत नव्हते." त्या हताश होऊन म्हणत. घरकाम, बाजारहाट यासाठी शेजारी व मित्रमंडळी यांच्यावर त्यांना अवलंबून राहावे लागे. रेडिओवर जेव्हा त्यांनी ई.ई.सी.पी.बद्दल ऐकले तेव्हा त्यांच्या मनात आले, "मी अगदी याचीच वाट बघत होते." ई.ई.सी.पी.नंतर मॅडलीनचा उत्साह आश्चर्यकारकरित्या वाढला. छातीत दुखणे गायब झाले व गेले २५ वर्षे चालू असलेली सॉर्बिट्रेटची जिभेखालची गोळी पहिल्यांदाच बंद झाली. त्या पुन्हा स्वतंत्रपणे सर्व गोष्टी करू लागल्या. हिंडूनफिरून लोकांच्यात मिसळू लागल्या. नातेवाईक व मित्रमंडळींना भेटण्यासाठी सार्वजनिक वाहनानेही जाऊ लागल्या. "मला एक नवजीवनच मिळाल्यासारखं वाटतंय. छातीत बिलकूल दुखत नाहीये. बरं झालं मी इथं आले."

त्वचेचे त्रास पूर्णपणे टाळू शकतात.

काही पेशंटना पूर्वीपासून कंबरदुखीचा त्रास असेल, तर सुरुवातीला तो जरी वाढल्यासारखा वाटला, तरी उपचारांच्या शेवटी दुखणे कमी झाल्याचे त्याच्या लक्षात येते. पाठीच्या कण्यात व आसपासच्या भागात रक्तप्रवाह वाढल्यामुळे प्राणवायू व पोषक द्रव्यांचा पुरवठा वाढतो व वेदना निर्माण करणारी रासायनिक व टाकाऊ द्रव्ये लवकर साफ केली जातात.

सर्वसामान्य प्रश्न

ई.ई.सी.पी. उपाययोजना आपल्यासाठी खरेच योग्य आहेत का अशी अनेक हृदयरोग्यांना शंका असते. अनियमित नाडी किंवा पेसमेकर असणारे लोक ई.ई.सी.पी. घेता येईल का असे विचारतात. हृदयावर शस्त्रक्रिया झाल्या आहेत, पायात रक्ताच्या गुठळ्या झाल्या आहेत किंवा पायातल्या रक्तवाहिन्या खराब झाल्या आहेत अशांच्या आजाराला ई.ई.सी.पी.ने फायदा होईल का असा प्रश्न पडतो. इन्वेझिव नसल्यामुळे सुरक्षित असणारी ई.ई.सी.पी. बहुतांशी सर्व हृदयरुग्णांना उपयोगी आहे. काही विशिष्ट केसेसमध्ये ई.ई.सी.पी. कशी यशस्वी होते, हे पुढील भागात पाहू या.

पेसमेकर, डीफिब्रिलेटर व अनियमित नाडीचे ठोके

हृदयाचे ठोके अनियमित असणारे व वरीलप्रमाणे यंत्रे बसवलेले अनेक पेशंट माझ्या हाताखालून गेले आहेत व त्यांना उत्तम फायदेही झाले आहेत. ई.ई.सी.पी.च्या दरम्यानही यंत्र बिघडण्याची किंवा उपचारांमुळे छातीचे ठोके अनियमित होण्याची सुतरामही शक्यता नसते. इतरांप्रमाणेच पेसमेकर इ. लावलेल्या व्यक्तींनाही भरपूर सुधारणा जाणवून आयुष्य सुखकारक होते. तसेच कधी छातीचे ठोके अनियमित झाल्यास ई.ई.सी.पी. उपचारात ढवळाढवळ होत नाही. यंत्र लावून नियमित नाडी (५० ते १०० प्रतिमिनिट) केलेल्यांनाही तितकीच फायदेशीर ठरणारी ही उपाययोजना

केस स्टडी

सहासष्ट वर्षांच्या मेरी एस.ला कित्येक वेळा हृदयविकाराचे झटके येऊन गेले होते. हृदय नीट काम करीत नसल्याने तिला पेसमेकर बसवला होता. तिच्या हृदयधमनीतील अडथळे काढणे शक्य नसल्याने शस्त्रक्रियाही करता येत नव्हती. ई.ई.सी.पी.पूर्वी हृदयरोपणाच्या शस्त्रक्रियेच्या यादीत मेरीचे नाव नोंदवलेले होते व ती पूर्णपणे कृत्रिम प्राणवायूवर अवलंबून होती. चालणे, जिना चढणे अशा अनेक हालचाली करताना अंजायना सुरू व्हायचा. थोडी पावले चालले की, थांबून विश्रांती घ्यावी लागायची. हृदयरोपणाच्या यादीतून तिचे नाव ई.ई.सी.पी.नंतर निघालेच, पण तिचे ऑक्सिजनवर अवलंबून राहणे बंद झाले. तिला कित्येक किलोमीटर चालता येऊ लागले व आरामात जिनेही चढणे जमू लागले.

आहे. प्रत्येक पेशंटची हृदयाची ठरावीक गती ई.ई.सी.पी.च्या यंत्राला मार्गदर्शन करत असते व त्याच गतीने रक्तदाबाच्या कफ्समध्ये दबाव कमीजास्त होत असतो. म्हणजेच, जर एखाद्या वेळी ठोका अनियमित झाला, तर कफ्सचा दबावही अनियमितपणे कमी जास्त होईल. त्यामुळे ठोका नियमित असो किंवा नसो, परिणाम व होणारा फायदा यात काहीच फरक पडत नाही.

हृदयावरील शस्त्रक्रिया

नुकतीच अँजिओग्राफी, अँजिओप्लास्टी झालेले किंवा स्टेंट टाकलेले पेशंट ई.ई.सी.पी.ला अपवाद ठरत नाहीत. तसेच त्यांना ई.ई.सी.पी. दिल्यामुळे कोणताही इतर धोका संभवत नाही. जर वरील शस्त्रक्रियांमुळे जांघेमध्ये सूज असेल, दुखत असेल, तर ते बरे होईपर्यंत ई.ई.सी.पी. थोडी पुढे ढकलावी लागते. मांडीच्या वरच्या भागाला गुंडाळला जाणारा रक्तदाबाचा पट्टा जांघेपर्यंत पोचत असल्याने त्या भागावर दाब येऊन त्रास होऊ शकतो. असे काही नसल्यास, वरील शस्त्रक्रियेनंतर एका आठवड्यातच ई.ई.सी.पी. सुरू करता येते.

पेशंटची बायपास झाल्यानंतर त्यांची तब्बेत, ऑपरेशननंतरची सुधारणा या सर्व गोष्टी विचारात घेऊनच ई.ई.सी.पी.चा निर्णय घेतला जातो. जर पायातली नीला बायपासच्या ग्राफ्टसाठी वापरली असेल, तर तिथली जखम भरल्याखेरीज ई.ई.सी.पी.चा पट्टा बांधता येत नाही. काहीही त्रास न होता मी बायपासनंतर दोन महिन्यातच अनेक पेशंटला ई.ई.सी.पी. दिली आहे.

पायातील रक्ताच्या गाठी

पेशंटना पायातील मोठ्या नीलांमध्ये जर पूर्वी रक्ताच्या गाठी झाल्या असतील, (उदा. डीप व्हेन थ्रॉम्बोसिस) अशांवरही ई.ई.सी.पी. करता येते; तेही कोणतेही दुखणे, समस्या किंवा दुष्परिणामांशिवाय. ग्रीनफिल्ड फिल्टर (पायातील मोठ्या रक्तवाहिन्यांत झालेल्या रक्तगाठी सुटून फुप्फुसात जाऊन अडकू नयेत म्हणून महारोहिणीमध्ये लावण्यात आलेली गाळणी) असणाऱ्या रुग्णांनाही कोणताही त्रास न होता ई.ई.सी.पी. उपचार दिले गेले आहेत. ई.ई.सी.पी.मुळे रक्तगाठ तयार होऊच शकत नाही. तिचा खरेतर विरुद्ध परिणाम होतो. जेव्हा रक्त प्रवाही नसते, तुंबून राहते, तेव्हा गाठी तयार व्हायला लागतात, परंतु ई.ई.सी.पी. पायात रक्त प्रवाही होण्यास अशी चालना देते की, रक्ताची गाठ तयार होण्याची शक्यताच नसते.

जर पूर्वी पेशंटच्या पायात रक्ताच्या गाठी झाल्या असतील, तर त्यांना मी पायाच्या सोनोग्राफीसाठी पाठवते व सर्व नीट असल्याची खात्री करूनच ई.ई.सी.पी.ला

सुरुवात करते, परंतु पायातील मोठ्या नीलेत गाठ असेल तर मात्र ती विरघळेपर्यंत ई.ई.सी.पी. पुढे ढकलण्यात येते.

रक्त पातळ करण्याची औषधे

ई.ई.सी.पी.मध्ये कुठेही धक्का लागून जखम होत नाही. त्यामुळे ॲस्पिरिन, वॉरफॅरिन यांसारख्या रक्त पातळ करायच्या गोळ्या चालू असणाऱ्या रुग्णांनाही रक्तस्राव होण्याचा किंवा रक्त साकळण्याचा धोका संभवत नाही. वॉरफॅरीनच्या रक्तातील पातळीवर आम्ही नीट लक्ष ठेऊन असतो व त्यांच्या आय. एन. आर.चे (रक्ताची एक तपासणी ज्यावरून गोळीचे प्रमाण कमीजास्त केले जाते) प्रमाण जास्तीत जास्त ३.० ते ३.५ पर्यंत जाऊ देतो. हिपॅरिन चालू असलेले (म्हणजे रक्त पूर्ण पातळ केले असलेले) रुग्णसुद्धा कोणत्याही धोक्याशिवाय उपचार घेऊ शकतात. रक्तातील प्लेटलेट्स कमी (२०हजारपेक्षाही कमी) असल्यास रक्तस्रावाचा किंवा रक्त साकळण्याचा धोका संभवतो, पण अशाही रुग्णांना कोणतीही इजा न होता ई.ई.सी.पी. दिले गेले आहे.

पायातील रक्तवाहिन्यांचा रोग (Peripheral Vascular Disease) (पेरिफेरल व्हॅस्क्यूलर डिसिज)

पायातील रक्तवाहिन्या खराब होऊन क्षीण रक्तप्रवाह सुरू असणाऱ्या पेशंटना ई.ई.सी.पी.मुळे बराच फायदा होतो, पण फायदे जाणवायला थोडा वेळ जावा लागतो. पायातले रक्ताभिसरण अपुरे असल्यामुळे हृदयाकडे पंप करण्यासाठी रक्तवाहिन्यांमध्ये पुरेसे रक्तच नसते. रोग जास्त तीव्रतेचा असणाऱ्या पेशंटना नेहमीच्या ३५ सत्रांपेक्षा ई.ई.सी.पी.ची जास्त सत्रे दिल्यास फायदा होतो. आम्ही नियमितपणे ५० सत्रे अशा व्यक्तींना देतो. सुरुवातीचे काही दिवस पायातील रक्तप्रवाह वाढवण्यामध्ये खर्च होतात व नंतरच्या दिवसांत पायातील वाढलेला रक्तप्रवाह हृदयाकडे पंप केला जात असल्याने हृदयाचे व संपूर्ण शरीराचेही रक्ताभिसरण सुधारते. पाय कापून काढलेले किंवा पायावर, रक्तवाहिन्यांवर बायपास ऑपरेशन झालेले अनेक पेशंट माझ्या प्रॅक्टीसमध्ये ई.ई.सी.पी.चा लाभ घेऊ शकले आहेत. त्यांच्या हृदयविकाराच्या लक्षणांमध्ये सुधारणा तर होतेच, पण पाय थंड होणे, बधिर होणे, मुंग्या येणे, दुखणे, थकणे यांसारख्या पायाच्या तक्रारीही खूप कमी होतात व आयुष्य सुखकर होते.

मात्र ज्या पेशंटना नुसते बसले असताना किंवा झोपलेल्या स्थितीतही पायात वेदना होतात किंवा गँगरीन (पाय सुकून काळा पडणे) झालेले असते त्यांना ई.ई.सी.पी.मुळे लाभ होऊ शकत नाही. त्यांच्या पायातले रक्ताभिसरण इतके

केस स्टडी

विल्यम ए. या ७५ वर्षांच्या गृहस्थांवर वयाच्या पासष्टाव्या वर्षीच चारीही हृदयरोहिणींच्या आजारासाठी बायपास करायला लागली. ते ७१ वर्षांचे झाल्यावर एकदा व ७४ झाल्यावर परत एकदा अँजिओप्लास्टी व स्टेंटची शस्त्रक्रिया झाली. त्यांना मधुमेह, रक्तदाब होताच. परत पक्षघाताचा झटकाही आला. पायाच्या बऱ्याच रक्तवाहिन्या निकामी झाल्यामुळे पायांवरसुद्धा अनेक बायपास शस्त्रक्रिया कराव्या लागल्या व उजव्या पावलाचा काही भाग कापून काढावा लागला. ई.ई.सी.पी.च्या आधी विल्यमना चालल्यानंतर किंवा थोड्या हालचालींनीही छातीत ठेचल्यासारख्या तीक्ष्ण वेदना व्हायच्या व धाप लागायची. हृदयरोगतज्ज्ञांनी त्यांना ई.ई.सी.पी.साठी पाठवले. उपचारांच्या दरम्यान दोन आठवडे पूर्ण झाल्यानंतर ते जेव्हा पायाच्या डॉक्टरांकडे गेले तेव्हा डॉक्टर म्हणाले, "कित्येक वर्षांनी प्रथमच मला तुमच्या पायात नाडीचे ठोके जाणवतायत. मला वेड तर लागलं नाही ना?" विल्यम म्हणाले, "छे, छे, अहो हा ई.ई.सी.पी.चा परिणाम!" उपचार संपत आले तेव्हा छातीतल्या वेदनांची भयानकता व प्रमाण खूपच कमी झाले होते. पत्नीबरोबर रोज न थांबता २५ मिनिटे फिरायला जाण्याइतकी उत्साहात वाढ झाली होती. बाजारहाट करणे, बाहेर जेवायला जाणे, दोस्तांबरोबर पत्ते खेळणे अशी विरंगुळ्याची कामे त्यांना विनासायास करता येऊ लागली होती. विल्यम म्हणाले, "मी इतका बरा होईन, अशी मला कल्पनाच नव्हती."

बिघडलेले असते की, ई.ई.सी.पी. देऊनही फायदा होत नाही; पण आजार इतक्या टोकाला जाण्यापूर्वी ई.ई.सी.पी. दिल्यास नक्की फायदा होऊ शकतो.

आम्ही सर्व ई.ई.सी.पी. देणारे देशभरातील अनेक डॉक्टर वरील रोगाच्या पेशंटना ई.ई.सी.पी.चा किती मोठा लाभ होतो हे नियमितपणे पाहत आहोत आणि तोच परिणाम अभ्यासण्याचे काम अनेक वैद्यकीय संशोधक करीत आहेत. मला खात्री आहे की, त्यांनी काढलेले प्रेरणादायक निष्कर्ष पाहून अशा पेशंटना विम्याचेही संरक्षण लवकरच मिळेल.

ई.ई.सी.पी. उपचार कोणी घेऊ नयेत?

अतिशय कमी आजारांमध्ये ई.ई.सी.पी.ला पायबंद घालावा लागतो व तोही तात्पुरता. काही दिवसांनी त्या पेशंटसाठी पुन्हा ई.ई.सी.पी.चा विचार करता येतो. असे कोणते आजार ते पाहू या.

ताप : तापामध्ये पेशंटचे शरीर जंतुसंसर्गाला प्रतिकार करत असते व बरेचदा जिवाणू किंवा विषाणू रक्ताभिसरणात असतात. अशा वेळी व्यायामाने किंवा ई.ई.सी.पी.ने रक्तप्रवाह वाढल्यास हृदयापर्यंत जंतुसंसर्ग होऊन अजून हानी होण्याचा धोका असतो. त्यामुळेच तापात जसा व्यायाम टाळायचा, तसेच ई.ई.सी.पी.पण टाळायचे.

उघडी जखम : जर रुग्णाच्या पायाला पट्टे बांधण्याच्या जागेच्या आसपास उघडी जखम असेल, तर ई.ई.सी.पी. पुढे ढकलण्यात येते; पण मधुमेहासारख्या पेशंट्सना जर पावलांवर न भरणारी जखम झाली असेल, तर ई.ई.सी.पी. जरूर करता येते. उलट अशा ठिकाणी रक्तप्रवाह वाढून लवकर जखम भरण्यासाठी मदतच होते.

महाधमनीचे आजार (अेओर्टा) : हा अत्यंत दुर्मीळ आजार आहे व हृदयाची सोनोग्राफी करून ओळखता येतो. तसेच महाधमनीतील झडप जर गळकी असेल व शस्त्रक्रियेची गरज असेल, तर ई.ई.सी.पी. करता येत नाही कारण हृदयाकडे रक्तपुरवठा वाढल्यास आजाराला अजून गंभीर स्वरूप येऊ शकते, पण शस्त्रक्रियेनंतर झडप दुरुस्त झाली की, विनासायास ई.ई.सी.पी. करता येते. तसेच इतर हृदयझडपांच्या आजारासाठी नियमितपणे, सुरक्षितपणे व यशस्वीपणे ई.ई.सी.पी. दिली जाते. (उदाहरणार्थ, मायट्रल व्हॉल्व्ह प्रोलॅप्स – टाइट किंवा गळकी झडप.) ई.ई.सी.पी.ने झडपेच्या परिस्थितीत सुधारणा होत नाही, पण हृदयाच्या स्नायूंना पुरेसा रक्तपुरवठा झाल्याने रोगाची लक्षणे खूप कमी होतात.

पोटातील महाधमनीचा फुगवटा (ॲब्डामिनल अेऑटिक ॲन्युरिझम) (Abdominal Aortic Anurism) : अशा आजारात मोठा (५ से.मी.पेक्षा जास्त) फुगवटा असल्यास शस्त्रक्रिया हाच त्यावर उपाय आहे. त्यानंतर ई.ई.सी.पी. देता येते. हा एक विरळ आजार आहे व पोटाच्या सोनोग्राफीत त्याचे निदान होते. या रोगासाठी ज्यांची आधीच शस्त्रक्रिया झालेली आहे त्यांची सीटी अँजिओग्राफी करून पुन्हा कुठे गळती किंवा आजार नाही ना हे तपासले जाते व मगच ई.ई.सी.पी. केली जाते. ५ से.मी.पेक्षा कमी फुगवटा असणाऱ्या रुग्णांवर, तसेच शस्त्रक्रिया झालेल्याही अनेक रुग्णांवर कोणत्याही दुष्परिणामाशिवाय आम्ही यशस्वी

उपचार केले आहेत.

पायांच्या नीलांची सूज : पायावरच्या नीलांना जेव्हा लालपणा व सूज येते तेव्हा ती पूर्णपणे उतरेपर्यंत ई.ई.सी.पी. पुढे ढकलणे श्रेयस्कर ठरते.

खूप वाढलेला रक्तदाब : जेव्हा रक्तदाब १८०/११०मि.मी.च्या घरात किंवा त्याच्याही वर जातो तेव्हा तो नियमित होईपर्यंत ई.ई.सी.पी. बंद ठेवण्यात येते.

हिमोफेलिया : रक्तस्राव वाढवणारा हिमोफेलियासारखा रोग असणाऱ्या रुग्णांना ई.ई.सी.पी. देण्यात येऊ नये.

गर्भारपण : गर्भस्थ बाळावर रक्तप्रवाह वाढल्यास काय परिणाम होईल यावर अजून संशोधन न झाल्यामुळे गर्भवतींना ई.ई.सी.पी. दिली जात नाही.

ई.ई.सी.पी. : एक अफलातून कल्पना

जेव्हा हृदयरुग्णांना ई.ई.सी.पी.च्या आश्चर्यकारक फायद्यांची माहिती कळते तेव्हा व काहीच दुष्परिणाम नाही हे समजते तेव्हा ते म्हणतात ''काय अफलातून आहेत हे उपचार!'' बऱ्याच जणांना वाटते, अरे जरा लवकर कळायला हवे होते! माझे एक पेशंट म्हणाले, ''तोटा नाही, फक्त फायदाच फायदा.''

वेदनारहित, संपूर्ण सुरक्षित, इन्वेझिव नसणारी व शास्त्रांनी सिद्ध केलेली ई.ई.सी.पी. खरोखरच एका स्वतंत्र गटात मोडते. वय, आकारमान व वैद्यकीय त्रास विचारात न घेता बहुतेक सर्व हृदयरुग्णांना लागू पडणारी ही ई.ई.सी.पी. विम्याच्या पॉलिसीतही मिळत असल्याने तिने अनेकांचे जीवन संपूर्णपणे बदलून टाकले आहे.

पुढच्या प्रकरणात आपण संपूर्ण स्वास्थ्याचा मूलभूत पाया ई.ई.सी.पी. कसा पक्का करते, ते सविस्तर पाहणार आहोत.

२.

हृदयाचं आरोग्य : १०१

रक्तप्रवाह सर्वांत महत्त्वाचा!

आपल्या सर्वांना माहीत आहेच की, हृदयाच्या अपुऱ्या रक्तपुरवठ्यामुळे हृदयविकार होतात. फक्त अडथळा येऊन असे होत नाही, तर हृदयाप्रमाणेच संपूर्ण शरीराला रक्तपुरवठा अपुरा पडतो. अनेक वर्षांपासून जगभरात व सर्व संस्कृतींमध्ये असे एकमत झाले आहे की, रक्तप्रवाह हा सुदृढ शरीराचा गाभा आहे. विविध ठिकाणच्या व विचारधारांच्या वैद्यकीय शाखांमध्ये आपल्याला जो एक समान धागा सापडतो, तो आपण या प्रकरणात समजून घेणार आहोत आणि सुदृढ शरीरासाठी आवश्यक मूलभूत घटक म्हणजेच रक्तप्रवाह हेही जाणून घेणार आहोत. नंतर ई.ई.सी.पी. यात काय सहयोग देऊ शकते, ते आपण विस्ताराने समजून घेऊ.

संतत प्रवाहाची दीर्घकालीन संकल्पना

हजारो वर्षांपासून प्रवाहाची कल्पना जीवनाशी जोडली गेली आहे. सर्व वैद्यकीय शास्त्र, उपचार-प्रणाली व सिद्धान्तामध्ये प्रवाह हा धागा आढळतोच. तो काही योगायोग नाही, तर प्रवाहाच्या महत्त्वाला दिलेला दुजोरा आहे. वैद्यकशास्त्राचे सर्व विद्यार्थी, मग ते कोणत्याही शाखेचे, भाषेतले असोत आरोग्याची प्रवाहाशी सांगड घालतात.

पारंपरिक चिनी वैद्यकशास्त्र : 'ची' नावाचा जीवनशक्ती असणारा स्रोत ही कल्पना पारंपरिक चिनी वैद्यकप्रणालीच्या केंद्रस्थानी आहे. 'ची' सर्व सजीवांच्या शरीरात सतत प्रवाही असते, अशी त्यांची श्रद्धा आहे. रक्त हे 'ची'चे दृश्य स्वरूप मानले जाते. दुःख, आजारपण व विविध अवयवांचे अनेक आजार ऊर्जा, रक्त किंवा इतर स्राव साचून राहिल्यामुळे होतात, असे समजण्यात येते. आरोग्यवान व्यक्तींमध्ये मुक्त प्रवाह सुरू राहतो. पाश्चिमात्य वैद्यकही ही संकल्पना ग्राह्य धरते. रक्त जीवनापासून जसे वेगळे करता येत नाही, तसेच निरोगी

रक्तप्रवाह आरोग्यदायी जीवनापासून वेगळा करता येत नाही.

आयुर्वेद : वैद्यकीय दृष्टिकोनातून पाहिल्यास 'प्रवाह' केंद्रस्थानी असण्याचे अजून एक उदाहरण म्हणजे भारतातील ५००० वर्षे जुने पारंपरिक वैद्यकशास्त्र – आयुर्वेद. त्यांच्या संकल्पनेप्रमाणे उर्जेच्या नाजूक तोलावरती प्रत्येक व्यक्तीचे स्वास्थ्य व सुदृढता आधारली आहे. आयुर्वेदामधील 'योग' या सर्वांत लोकप्रिय विभागात प्राणप्रवाह व सुयोग्य श्वसन यांची सांगड घालून प्राणप्रवाह संपूर्ण शरीरात मुक्तपणे फिरवता येतो. जेव्हा प्राणप्रवाह शक्तीमान असतो तेव्हा अन्नपचनापासून ते आजाराच्या प्रतिबंधापर्यंत आणि दुखण्यातून बरे होण्यापासून ते विचारांच्या स्पष्टतेपर्यंत सर्व शरीराचे कार्य उत्तम प्रकारे पाडत असतो. योगासनांच्या सर्व आसनस्थिती प्रवाहाच्या संकल्पनेशी जोडल्या गेल्या आहेत, ज्यामध्ये श्वासाचे साहाय्य होत एका स्थितीतून दुसऱ्या स्थितीत अलगद प्रवास केला जातो. काही लोकांना योग म्हणजे संथ हालचालींमधून शरीराला ताण देणे वाटते, पण त्यामध्ये हृदयाचे ठोके वाढून रक्तप्रवाहास चालना दिली जावी अशा उद्देशाने प्रत्येक आसनस्थितीचा क्रम ठरवलेला असतो. म्हणजेच आपल्या पुन्हा लक्षात येईल की, रक्तप्रवाह, ऊर्जाप्रवाह व जीवनप्रवाह ही एकमेकांची अविभाज्य अंगे आहेत.

इजिप्तमधील पुरातन वैद्यकशास्त्र : इजिप्तमध्ये पुरातन वैद्यकशास्त्रात शरीरशास्त्र व शरीरक्रियाविज्ञान यामध्ये हृदय व रक्तवाहिन्यांचे कार्य विस्ताराने सांगितले आहे. हृदयाला शरीरक्रियांचा केंद्रबिंदू समजून शरीरातील स्राव, रक्त, अश्रू, मूत्र व वीर्य वाहून नेणाऱ्या नलिकांचे संगमाचे ठिकाण म्हणजे हृदय असे मानण्यात येई. सर्व द्रव पदार्थांचा मुक्त प्रवाह स्वास्थ व सुदृढतेसाठी आवश्यक आहे, असे सर्वमान्य होते.

पुरातन ग्रीक वैद्यकशास्त्र : पाश्चात्त्य वैद्यकाचा जनक हिप्पोक्रॅटीस (इ.स.पू. सुमारे ४६०-३७७) असे मानत असे की, शरीरावर चार शासक (रक्त, थुंकी, पिवळा यकृत रस व काळा यकृत रस) संप्रेरकांचे नियंत्रण असते. ग्रीक कल्पनेप्रमाणे विश्व चार गतीमान घटकांमधून (अग्नी, जल, वायू व पृथ्वी) निर्माण झाले. रक्त हे सर्वांत बलवान शासक संप्रेरक समजले जाई. सर्व संप्रेरकांचा तोल, त्यांचा प्रवाह, निष्क्रीयता किंवा साचलेपणा यांच्या माध्यमातूनच आरोग्य अथवा अनारोग्याचे स्पष्टीकरण देता येते, असा हिप्पोक्रॅटीसचा दृष्टिकोन होता. त्याच्या चार शासक संप्रेरकांच्या सिद्धान्ताचा वैद्यकशास्त्रावरचा पगडा अमेरिकन क्रांतीपर्यंत, म्हणजे जवळजवळ २००० वर्षे कायम होता. पाचशे वर्षांनंतर आलेल्या गॅलेनने ग्रीक वैद्यकातले महत्त्वाचे सिद्धान्त अजून सुस्पष्ट

केले. श्वास किंवा हवा (ची किंवा प्राण यांसारखे) मूळ जीवनाची शक्ती आहे, असे त्याने शरीरविज्ञानशास्त्रात सांगितले आहे. इतर गोष्टींबरोबर रक्तप्रवाह व शरीराचे तपमान नियंत्रित करण्याची मोठी जबाबदारी श्वासाची असते, असे त्याने सांगितले आहे.

रक्तप्रवाह हा स्वास्थ्यासाठी अत्यावश्यक असणारा मूलभूत घटक आहे. तिथेच जीवनाचा उगम आहे. पेशी म्हणजे शरीराची बांधणी करणाऱ्या जणू छोट्याछोट्या विटाच. अनेक पेशी मिळून एक अवयव किंवा इंद्रिय बनवतात. त्यामधून मग एक शरीरसंस्था बनते व सर्व अवयव व संस्था एकत्रित येऊन एक विलक्षण गुंतागुंतीचे यंत्र किंवा शरीर बनते, जे हृदय नावाच्या सर्वांत बलवान अशा पंपामुळे चालते. संपूर्ण आयुष्यभरात हृदय क्षणभरही विश्रांती घेत नाही कारण रक्त वाहते ठेवण्याचे त्याचे काम अत्यंत महत्त्वाचे आहे.

रक्तप्रवाहाची जागा कोणीच घेऊ शकत नाही कारण संपूर्ण शरीराच्या कार्यासाठी ते अत्यावश्यक आहे. पाण्याच्या खालोखाल शरीरात भरपूर प्रमाणात असणारा रक्त हा प्रवाही पदार्थ आहे. प्राणवायू व पोषक द्रव्ये प्रत्येक पेशीपर्यंत पोहचवण्याचे व टाकाऊ, दूषित पदार्थ तिथून वाहून आणायचे महत्त्वाचे कार्य ते करते. जर पोषक घटक व प्राणवायू पेशींपर्यंत पोहोचले नाहीत किंवा टाकाऊ पदार्थ साफ केले गेले नाहीत, तर आजार उद्भवेल.

अनेक संस्कृतींमध्ये, मानवी जीवनाच्या इतिहासात व वैद्यकीय प्रणालींमध्ये रक्तप्रवाहाला अत्यावश्यक समजण्यात आले आहे. हा काही योगायोग नाही. शरीरात रक्त मुक्तपणे खेळते असते तेव्हा प्रत्येकाला सतर्क व ताजेतवाने वाटते, हाही योगायोग नाही. आपण जितके जास्त जागृत व कृतिशील, हृदय जितके जास्त कृतिशील, तितके तिथे रक्त खेळते व ताजेतवाने वाटते. याउलट तुम्ही जितके निष्क्रीय असाल, हृदय रक्त कमी पंप करत असेल, तर मरगळल्यासारखे वाटते, हे खरे आहे. हृदयरोग, पक्षाघात, संधीवात, सांध्यांचे इतर आजार, दुखणे, पायाच्या रक्तवाहिन्यांचा आजार, अकाली वार्धक्य यांसारख्या अनेक आजारांच्या मुळाशी अपुरा रक्तप्रवाह हे कारण आहे, हे आता सर्वज्ञात झाले आहे. क्षीण रक्तप्रवाहामुळे पेशींचा नाश होतो, सर्व इंद्रियसंस्था निकामी होऊ लागतात व परिणामी शरीरही हळूहळू नष्ट होऊ लागते. ही प्रक्रिया नैसर्गिकरित्या जीवनभर सुरू राहतेच. त्याने खचून जाण्याचे कारण नाही; पण रक्तप्रवाह सुधारून व शरीराची रक्तपुरवठा वाढवण्याची स्वत:ची क्षमता बलवान करून आपण शरीराचे स्वास्थ्य, सुदृढता व बरे होण्याची ताकद वाढवू शकतो व आयुर्मर्यादाही वाढवू शकतो. जितके जास्त काम आपण रोज करू तितके जास्त काम करण्याची क्षमता वाढेल. जितके कमी काम करू तितकेच कमी करण्याची

ताकद राहील. जसे वय वाढत जाईल, तसे ते सत्य आपणा सर्वांना स्वीकारावेच लागते.

शरीरशास्त्रीय दृष्टिकोनातून हृदयरोग

आपल्या हृदयाचे स्पंदन प्रति मिनिट साधारण ऐंशी या वेगाने सातत्याने सुरू असते. शरीरातील प्रत्येक अवयवाच्या आवश्यकतेनुसार हृदय रक्तप्रवाहात बदल करून कमी जास्त करते. उदाहरणार्थ, पळणाऱ्यांच्या पायांकडे, इंजिनिअरच्या मेंदूकडे, जेवणानंतर प्रत्येकाच्या जठर व आतडी यांच्याकडे जास्त रक्त पाठवले जाते. तसेच जेव्हा तुम्ही टी.व्ही. पाहणे सोडून एकदम दोन जिने पळत पळत चढता तेव्हा तुमची प्राणवायूची गरज भागवण्यासाठी ते ठोक्यांची गतीही वाढवत असते.

हृदयधमन्यांच्या आजारामध्ये अनेक कारणांनी रक्तप्रवाह क्षीण होतो. हृदयाबरोबरच शरीरातील सर्व अवयवांना प्राणवायूमिश्रित रक्तपुरवठा करण्याचे काम धमन्या करतात. सर्व सुदृढ धमन्यांचा अंतर्भाग स्वच्छ, गुळगुळीत व घसरडा असतो. त्यांच्या भिंती लवचीक असून सतत कार्यरत असतात व आवश्यकतेप्रमाणे विस्तारून रक्तप्रवाह कमी जास्त करू शकतात.

धमन्यांच्या आतल्या आवरणाला दुखापत होऊन किंवा चिरा पडून हृदयरोगाची सुरुवात होते, असे मानले जाते. त्यामुळे धमन्यांमधील कडकपणा वाढतो व आतल्या भागात चरबीची पुटे चढण्याचे प्रमाण वाढते. कोलेस्टेरॉल पेशींमधील टाकाऊ पदार्थ, कॅल्शियम व रक्तातील इतर घटक मिळून तयार झालेली ही चरबीची पुटे (अ‍ॅथेरोस्क्लेरॉसीस) रक्तवाहिन्यांच्या आतल्या भागात चिकटतात. अनेक दिवस संथपणे चालू राहणाऱ्या या प्रक्रियेमुळे धमन्या अरुंद व कडक होऊन रक्तप्रवाहास अडथळा निर्माण होतो. धमन्यातील असा अडथळा जेव्हा हृदयात होतो तेव्हा त्याला हृदय-धमन्यांचा विकार (Coronary Artery disease) म्हणतात.

या आजारामुळे जेव्हा हृदयाच्या स्नायूंना इजा होते तेव्हा त्याला कोरोनरी हार्ट डिसीज (Coronary Heart Disease) म्हणतात. या पुस्तकात हृदयरोग हा शब्द वरील दोन्ही आजारांसाठी वापरला आहे. हृदय-धमनीतील अरुंदपणा कधी एखाद्या ठिकाणीच मर्यादित असतो किंवा कधी मोठा भाग अरुंद होतो. दोन्ही परिस्थितीत हृदयधमनीतील रक्तप्रवाह मंदावतो. रोगग्रस्त हृदयधमन्या अधूनमधून आकुंचन पावू लागतात. त्यामुळे आराम करताना किंवा छोट्या हालचालींनीपण तात्पुरता अडथळा येऊन रक्तप्रवाह अजून क्षीण होतो. शेवटी चरबीची पुटे जिथे फाटतात तिथे रक्ताची गाठ तयार होते व धमनी पूर्णपणे

किंवा बरीचशी बंद होते व अंजायना होतो किंवा हार्ट ॲटॅक येतो.

थोडक्यात काय, तर हृदयरोगामध्ये धमन्या अरुंद होऊन हळूहळू रक्तप्रवाह कमी होतो आणि हृदयापर्यंत रक्त पोहोचत नाही. जेव्हा हृदयाला रक्त व प्राणवायू पुरवठा अपुरा पडतो तेव्हा ते क्रंदन करते – 'अरे मला प्राणवायू हवाय! माझ्यापर्यंत पुरेसे रक्त पोहचत नाहीये.' हा आक्रोश कधी अंजायनाच्या स्वरूपात होतो किंवा त्यापेक्षा भयानक म्हणजे हार्ट ॲटॅकमध्ये (एक किंवा अनेक हृदय-धमन्या पूर्ण तुंबल्यास तिथला रक्तप्रवाह पूर्ण थांबून हृदयाच्या स्नायूंचा काही भाग निकामी होणे.) होतो.

अंजायना

हृदयाने मदतीसाठी केलेल्या आकान्ताला अंजायना म्हणतात. बरेच लोक प्रचंड दबावासारखे छातीत दुखणे म्हणजेच अंजायना मानतात, पण प्रत्येकाच्या शरीरात वेगवेगळ्या स्वरूपात अंजायना व्यक्त होऊ शकते. हृदय रक्तपुरवठ्याची मागणी करत असण्याचा प्रत्येकाचा 'सिग्नल' वेगळा असतो.

अमेरिकेत सुमारे ६.८ मिलियन लोकांना अंजायना जाणवतो, पण हा अंदाज कदाचित चुकीचा असू शकतो. कारण काही वेळा पेशंट व त्यांच्या डॉक्टरांचे रोगनिदान बरोबर असतेच असे नव्हे. छातीतल्या तीव्र वेदना हेच हृदयरोगाचे एकमेव लक्षण आहे, अशी अनेक पेशंटची समजूत असते. यामुळे हृदयरोग जर वेगळ्या लक्षणांच्या स्वरूपात प्रकट झाला, तर ते पेशंटच्या

अपुऱ्या रक्तपुरवठ्याची लक्षणे : अंजायना

आपल्याला पुरेसा प्राणवायू व रक्ताचा पुरवठा होत नाही, ही गोष्ट हृदय बऱ्याच अनपेक्षित व कधी अनाकलनीय पद्धतींनी व्यक्त करत असते. अंजायना म्हणजे खरेतर लक्षणांचा एक समूह आहे. प्रत्येकाला यातील सर्व किंवा थोडी लक्षणे जाणवतात. उदा. एखाद्या पेशंटला धाप लागते, थकवा येतो, अपचन झाल्यासारखे वाटते किंवा घसा, जबडा, दात, मान, पाठ, खांदे किंवा हात दुखतात. कधी कोणाला दरदरून घाम फुटतो, मळमळते किंवा उलटी होते. यापैकी कोणतेही लक्षण जाणवल्यास त्या हृदयाच्या अपुऱ्या रक्तपुरवठ्याच्या खुणा आहेत, हे ध्यानात ठेवावे.

लक्षात न आल्याने त्यांच्या डॉक्टरलाही सांगितले जात नाही. त्याचप्रमाणे बरेच डॉक्टर्स अनेकदा महत्त्वाचे व कळीचे प्रश्न विचारून अंजायनाचे निदान करण्यात कमी पडतात.

जोरात दाबल्यासारख्या छातीतल्या वेदनांच्या ऐवजी हजारो लोकांना छातीतला दबाव, ताण किंवा अस्पष्ट संवेदना या स्वरूपात अंजायना जाणवतो. बऱ्याचदा लक्षणे सौम्य असतात. मामला गंभीर आहे हे जाणण्यासाठी जोरातच छाती दुखली पाहिजे असे बिलकूल नाही आणि असे बरेच हृदयरुग्ण आहेत ज्यांना छातीत कधीच वेदना जाणवत नाहीत.

अंजायनाचे आणि अर्थात हृदयरोगाचे निदान बऱ्याचदा स्त्रियांमध्ये हुकते. छातीत दुखणे हे लक्षण, जे अनेक डॉक्टर हृदयरोगाच्या निदानासाठी आवश्यक समजतात ते ३०%पेक्षा कमी स्त्रियांमध्ये जाणवते. सर्वसामान्यपणे जाणवणारी लक्षणे म्हणजे थकवा (७१%), अस्वस्थ झोप, झोपेत व्यत्यय (४८%), धाप लागणे (४२%), अपचन (३९%) व अस्वस्थता (३५%).

ही सर्व लक्षणे सर्वसामान्यत: अंजायनाची असू शकतात. त्याचे कारण अपुऱ्या रक्तपुरवठ्यामुळे हृदयाला प्राणवायूचा पुरवठा न होणे हे होय.

ज्या पेशंटना थकवा किंवा धाप लागल्याच्या स्वरूपात अंजायना होतो, त्यांच्या लक्षात येते की, कोणत्या दैनंदिन गोष्टींनी असे होते. मग त्या गोष्टी ते जाणीवपूर्वक टाळतात किंवा मंद वेगाने ती कामे करतात. दैनंदिन बदलांशी ते अशा प्रकारे नकळत जुळवून घेतात. त्यामुळे या लक्षणांचा हृदयरोगाशी काही संबंध असेल, असे त्यांच्या ध्यानातही येत नाही. जेवणानंतर अन्नपचन होण्यासाठी आम्ही एक-दोन तास विश्रांती घेतो असे सांगणारे मला बरेच लोक भेटतात. मध्ये भरपूर वेळ गेला की, मगच ते घरातली इतर कामे किंवा स्वयंपाकघरातील आवराआवरी करतात. त्यांना माहीत असते की, जेवल्याजेवल्या कामे केली की, अंजायना लगेच सुरू होऊ शकतो व ते बरोबरच असते. असे पाहा की, हृदयरोगात आधीच हृदयाला क्षीण रक्तपुरवठा होत असतो. त्यात रक्तप्रवाह जर पचनकार्याकडे वळवला गेला, तर हृदयाची अजूनच उपासमार होते.

तुम्ही जर निवांत, बैठे आयुष्य जगत असाल, तर तुम्हाला काहीच त्रास जाणवणार नाही, पण एकदा तुम्ही उठून कामाला लागलात की, श्रम जाणवतील. किंवा कामाला सुरुवात करण्यापूर्वी अंजायना व्हायच्या आधीच प्रतिबंध म्हणून तुम्ही जिभेखाली सॉर्बिट्रेटची गोळी ठेवत असाल. या छोट्या छोट्या तडजोडी ओळखणे आवश्यक आहे. तुम्ही हृदयरोगाला सामावून घेण्यासाठी आपल्या सवयी बदलत असल्याची ही चिन्हे आहेत. त्याच गोष्टींतून अंजायना वाढल्याचे लक्षात येत असते.

हे वयोमानपरत्वे? नाही बरे!

अनेक लोक दुखण्याची, थकण्याची कारणे वेगळीच समजतात. “माझं वय झालंय!”, “आता मी थकत चाललोय!”, “माझा स्टॅमिना जरा कमी झालाय,” असे मी बरेचदा ऐकते. ही वाक्ये खरी असतीलही कारण हृदयाला पुरेसे रक्त व प्राणवायू मिळत नसल्याने अशा व्यक्ती पटकन थकतात. म्हणजे वेगळ्या शब्दात सांगायचे झाले, तर त्यांचा हृदयरोग हे बोलत असतो. त्यांच्या तंदुरुस्तीचा अभाव नव्हे.

अंजायना आपल्या शरीरात कशा प्रकारे प्रगटतो याचे परीक्षण करणे ही हृदयरोग-प्रतिबंधाची पहिली पायरी आहे. हे केल्याने आजाराचा प्रवास लक्षात येईल. लवकर उपचार करून घेण्याची संधी मिळेल. आवडत्या गोष्टी कोणत्याही बंधनाखेरीज करता येतील. आयुष्य जास्त सुखकर होईल व हार्टअॅटॅक टाळता येऊ शकेल.

हार्टअॅटॅक : अचानक संपूर्ण कोंडी होणे

आरोग्यासाठी व जिवंत राहण्यासाठी रक्तप्रवाह ही शरीराची मूलभूत गरज आहे. जेव्हा एखाद्या अवयवाला किंवा पेशीसमूहाला रक्त पुरवणाऱ्या धमनीची अचानक संपूर्ण कोंडी होते, रक्त पुरवण्याचा दुसरा पर्यायी मार्ग नसतो तेव्हा तो अवयव धोक्यात येतो व बरेचदा निकामी होतो. असे मेंदूत झाले, तर पक्षघाताचा झटका येतो. आतड्यात झाले, तर पोटशूळ व रक्तस्राव होतो. डोळ्यांत झाले, तर तत्काळ अंधत्व येते. मूत्रपिंडात झाले, तर खूप वेदना होऊन लघवी बंद होते किंवा पायात झाले, तर वेदना होऊन, पाय कुजून तो कापण्याची वेळ येऊ शकते.

जेव्हा हृदयधमनीची अचानक संपूर्ण कोंडी होते तेव्हा हार्टअॅटॅक येतो. जर पर्यायी मार्गाने हृदयाच्या त्या भागापर्यंत रक्त पोहोचू शकले नाही, तर रक्तपुरवठा संपूर्ण तुटल्यामुळे तो भाग जखमी होतो किंवा मरतो. जर काही मिनिटांतच रक्तपुरवठा पूर्ववत झाला, तर चोवीस ते अठ्ठेचाळीस तास हृदयाचे कार्य बिघडलेले राहते; पण सुधारणा होऊ शकते; पण वीस मिनिटांपेक्षा जास्त काळ जर संपूर्ण कोंडी राहिली, तर हृदयाचे कायमचे नुकसान होते व पंपाचे कार्य कायमचे बिघडू शकते. या घटनांचे परिणाम फार गुंतागुंतीचे असतात व हृदयात पुनर्निर्माणाची शक्ती नसल्याने ते प्राणघातकही ठरू शकते.

हृदयधमनीतील चरबीची पुटे वाढत वाढत जाऊन शेवटी ती पूर्णपणे तुंबते व हार्ट अॅटॅक येतो अशीच गेली कित्येक दशके आपली समजूत होती. याचा परिणाम असा झाला की, ज्यांच्या हृदयधमन्या ७०%पेक्षा जास्त तुंबल्या असतील, त्यांच्यावर बायपास, अँजिओप्लास्टी किंवा स्टेंट बसवण्याच्या प्रोसीजर्स होऊ लागल्या; पण गेल्या दशकात मात्र हार्टअॅटॅकच्या मागचे कारण किती आमूलाग्र वेगळे आहे, हे ज्ञात झाले आहे. हळूहळू वाढणारी चरबीची पुटे हा मुख्य गुन्हेगार नाही, हे लक्षात आले आहे. याउलट धमनीतील कुजलेला चरबीचा थर ज्वालामुखीसारखा एकाएकी फुटतो व रक्तस्राव झाल्याने हार्टअॅटॅक येतो. रक्तस्रावामुळे होणारी गुठळी धमनीची कोंडी करते व हार्टअॅटॅक येतो. असा अचानक फुटण्याचा धोका असणारे चरबीचे थर अनेकदा छोटे असतात. ज्यांच्यावर प्रोसीजर केली जाते, असे जाडे चरबीचे थर फुटण्याची शक्यता कमी असते.

छोट्या छोट्या कोंडी करणाऱ्या रक्तवाहिन्यांवर बायपास, स्टेंट प्रोसिजर किंवा अँजिओप्लास्टी करणे अनेक कारणांमुळे शक्य नसते. पहिले म्हणजे हे छोटे अडथळे अँजिओग्राफीमध्ये ओळखले जाऊ शकत नाहीत. तसेच जेव्हा धमनी ७०%पेक्षा कमी तुंबलेली असते तेव्हाही तिच्यातून भरपूर रक्त वाहू शकते. त्यामुळे जरी असे अडथळे ओळखून प्रोसीजर केली, तरीही त्या बायपासच्या ग्राफ्टचा म्हणावा तसा उपयोग होत नाही व तो लवकरच सुकून बंद पडतो. हार्टअॅटॅकबद्दलच्या आपल्या ज्ञानात आमूलाग्र बदल झाल्यामुळे हृदयरोगाच्या उपचारांकडे एका संपूर्ण वेगळ्या दृष्टिकोनातून तातडीने पाहण्याची आवश्यकता निर्माण झाली आहे.

गेल्या काही वर्षांत हार्टअॅटॅकची धोकादायक चिन्हे ओळखण्यामध्ये खूप लोक सजग व सतर्क झाले आहेत, पण आपल्याला अजून मोठा पल्ला गाठायचा आहे. तुमच्या छातीत समजा खूप जोरात दुखायला लागले, त्या वेदना डाव्या छातीतही जाणवू लागल्या, तर तुम्हाला माहीत असते की हे दुखणे गंभीर आहे व हा हार्टअॅटॅक असू शकतो; पण आपण पूर्वी पाहिल्याप्रमाणे कित्येक हृदयरुग्णांना छातीतल्या वेदना जाणवतच नाहीत. जसा अंजायना कधी सौम्य, तर कधी गंभीर स्वरूप धारण करून आपल्याला जाणवतो त्याचप्रमाणे हार्टअॅटॅकची चिन्हे खूपच वेगवेगळी असू शकतात. काही लोकांना अचानक चक्कर येते, मळमळते किंवा अचानक थकवा येतो किंवा इतर काही लक्षणे जाणवतात, तर इतरांना काहीही त्रास होत नाही आणि या गटातल्या लोकांना जेव्हा समजते की, आपल्याला छुपा (सायलेंट) हार्टअॅटॅक येऊन गेला आहे तेव्हा त्यांना खूपच आश्चर्य वाटते.

अडथळ्यांच्या पलीकडे पाहताना

हृदयरोगाची लक्षणे हृदयाला पुरेसा रक्तपुरवठा होत नाही असे दर्शवतात तेव्हापासून त्या व्यक्तीचा अत्यंत वेगाने उतरता प्रवास सुरू होतो. त्याची सुरुवात होते जेव्हा डॉक्टर अडथळा खोलण्यासाठी एक 'रुटीन प्रोसीजर' सुचवतात. (ज्याचे अनिष्ट व गंभीर दुष्परिणाम होऊ शकतात). त्यानंतर तब्बेत सुधारेपर्यंत संपूर्ण विश्रांतीचा सल्ला देतात. या विश्रांतीमुळे रक्ताभिसरण अजूनच दुबळे, क्षीण होऊन इतर ठिकाणी अडथळे वाढायला प्रोत्साहन मिळते. अशा पद्धतीने हृदयाचा रक्तपुरवठा अजूनच खंडित होतो व जास्तीची लक्षणे जाणवायला लागतात. पेशंट्सच्या लक्षात येते की, हालचाली व दैनंदिन व्यवहार अजून कमी करण्याची गरज आहे. पूर्ण जखडल्यासारखे वाटून त्यांचे नैराश्य व हतबलपणाची भावना वाढीस लागते. यातून मार्ग काढण्यासाठी जेव्हा पेशंट पुन्हा डॉक्टरची भेट घेतात तेव्हा अजून एखादी इन्वेझिव प्रोसीजर करण्याचा सल्ला दिला जातो. हा उतरता प्रवास पुढे चालू राहतो. पेशंट जितके कमी काम करेल तितकी त्याची नवीन प्रोसीजरची गरज वाढत राहते.

हृदयरोगातून बाहेर पडून तब्बेत पूर्ववत होण्यासाठी जास्त आरामाचे बैठे जीवन जगणे भाग पडते. तोपर्यंत दैनंदिन जीवनात मोठा कायापालट झालेला असतो.

आतापर्यंत आपल्याला हृदयरोगाबद्दल मिळालेल्या माहितीमधून असे लक्षात येईल की, हृदयाचा रक्तपुरवठा सुधारला, तरच माणूस लक्षणे-प्रोसीजर व पुन्हा लक्षणे या दुष्टचक्रातून बाहेर पडू शकेल. जर हृदयाला पुरेसा, निरोगी रक्तपुरवठा मिळत राहिला, तर अडथळ्यांचे काहीच महत्त्व उरत नाही.

सशक्त रक्तप्रवाह आपल्या संपूर्ण स्वास्थ्यासाठी अत्यावश्यक आहे, यात कणमात्रही शंका नाही व रक्त प्रवाही ठेवण्यासाठी आपण आपल्या हातात असेल ते सर्व केलेच पाहिजे. अपुऱ्या रक्तपुरवठ्यामुळे समृद्ध जीवन जगण्यात कशी बाधा येते याचे उत्तम उदाहरण हे सर्व पेशंट आहेत. अनेक जण जीवनशैलीत बदल करून रक्तप्रवाह वाढवण्याचा आटोकाट प्रयत्न करतात. बरेच जण पुन्हा व्यायाम करण्याचा प्रयत्न करतात, पण त्यावर हृदयरोगामुळे बंधने आल्यामुळे त्यांच्या आजारात म्हणावी तशी सुधारणा होत नाही. जर हृदयरोगातून बाहेर पडण्यासाठी प्रारंभी मदतीचा 'धक्का' मिळत असेल, तर कुणीही आनंदाने ही संधी साधेल. नाही का?

हार्टअॅटॅकनंतर पेशंटला रक्तप्रवाह सुधारण्यासाठी निष्क्रिय व्यायाम देणाऱ्या सुविधांची गरज असते. त्यामुळे रक्त व प्राणवायूच्या पुरेशा पुरवठ्यामुळे हृदयाच्या

लक्षणांमध्ये घट होते व शरीराचे कार्य सुरळीत चालते. अशा सुविधेमुळे पेशंटचे रक्ताभिसरण सुधारते. बैठ्या जीवनाचा त्याग करता येतो व तब्बेतीत चढत्या प्रमाणात सुधारणा होऊन स्वत: व्यायाम करण्याचे बळ येते. अशी रक्त प्रवाही करणारी बाह्य उपचारपद्धती जर मिळाली, तर पेशंटच्या मनाजोगे उत्साही व जोमदार आयुष्य त्याला जगता येईल.

क्लिष्ट समस्येसाठी सोपा उपाय

आतापर्यंत आपण पाहिले की, हृदयधमनीचे आजार असणाऱ्या पेशंटच्या हृदयाला जेव्हा सुरळीत रक्तपुरवठा करायचा असतो तेव्हा सर्व उपाय अडथळा दूर करण्यावर केंद्रित केलेले असतात. डॉक्टरना अडथळा सापडतो. मग ते प्रोसीजरने तो बायपास करतात किंवा बलून अँजिओप्लास्टी करून किंवा स्टेंटचे रोपण करून तो नाहीसा करतात, खरवडून काढून टाकतात [अॅथेरेक्टमी (Atherectomy)], किंवा रेडिओथेरपीने नाहीसा करतात [ब्रॅकीथेरपी (Brachytherapy)].

अडथळा दूर झाल्यामुळे पेशंटना लगेच जरी बरे वाटायला लागले, तरी वरील सर्व प्रकारच्या उपचारांनी मूळ आजारावर काहीच परिणाम होत नाही. त्यामुळे तात्पुरता आराम मिळतो, पण मूळ आजाराचा प्रवास चालूच राहतो. असे पाहा की, हृदयरोग हा संपूर्ण रक्ताभिसरण संस्थेचा आजार आहे. एका ठिकाणी अडथळा होऊन हा झालेला नाही. म्हणूनच संपूर्ण रक्ताभिसरण संस्थेचे उपचार करणे गरजेचे आहे. अत्यंत खळबळजनक असणारा हा शोध आपल्या जुन्या विचारसरणीपासून आपल्याला दूर नेतो आहे आणि सर्वांत उत्तेजन देणारी गोष्ट अशी आहे की, संपूर्ण संस्थेवर उपचार करणारे तंत्रज्ञान आज उपलब्ध आहे. ते म्हणजे ई.ई.सी.पी.!

ई.ई.सी.पी. समजून घेण्यासाठी आपण तीन पातळ्यांवर तिला पारखणार आहोत.

(१) ती कशी दिसते व कशी असते?
(२) तुमच्या रक्ताभिसरण संस्थेवर तिचा काय परिणाम होतो?
(३) तुमच्या रक्तवाहिन्यांवर तिचा काय परिणाम होतो?

आता आपण प्रत्येक प्रश्नाचा सविस्तर विचार करू या.

ई.ई.सी.पी. कशी असते? कशी दिसते?

ई.ई.सी.पी. ही एक अत्यंत साधी-सोपी उपचारपद्धती आहे. (आकृती २) तुम्ही एका खास आरामशीर पलंगावर आडवे होता आणि मग तुमच्या मांड्या व नितंब यांना खूप मोठे रक्तदाबाचे पट्टे घट्ट बांधले जातात. प्रत्येक पट्टा नळ्यांनी कॉम्प्रेसरला जोडला जातो. ५० मिली-सेकंदच्या अंतराने प्रत्येक पट्ट्यामध्ये क्रमाक्रमाने हवा

केस स्टडी

ई.ई.सी.पी. करण्यापूर्वी ८० वर्षांच्या रसेल डब्लूना चालताना, खातापिताना, थंड हवेत गेल्यानंतर अंजायना होत असे. त्यांना पाच वेळा हार्ट ॲटॅक येऊन गेला होता. बायपास झाली होती व अनेकदा स्टेंट बसवलेले होते. त्यांना पेसमेकरही बसवला होता. मार्च २००४मध्ये ई.ई.सी.पी. पूर्ण झाल्यानंतर एक वर्षाने त्यांचे मला पत्र आले. त्यात ८०व्या वाढदिवसाला समुद्रपर्यटन करीत असलेले त्यांचे पत्नीबरोबरचे फोटो होते. हवेत चारशे फूट उंचीवर पॅरासेलींग करणाऱ्या रसेलनी लिहिले होते, "माझे हृदयरोगतज्ज्ञ म्हणताहेत की, दोन वर्षांपूर्वीपेक्षा माझी तब्बेत खूप सुधारली आहे. ई.ई.सी.पी.च्या जाहिरातीवर फोटो लावला पाहिजे माझा! यासाठी मी तुमचा अत्यंत ऋणी आहे." एक वर्षाने त्यांनी कळवले की, ते घराजवळच्या बागेत नियमित चार मैल चालतात. त्यांनी कळवले होते, "माझ्या डॉक्टरांचा विश्वासच बसत नाही की, मी नियमित चालत असेन. मी आता मनात येईल ते करू शकतो. मला विचाराल, तर ई.ई.सी.पी.सारखी दुसरी उत्तम गोष्ट नाही."

भरली जाते. (प्रथम पोटऱ्या, मग मांड्या व शेवटी नितंब.) नंतर एकदम सगळ्यातील हवा सोडली जाते. (आकृती ३) पट्ट्यांमध्ये हवा भरण्याचे मशिन चालवण्यासाठी मार्गदर्शक असतात तुमच्या हृदयाचे ठोके. तुमच्या छातीवर चिकटवलेल्या तीन इलेक्ट्रोड्सद्वारा मशिन तुमचा सतत कार्डिओग्राम घेत असते व हृदयाच्या ठेक्याच्या तालावर एकाच वेळी समगतीने ते पट्ट्यांमध्ये हवा भरत व सोडत राहते. जेव्हा हृदयाचा ठोका पडतो तेव्हा पट्टे शिथिल झालेले असतात. जेव्हा दोन ठोक्यांमध्ये हृदय विश्रांती घेत असते तेव्हा पट्टे पायांभोवतीचा दाब एकदम वाढवतात. त्यामुळे त्या वेळी हृदयाकडे जाणाऱ्या व पर्यायाने सर्व शरीराकडे जाणाऱ्या रक्तप्रवाहाला चालना मिळते. हृदयाच्या ठोक्यांप्रमाणे पट्ट्यांचे आकुंचन-प्रसरण सुरू राहते.

पट्ट्यांमध्ये हवा भरून जेव्हा दाब वाढतो किंवा हवा सोडून जेव्हा ते शिथिल होतात तेव्हा कोणताही त्रास होत नाही. खोलवर दाब देऊन तालबद्ध मसाज दिल्यासारखे वाटते. कमरेच्या वरच्या भागात, हृदयात, छातीत काहीच

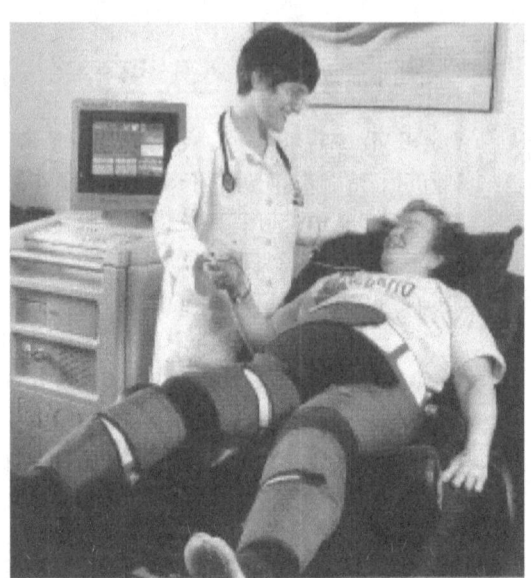

आकृती २.
ई.ई सी.पी.
उपचार करताना
डॉ. ब्रेव्हरमन

वेगळे जाणवत नाही आणि आकुंचन-प्रसरण हृदयाच्याच गतीने चालू असल्याने शरीराला सुखावह व आरामशीर वाटते. आपलाच हृदयाचा ठोका आपल्याला जाणवत असतो, ऐकू येत असतो, त्यामुळे मन शांत होऊ लागते व उपचाराचा संपूर्ण लाभ मिळायला मदत होते. ई.ई.सी.पी. उपचार इतके आरामदायी आहेत की, त्यादरम्यान अनेक जण संगीत ऐकतात, वाचतात किंवा चक्क एक डुलकी काढतात!

ई.ई.सी.पी. रक्तप्रवाहावर काय परिणाम करते?

उपचारादरम्यान रक्तप्रवाह, रक्ताभिसरण संस्था व तिचे गतिशास्त्र यावर नेमका काय परिणाम होतो ते या दुसऱ्या भागात समजून घेऊ या. सर्वांत प्रथम मानवी रक्ताभिसरण संस्थेबद्दल थोडे जाणून घेऊ या. हृदयाचे स्नायू हा शरीराचा पंप असतो. प्रत्येक ठोक्याच्या वेळी हृदय आकुंचन (हृदयचक्राचे सिस्टोल, Systole) पावते व महाधमनी व इतर धमन्या यात रक्त ढकलते, जे संपूर्ण शरीराला पोहोचते. प्रत्येक आकुंचनानंतर हृदय प्रसरण (डायस्टोल, Diastole) पावून क्षणभर विश्रांती घेते. या विश्रांतीच्या काळात सर्व शरीरातून हृदयात आलेले रक्त फुप्फुसात जाऊन, प्राणवायू घेऊन हृदयाकडे परत येते. प्राणवायूयुक्त रक्त हृदयाच्या कप्प्यांमध्ये येते व हृदय पुन्हा आकुंचन पावते आणि ते शरीराकडे पाठवते. हृदयाच्या प्रसरणाच्या किंवा विश्रांतीच्या काळातच हृदयधमन्यांमधून रक्त वाहते व हृदयाच्या स्नायूंना

प्राणवायू व पोषक द्रव्ये पुरवते. महाधमनीच्या (अेओर्टा) हृदयाजवळच्या ज्या सगळ्यात पहिल्या शाखा असतात त्यांना डावी व उजवी हृदयधमनी असे म्हणतात. उजवी हृदयधमनी हृदयाच्या उजव्या बाजूला रक्तपुरवठा करते. डाव्या हृदय-धमनीच्या दोन शाखा मिळून (पुढची व मागची) डाव्या भागाला रक्त पुरवतात. (आकृती ४) वर सांगितलेल्या क्रियेची सतत पुनरावृत्ती होत असते. एका मिनिटात ऐंशी वेळा, तासाच्या प्रत्येक मिनिटाला, दिवसाच्या प्रत्येक तासाला, वर्षाच्या प्रत्येक दिवशी, आपल्या संपूर्ण आयुष्यभर!

बरोबर ज्या वेळेत हृदय प्रसरण पावून विश्रांती घेत असते त्याच वेळेत ई.ई.सी.पी.मधील रक्तदाबाचे पट्टे तुमचे पाय जोरात दाबून हृदयाकडे नैसर्गिकपणे पोचणारा रक्तप्रवाह वाढवतात. पट्ट्यांमुळे पायांवर २६० मि. मि. ऑफ मर्क्युरी इतका गोलाकार दाब येतो आणि त्यामुळे धमन्यांमधून रक्तप्रवाह उलटा वाहतो. हृदयापर्यंत जाऊन तो धमन्यांपर्यंत पोहोचतो. या उपचारांमुळे ज्यावर विश्रांतीच्या काळातला हृदयाचा रक्तपुरवठा अवलंबून असतो तो खालचा रक्तदाब

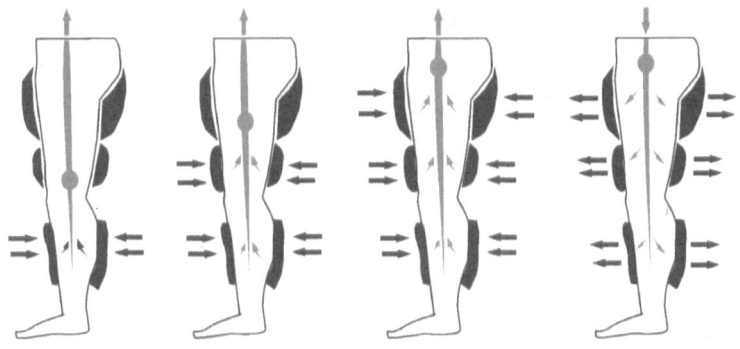

आकृती ३ : ईईसीपीच्या पट्ट्यांची कार्यपद्धती

(डायस्टोलीक बीपी, Diastolic BP) ९३%पर्यंत वाढतो व हृदयाकडचा एकूण रक्तप्रवाह २८%ने वाढतो. ई.ई.सी.पी. पट्ट्यांच्या दबावाच्या प्रमाणावर हे सर्व अवलंबून असते. म्हणजे पट्टे जितके व्यवस्थित, जोरात पायांवर दाब देतील, तितके व्यवस्थित हृदयाच्या स्नायूंपर्यंत रक्त वाहील.

हृदयापर्यंत नक्की किती रक्त पोहोचते आहे हे मोजण्यासाठी ई.ई.सी.पी.च्या दरम्यान बोटावर एक चिमटा लावण्यात येतो. बोटातल्या सूक्ष्म धमन्यांमधील रक्तप्रवाह इन्फ्रारेड लाइटच्या मदतीने चिमट्यातून मोजला जातो. 'फिंगर प्लेथिस्मोग्राफिक वेव्हफॉर्म' या नावाचे हे परिमाण अचूकपणे सांगते की, तुमच्या हृदयधमनीत व

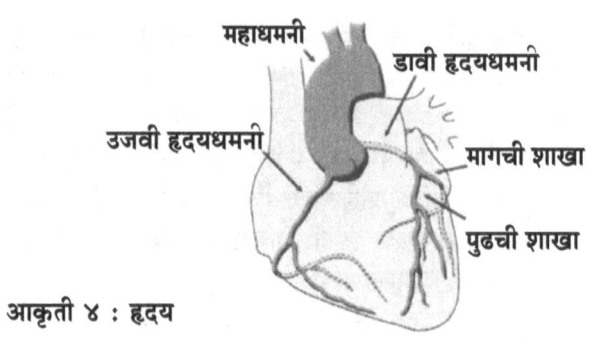

आकृती ४ : हृदय

इतर धमन्यांमध्ये नक्की काय चालू आहे. उपचारांच्या दरम्यान अनेक वेळा ही माहिती तपासली व नोंदवली जाते.

हृदय आकुंचन पावायच्या आधी रक्तदाबाचे पट्टे तत्काळ शिथिल होतात, ज्यामुळे रक्तप्रवाहाला शरीरभर होणारा प्रतिकार (सिस्टोलिक ब्लडप्रेशर) कमी होतो. परिणामी, हृदयावरचा ताण कमी होतो व जास्त दाबाने व सुलभतेने हृदय रक्त पंप करू शकते. जसजसे हृदय त्याचे काम जास्त कार्यक्षमतेने व सहजतेने करायला लागते तसतसे ते रक्त व प्राणवायूची कमी मागणी करायला लागते. सोप्या भाषेत सांगायचे झाले, तर हृदयाला जास्त प्राणवायू व पोषकद्रव्ये पोहचवून व त्याचे काम कमी करून ई.ई.सी.पी. हृदयाला साहाय्य करीत असते.

तुम्ही विचाराल, हृदय-धमन्यांमध्ये अडथळे असताना इतका रक्तप्रवाह वाढून उपयोग काय? या प्रश्नाचे उत्तर आपल्याला हेच सांगते की, हृदयरोगाचा सामना करण्यासाठी ई.ई.सी.पी. हे किती प्रभावी माध्यम आहे! हृदय हा जीवनावश्यक व शरीरातील सर्वांत महत्त्वाचा अवयव आहे. त्यामुळे दैवदयेने आपल्या हृदयात जरूर पडल्यास कामी येणारी, मदत करणारी एक यंत्रणा कार्यरत असते. मुख्य धमन्यांव्यतिरिक्त अनेक छोट्या छोट्या धमन्यांचे मोठे जाळे हृदयाच्या कानाकोपऱ्यात विणलेले असते. या बीजरूपी हृदयधमन्या सुप्तावस्थेत असतात. जर मोठ्या धमन्यांमधील रक्तप्रवाह सुरळीत चालू असेल, तर त्या बीजरूपातच राहतात; पण जर मोठ्या धमन्यांमध्ये कोंडी होऊन रक्तप्रवाह खंडित झाला, तर अंजायनाच्या स्वरूपात हृदय आक्रंदन करते. खरेतर अशा वेळी सुप्त रक्तवाहिन्या उघडून किंवा नवीन रक्तवाहिन्या तयार करून शरीराने ताबडतोब प्रतिसाद द्यायला हवा, पण बऱ्याच पेशंट्समध्ये पर्यायी मार्गांनी हृदयाला आपोआप रक्तपुरवठा करण्याइतकी क्षमता शरीरात नसते. मग अंजायना बऱ्याच काळ चालू राहतो. अगदी इथेच ई.ई.सी.पी.

कामाला येते.

आपल्याला माहीत आहेच, जिथे कमी अवरोध असेल, त्याच मार्गाने द्रवपदार्थ वाहतो. आपले रक्त त्याला अपवाद नाही. वेगळ्या भाषेत सांगायचे झाले, तर कोंडी झालेल्या रक्तवाहिन्यांपेक्षा मोकळ्या रक्तवाहिन्यांमधून वाहत राहणे रक्ताला सोपे जाते. तुंबलेल्या रक्तवाहिन्यांच्या क्षमतेपेक्षा बरेच जास्त रक्त ई.ई.सी.पी.मुळे हृदयाकडे पाठविले जाते व मग इतर हृदयधमन्यांवर उघडण्याची जबाबदारी येते. इथे निसर्गाची साहाय्यक यंत्रणा कामास येते. ई.ई.सी.पी.मुळे वाढलेला रक्तप्रवाह बीजरूपातील छोट्या व आळशी रक्तवाहिन्यांना खडबडून जागा करतो व त्यांचे काम करायला भाग पाडतो. हृदयात एकदा सुप्त रक्तवाहिन्या कामाला जुंपल्या की, त्या विस्तारतात, बळकट होतात व अडथळ्यांना नैसर्गिकरित्या बायपास करून आवश्यक त्या हृदयाच्या कानाकोपऱ्यापर्यंत टिकाऊ मार्ग तयार करून रक्त पोहोचवतात. या साहाय्यक वाहिन्यांचे एक मदतीचे चक्रच सुरू होते. त्यामुळे हृदयाचा रक्त व प्राणवायू-पुरवठा सुधारतो. हृदयाचे काम नेहमीप्रमाणे बिनबोभाट सुरू राहते. साहजिकच मग अंजायना कमी अथवा पूर्ण बंद होतो व सोडून दिलेल्या सगळ्या कामांना पेशंट पुनश्च सुरुवात करतात.

थोडक्यात काय, तर हृदय व रक्ताभिसरण संस्थेला बाहेरून साहाय्य करून ई.ई.सी.पी. शरीराला बरे व्हायला मदत करते. ती हृदयाचा प्राणवायू व पोषक द्रव्य यांचा पुरवठा सुधारते. रक्तपुरवठ्याचे नवे व टिकावू मार्ग निर्माण करते व हृदयाचे काम व प्राणवायूची मागणी कमी करून हृदयाचे कार्य सोपे करते. तुमच्या झोपेपेक्षाही ई.ई.सी.पी.च्या दरम्यान हृदयाला जास्त विश्रांती मिळते आणि विश्रांतीच्या काळात जर त्याला आधार मिळाला, पोषण मिळाले, तर तुमची भागदौड चालू असताना ते जास्त कार्यक्षम राहू शकते.

खूपच जास्त रक्तपुरवठा झाला, असे होऊ शकते का? नाही. आपले शरीर हुशार असते. अति रक्तप्रवाह होऊ नये म्हणून एक अंगभूत नियंत्रण व्यवस्था त्यात कार्यरत असते. आपण डोळ्याचे उदाहरण घेऊ या. ज्या पेशंटच्या डोळ्याला अपुऱ्या रक्तप्रवाहाचा त्रास असतो त्यांना ई.ई.सी.पी. नंतर डोळ्याचा रक्तप्रवाह वाढलेला आढळतो, पण डोळ्याला व्यवस्थित रक्तपुरवठा असणाऱ्या पेशंटमध्ये ई.ई.सी.पी.मुळे रक्तपुरवठ्यात काहीच वाढ होत नाही, असे एका जर्मन संशोधनात आढळून आले. ज्यांना गरज आहे त्यांचा रक्तपुरवठा ई.ई.सी.पी.ने वाढतो. ज्यांना गरज नाही त्यांचा वाढत नाही असा निष्कर्ष यातून काढण्यात आला.

तसेच रक्तदाबातील अथवा रक्तप्रवाहातील कोणत्याही बदलामुळे मेंदूवर दुष्परिणाम होऊ नये यासाठी शरीर सतर्क असते. जागरूक असते. यालाच स्वयंनियंत्रण किंवा 'ऑटोरेग्युलेशन' असे म्हणतात. म्हणूनच निरोगी लोक अथवा हृदयरुग्ण दोघांमध्येही

ई.ई.सी.पी.मुळे वाढलेल्या रक्तप्रवाहामुळे मेंदूतील रक्तप्रवाह धोकादायकरित्या कधीच वाढत नाही. ज्यांना आवश्यक आहे, त्यांच्या मेंदूचा रक्तपुरवठा वाढतो. उदाहरणार्थ पक्षघात, विस्मरण इ. कसे ते आपण पाचव्या प्रकाणात पाहणारच आहोत. डोळ्यांप्रमाणेच मेंदूची रक्तप्रवाहाची गरज शरीर ओळखते व त्याप्रमाणे जास्त रक्तपुरवठा करण्याची तरतूद करते.

या सर्व रक्तप्रवाहामुळे रक्तवाहिनीतील पुटांचा तुकडा तुटून रक्तवाहिनीत अडकून पक्षघात किंवा हार्टअ‍ॅटॅक येऊ शकतो का? तर नाही. रक्तवाहिनीतील पुटे इतकी नाजूक किंवा नरम नसतात. त्याच्या अगदी विरुद्ध असतात. पुटे किंवा प्लॅक जास्त करून कॅल्शियमपासून बनतात. त्यामुळे ती कडक व कणखर असतात व रक्तप्रवाहाला प्रतिकार करतात. आपण आधी पाहिलेच आहे, कमी अवरोधाच्या मार्गाने द्रव पदार्थ वाहतात असा नियम आहे. तुंबलेल्या रक्तवाहिन्यांमधून धक्काबुक्की करून वाहण्यापेक्षा पुटांचा अडथळा नसणाऱ्या मोकळ्या रक्तवाहिन्यांमधून वाहणे रक्ताला सोपे जाते. म्हणूनच पर्यायी मार्ग तयार होतात. यातून हेही स्पष्ट होते की, पुटांचा तुकडा सुटून हानी होण्याची शक्यता नसते.

ई.ई.सी.पी.चा रक्तवाहिन्यांवर काय परिणाम होतो?

रक्तवाहिन्या काही आपल्या घरातल्या बेसिनच्या खालच्या नळ्यांसारख्या निर्जीव, एका जागी जखडलेल्या नसतात. तर सजीव, कार्यरत असतात. त्यांना तंदुरुस्त राहण्यासाठी तालमीची गरज असते. वाहून नेण्यासाठी पुरेसे रक्त असणे हाच त्यांचा व्यायाम असतो. जितके जास्त रक्त तुमच्या रक्तवाहिन्यांमधून वाहते, तितकी त्यांची कामगिरी उंचावते. म्हणूनच त्यांच्यातील रक्तप्रवाह वाढवून ई.ई.सी.पी. त्यांना तंदुरुस्त राहायला मदत करते. हे काम कसे चालते, ते सविस्तर पाहू या.

रक्त वाहत असताना रक्तवाहिन्यांच्या आतल्या आवरणामधील पेशींवर जो घर्षणरूपी आघात होतो त्याने काही रासायनिक पदार्थ तयार होतात. त्यांना अँजिओजेनिक ग्रोथ फॅक्टर (Angiogenic growth factors) असे म्हणतात. यामुळे रक्तवाहिन्यांचे वर्धन होऊन त्या परिपक्व होतात. एका तासाच्या ई.ई.सी.पी.मुळे यात २१ टक्क्यांनी वाढ होते. ही वाढ जवळजवळ एक महिना टिकते. जीवरसायनशास्त्राच्या दृष्टीने हा बराच मोठा काळ मानला जातो.

ई.ई.सी.पी.मुळे होणारा हा घर्षणरूपी आघात दाह व सूज यांच्या विरोधातही काम करतो. पेन्सिलव्हेनियातील वैद्यकीय व अभियांत्रिकी विद्यापीठातील संशोधकांनी एक महत्त्वपूर्ण शोध लावला. दीर्घ काळच्या सुजेमुळे होणाऱ्या आजारांवर परिणामकारक औषध जसे काम करेल, तोच परिणाम वाढलेल्या रक्तप्रवाहाच्या घर्षणयुक्त आघातामुळे

रक्तवाहिन्यांवर होतो. रक्तप्रवाहाची गतिशक्ती दाह व सुजेच्या विरोधात काम करते, याचा हा पहिला स्पष्ट पुरावा आहे. व्यायामाने असो वा ई.ई.सी.पी.मुळे असो, वाढलेल्या रक्तप्रवाहामुळे रक्तवाहिन्यांचे नैसर्गिकरित्या संरक्षण होते व हृदयरोगाच्या मुळाशी असणारे दाह व सूज यांच्यावर मात करता येते.

ई.ई.सी.पी.मुळे रक्तवाहिन्यांची आकुंचन-प्रसरण पावण्याची क्षमता वाढून व्यायामासारखाच लाभ मिळतो व रक्ताभिसरण संस्थेचे स्वास्थ्य सुधारते. संपूर्ण शरीरातील रक्तवाहिन्यांच्या आतील आवरण-पेशींचे कार्य सुधारल्यामुळे हे होते. नायट्रीक ऑक्साईड (Nitric oxide) व एन्डोथेलीन (Endothelin) या दोन रासायनिक द्रव्यांवर ई.ई.सी.पी.ने परिणाम होतो. त्यांचा आवरण पेशींच्या कार्यावर व स्वास्थ्यावर कसा परिणाम होतो, ते आपण पाहू.

नायट्रीक ऑक्साइडमुळे रक्तवाहिन्या प्रसरण पावून रक्तप्रवाह वाढतो. धमनीच्या आवरणाला बळकटी येऊन गाठी येणे, भेगा पडणे टळते व रक्तवाहिन्यांचे आजारापासून संरक्षण होऊन कार्य बिनबोभाट चालू राहते. उच्च रक्तदाब, स्थूलता, कोलेस्टेरॉल वाढणे, हृदयरोग, वार्धक्य ह्यांसारख्या अनेक कारणांनी आवरण पेशींचे कार्य बिघडते व नायट्रीक ऑक्साइडची पातळी घसरते. ही पातळी वाढवणारी प्रत्येक गोष्ट हृदयरोग, अंजायना यांच्यात भरपूर सुधारणा करते व त्याचबरोबर संपूर्ण शरीराचे रक्ताभिसरण सुधारते. ई.ई.सी.पी.मुळे नेमके हेच घडते. नायट्रीक ऑक्साइडची पातळी ६० टक्क्यांनी वाढते व उपचारानंतर एक महिन्याने २० टक्क्यांनी वाढलेली राहते.

याउलट एन्डोथेलीनचे शरीरावर बरेच दुष्परिणाम होतात. ते रक्तवाहिन्या आकुंचित करून रक्तप्रवाहाची हानी करते व वाढलेल्या अवरोधामुळे हृदयाला जास्त काम करावे लागते. ते अल्डोस्टेरॉन (Aldosteron) व एट्रियल नॅट्रियुरेटिक पेप्टाइड (Atrial Natriuretic Peptides) ही दोन संप्रेरके वाढवून शरीरात क्षार व पाणी यांचा साठा करते, त्यामुळे उच्च रक्तदाब व हार्टफेल होऊ शकते. एन्डोथेलीनचे कार्य रोखल्यास आयुष्य वाढू शकते, असे हार्टफेलच्या पेशंटवरच्या संशोधनात दिसून आले आहे. ई.ई.सी.पी. उपचारादरम्यान एन्डोथेलीनची पातळी चाळीस टक्क्याने व एक महिन्यानंतर वीस टक्क्याने कमी होते. वाहिन्या आकुंचित करणाऱ्या अँजिओटेन्सिन २ची (Angiotensin 2) पातळीपण ई.ई.सी.पी.ने कमी होते.

ई.ई.सी.पी.चे फायदे ताबडतोब दिसायला लागतात. पहिल्या सत्रानंतर लगेचच नायट्रिक ऑक्साइडची पातळी वाढते व एन्डोथेलीनची पातळी घसरते. हे सर्व जीवरासायनिक बदल संपूर्ण उपचारादरम्यान व पुढच्या काही महिन्यांत टिकून राहतात. काही रुग्णांना ई.ई.सी.पी. सुरू केल्याच्या पहिल्याच आठवड्यात

बरे वाटायला का लागते, हे यामधून लक्षात येते. नवीन पर्यायी रक्तवाहिन्या तयार होऊन त्या विकसित होण्यासाठी जरी बरेच आठवडे लागत असले, तरी पेशींच्या पातळीवरचे जैवरासायनिक बदल तत्काळ घडून येतात.

धक्कास्टार्ट

हृदयरुग्णांना अत्यंत आवश्यक असणारा रक्तपुरवठा पुन:प्रस्थापित करण्यासाठी ई.ई.सी.पी. या निष्क्रिय व्यायामाचा धक्का मोठाच मदतीचा हात देतो व त्यांची स्वास्थ्यकारक मार्गावर वाटचाल सुरू होते. इन्वेझिव प्रोसीजर्सना ई.ई.सी.पी. हा कसा उत्कृष्ट पर्याय आहे हे दाखवणारे संशोधन किती मोठ्या प्रमाणात उपलब्ध आहे, ते आपण पुढच्या प्रकरणात पाहू या.

३.

गुणवत्तेची कसोटी

ई.ई.सी.पी.च्या उपयुक्ततेचा चिकित्सक पुरावा

ई.ई.सी.पी.बद्दलची आनंददायी व सनसनाटी बातमी तर पुढेच आहे. हृदयविकारासाठी ती सर्वांत तर्कशुद्ध उपचारपद्धती तर आहेच, शिवाय सोपी, वेदनारहित व कोणत्याही कापाकापीशिवाय दिली जाते. तसेच आपल्याकडे प्रचंड प्रमाणात शास्त्रशुद्ध संशोधन उपलब्ध आहे, जे निर्विवादपणे ई.ई.सी.पी.ची उपयुक्तता सिद्ध करते. तीस वर्षांपासून जास्त काळ ई.ई.सी.पी. हा संशोधनाचा केंद्रबिंदू राहिला आहे. जर्नल ऑफ द अमेरिकन कॉलेज ऑफ कार्डिऑलॉजी, सर्क्युलेशन व कार्डिऑलॉजी यांसारख्या अग्रेसर वैद्यकीय जर्नलमध्ये ई.ई.सी.पी.ची सुरक्षितता व परिणामकारकता दाखवणारे शंभराहून जास्त शोधनिबंध प्रसिद्ध झाले आहेत. गेल्या काही वर्षांत ही उपचारपद्धती कशी विकसित झाली आहे व हृदयरोगाविरुद्धच्या लढ्यातले हे किती सामर्थ्यवान हत्यार आहे याचा पुरावा या प्रकरणात आपण पाहणार आहोत.

सुरुवातीला

ई.ई.सी.पी. जरी नवीन वैद्यकीय पायंडा पाडत असली, तरी त्यामागचे तंत्रविज्ञान पन्नास वर्षांपेक्षा जास्त काळासाठी अस्तित्वात आहे. हृदय-रक्ताभिसरणात कमतरता जाणवणाऱ्या रुग्णांसाठी फायदेशीर ठरावे या हेतूने 'काउंटरपल्सेशन' तत्त्वावर आधारीत एक प्रयोग हार्वर्डमधील कॅन्ट्रोविट्झ नावाच्या संशोधक बंधूंनी १९५०च्या दशकात केला. इन्ट्राएऑटिक बलून पंप किंवा महारोहिणीतील फुग्याचा पंप नावाचे विशिष्ट काउंटरपल्सेशनचे अंतर्गत यंत्र बनवण्यासाठी हे संशोधन त्यानंतरच्या दशकात वापरण्यात आले. यामध्ये टोकाला फुगा जोडलेली एक बारीक नळी जांघेतील रोहिणीमधून महारोहिणीपर्यंत आत टाकली जाई. गंभीररीत्या आजारी असणाऱ्या हृदयरुग्णांच्या रक्ताभिसरणासाठी त्यामुळे आधार मिळत असे.

हृदयरोहिणींमधून हृदयाच्या स्नायूंना रक्त व प्राणवायू यांचा पुरवठा करण्याचे काम हे यंत्र हृदयाच्या विश्रांतीच्या म्हणजे प्रसरणाच्या अवस्थेत करत असे. फुग्यातील हवा आकुंचनाच्या आधी पटकन सोडली जाई व त्यामुळे हृदयावरचा कार्यभार कमी होई. हे एक जीव वाचवणारे यंत्र होते व अजूनही अपुऱ्या रक्ताभिसरणामुळे मृत्यूच्या जबड्यात असणाऱ्या अनेक हृदयरोग्यांसाठी ताबडतोब मदतीचा हात देणारे वरदान ठरते आहे. हे वर्णन तुम्हाला ओळखीचे वाटत असेल, तर त्याला कारण आहे. ई.ई.सी.पी. अगदी याच पद्धतीने काम करते. फरक इतकाच की, हे यंत्र शरीराच्या आत बसवले जाते व ई.ई.सी.पी. बाह्य उपचार देते.

पुढे १९९० च्या दशकाच्या सुरुवातीला बर्टवेल, सोरॉफ व इतरांनी बाह्य काउंटरपल्सेशन यंत्र तयार केले. ही यंत्राची पहिली पिढी म्हणजे रुग्णांच्या पायावरच्या पट्ट्यांमध्ये पाणी आतबाहेर पंप करणारी जलचलित किंवा हायड्रॉलिक यंत्रणा होती. बलून पंपाप्रमाणेच हृदयरोहिणींमधील रक्तप्रवाह वाढवण्याबरोबरच नीला व लिंफ वाहिन्यांमधील प्रवाह वाढवण्याचा फायदा त्यातून दिसून आला. ते पाहून संशोधकांमधले कुतूहल जागृत झाले. बलून पंपाप्रमाणेच हृदयाला लाभदायक ठरणारी व त्यातच लिंफ वाहिन्यांत प्रवाह वाढवणारी ही बाह्य काउंटरपल्सेशनची यंत्रणा वापरायलाही जास्त सोपी व सुरक्षित होती.

यशसंपादनाचे पहिले चिन्ह

अंजायनाच्या प्रत्येक व्यक्तीच्या दैनंदिन व्यवहारावर व कार्यक्षमतेवर जो परिणाम होतो त्यावर आधारित एक वर्गीकरण पद्धती कॅनडातील हृदयविकार संस्थेने तयार केली. त्यात रुग्णांना चार गटात विभागले जाते. सौम्य अंजायना जाणवणारे पहिल्या गटात, तर तीव्र अंजायना जाणवणारे चौथ्या गटात मोडतात. ई.ई.सी.पी.वरील सर्व वैज्ञानिक संशोधन तिसऱ्या व चौथ्या गटातील व्यक्तींवर केले गेले. एक जिना चढणे किंवा अर्धा किलोमीटर चालणे यांसारख्या साध्या शारीरिक हालचालींवरही ज्यांच्यावर बंधन आलेले असते, अशा व्यक्ती तिसऱ्या गटात येतात. कोणत्याही हालचालींनी किंवा बसल्या-बसल्याही ज्यांना अंजायना होतो अशा व्यक्तींचा चौथ्या गटात समावेश होतो.

बाह्य काउंटरपल्सेशनने हार्टअॅटॅकसाठी किंवा कार्डिओजेनिक शॉकसाठी (संपूर्ण रक्ताभिसरण संस्था निष्क्रिय होणे) उपचार दिल्यास रुग्णाचे आयुष्य वाढते व अंजायना कमी होतो, असे १९७०च्या दशकाच्या सुरुवातीला दिसून आले. बनास, ब्रिला व लेविन यांनी १९७३मध्ये प्रथमच बाह्य काउंटरपल्सेशनवर संशोधन केले. त्यात अंजायनाच्या एकवीस रुग्णांना (पैकी सात तिसऱ्या व चौथ्या गटात मोडणारे होते) पाच दिवस रोज एक तास

उपचार दिले गेले. पाचच सत्रांत सतरा रुग्णांचा अंजायना संपूर्ण नाहीसा झाला. एक महिन्यानंतर काही रुग्णांना सौम्य अंजायना जाणवू लागला, पण एकंदरीत सर्वांची तब्बेत सुधारलेलीच राहिली. दहा जणांचा अंजायना पहिल्या गटात मोडत होता (खूप कष्टाचे काम अथवा व्यायाम केल्यासच छातीत दुखणे. साध्या हालचालींनी नाही.) व आठ जणांना दुसऱ्या गटातल्याप्रमाणे अंजायना जाणवत होता. (म्हणजे भरभर चालण्याने किंवा जिने चढण्याने अंजायना होणे) बाह्य काउंटरपल्सेशनमुळे हृदयाला जास्त रक्त व प्राणवायू-पुरवठा होऊन अंजायना बंद किंवा कमी होतो, असे दाखवणारे हे पहिले संशोधन होते. सहभागी रुग्णाच्या लक्षणांमध्ये झालेल्या सुधारणांप्रमाणेच इतर निष्कर्ष त्यात वस्तुनिष्ठपणे मांडण्यात आले होते. अकरा रुग्णांवर उपचारांनंतर अँजिओग्राफी केली असता पाच जणांमध्ये हृदयाभोवतीचे रक्तवाहिन्यांचे जाळे वाढलेले आढळून आले.

अजून एका संशोधनात हार्टअ‍ॅटॅकने अति दक्षता विभागात दाखल झालेल्या १२९ रुग्णांना औषधे व प्राणवायू या नेहमीच्या उपचारांबरोबर तीन तास ई.ई.सी.पी. देण्यात आली, (अ गट). ज्यांना फक्त प्राणवायू व औषधे दिली गेली अशा हार्ट अ‍ॅटॅकच्या इतर १२९ रुग्णांबरोबर त्यांची तुलना करण्यात आली (ब गट). ज्या रुग्णांना ई.ई.सी.पी. दिली गेली त्यांच्यात मृत्यूचे प्रमाण दुसऱ्या गटाच्या मानाने घटले होते व इतर वैद्यकीय गुंतागुंतही कमी प्रमाणात झाली. (अ गटात मृत्यूचे प्रमाण ८.३ टक्के, तर ब गटात १७.५टक्के होते.) कार्डिओजेनिक शॉकच्या (संपूर्ण हृदयाभिसरण बंद पडणे) रुग्णांना पहिल्याच दिवशी लगेच तीन ते पाच तास ई.ई.सी.पी. उपचार दिल्यास मृत्यूचे प्रमाण ८५% वरून ४५% पर्यंत खाली येते असेही एका शोधनिबंधात नमूद केले होते.

या कालखंडातील प्रतिनिधिक घटना

इतके लक्षवेधक लेखी पुरावे असूनही ई.ई.सी.पी. तंत्रज्ञानाकडे १९७०च्या सुमारास अमेरिकेतील लोकांचे लक्ष वेधले गेले नाही. हृदयधमनीची बायपास शस्त्रक्रिया, अँजिओप्लास्टी यांसारख्या नवनवीन तंत्रज्ञानांवर आधारित इन्वेझिव प्रोसीजर्सवर तेव्हा लक्ष केंद्रित केले गेले.

डॉ. जॉन गिब्बन (१९०३ - १९७३) यांनी हार्ट-लंग मशीन, ज्याला हृदय-फुप्फुसांना बायपास करणारे यंत्र म्हणून ओळखतात, ते शोधून १९५३ साली पहिल्या रुग्णावर याचा यशस्वी प्रयोग केला. या यंत्राद्वारे सर्जन हृदय व फुप्फुस यांना चक्क संपूर्णपणे बायपास करतात. मशीनद्वारे प्राणवायूयुक्त रक्त

शरीरभर पोचवण्याचे काम सुरू असल्यामुळे हृदयावरची शस्त्रक्रिया होईपर्यंत पेशंट जिवंत राहू शकतो. एका महिलेच्या हृदयातील स्नायू उघडून तिच्यातील जन्मजात दोष दुरुस्त करण्यासाठी हे मशीन सर्वप्रथम वापरले गेले.

रोगनिदानासाठी पहिली हृदयधमनीवरची अँजिओग्राफी १९५८मध्ये केली गेली व त्याचा उपयोग हृदयधमनीतील अडथळे शोधण्यासाठी व उपाययोजना ठरवण्यासाठी झाला. अँजिओग्राफीमध्ये (कार्डिअॅक कॅथेटरायझेशन) एक छोटी नळी हाताच्या किंवा पायाच्या रोहिणीतून हृदयापर्यंत टाकली जाते. विशिष्ट डाय आत सोडून एक्स-रेने फोटो घेतले जातात व अडथळ्यांची अचूक जागा शोधली जाते. १९६०च्या काळात या नवीन रोगनिदान पद्धतीमुळे व शस्त्रक्रियेच्या काही वर्षांच्या अनुभवामुळे हार्ट-लंग मशीन वापरून हृदयधमनीवर बायपास शस्त्रक्रिया करण्याचा आत्मविश्वास डॉक्टरांमध्ये वाढू लागला. तसेच शस्त्रक्रियेची सुरक्षितता जाणवू लागली.

या १९६०च्या दशकाच्या मध्यावर सुरू झालेल्या प्रोसीजर्समध्ये पुढच्या दशकात अजून सुधारणा होत राहिल्या. जेव्हा १९७०च्या दशकाच्या सुरुवातीला ई.ई.सी.पी.वरचे पहिले संशोधन प्रसिद्ध होत होते तोपर्यंत बायपास शस्त्रक्रियांची लोकप्रियता प्रचंड वाढून अनेक जणांनी त्यांच्या हॉस्पिटलमध्ये बायपासची सुविधा उपलब्ध करण्याची तयारी केली होती. बायपासची लोकप्रियता वाढतच गेली. काही वर्षे तर सर्वांत जास्त प्रमाणात जगभर केली जाणारी ती शस्त्रक्रिया होती. १९९५ नंतर मात्र हा चढता आलेख बदलून एका पातळीवर स्थिरावला. अजूनही ३१.३ बिलियन डॉलर्स खर्च करून ५५.००० ऑपरेशन्स दर वर्षी अमेरिकेत केली जातात.

तेव्हा पुढारलेल्या तंत्रज्ञानावर आधारित, लोकप्रिय व मोठ्या प्रमाणात केली जाणारी बायपास ही काही एकच शस्त्रक्रिया नव्हती. मानवी हृदयधमनीवर पहिली बलून अँजिओप्लास्टी १९७७मध्ये केली गेली व पहिला स्टेंट १९८७मध्ये बसवला गेला. लेसर, रोटाब्लेटर (धमनीतील पुटे काढणारे फिरणारे यंत्र) व अनेक नवीन प्रकारचे स्टेंट १९८७ ते १९९३ या काळात शोधले जाऊन त्यांच्या सुधारित आवृत्या निघाल्या. तेव्हापासून अँजिओप्लास्टी व स्टेंटचा वापर वाढू लागला व २००० साली त्यांनी बायपासच्या आकड्याला मागे टाकले. उदाहरणार्थ, १९८७ ते २००२मध्ये अँजिओप्लास्टीच्या वापरात ३२४% वाढ झाली. आता प्रतिवर्षी ३४.३ बिलियन डॉलर खर्च करून १२,०४,००० अँजिओप्लास्टी व स्टेंट प्रोसीजर केल्या जातात.

चीनमधील वापर

अमेरिकेतील वैद्यकीय व्यवस्था १९७०च्या दशकात जरी उच्च तंत्रज्ञानयुक्त हृदयविकार उपचारांकडेच संपूर्ण लक्ष केंद्रित करत होती, तरी ई.ई.सी.पी.ला सगळेच काही विसरले नव्हते. शरीरात कोणत्याही कापाकापीशिवाय दिले जाणारे मौल्यवान व परिणामकारक उपचार पाहून चीनमध्ये कमालीचे औत्सुक्य वाढत होते. वैद्यकीय उपचारांमुळे शरीराला आपले आपण बरे होण्यास मदत व्हावी, नैसर्गिक प्रवृत्तींचे संवर्धन व्हावे, त्यात ढवळाढवळ होऊ नये, असे मानणाऱ्या पौर्वात्य तत्त्वज्ञानाशी ई.ई.सी.पी. मिळतीजुळती होती, सुसंगत होती. येत्या काही वर्षांत मात्र चीनने पाश्चिमात्य पद्धतींचा जास्त आंगिकार करायला सुरुवात केली आहे, पण त्या काळात शस्त्रक्रिया व इतर इन्वेझिव प्रोसीजर्स अगदी शेवटचा उपाय म्हणूनच वापरले जात.

चीनमधील सन-यात-सेन वैद्यकीय विद्यापीठातील डॉ. झेंग शेंग झेंग व त्यांचे सहकारी यांनी १९७०च्या दशकात ई.ई.सी.पी.च्या तंत्रज्ञानात अजून थोडी सुधारणा केली व हवा भरून उघडझाप होणारे, वापरायला सोपे व सुखकारक असे वातशक्तीचलित पट्टे तयार केले. पोटऱ्या, मांड्या व नितंब यांना बांधल्या जाणाऱ्या व हृदयाकडे जास्त रक्तपुरवठा करणाऱ्या रक्तदाबाच्या पट्ट्यामध्येही आजकाल हेच डिझाइन वापरले जात आहे. चिनी शास्त्रज्ञांनी त्यात अजून हाताला बांधले जाणारे पट्टेपण वापरले होते व त्याला एस. ई. सी. पी. किंवा सिक्वेन्शिअल ई. सी. पी. म्हटले जाई.

चीनमध्ये १९९०च्या सुमारास जवळजवळ १८०० ई.ई.सी.पी. केंद्रे कार्यरत होती. सहा हजारांहून जास्त रुग्णांचा सहभाग असणारे संशोधन तिथे प्रसिद्ध झाले व ९०% सहभागी रुग्णांमध्ये ई.ई.सी.पी.ने सुधारणा दिसून येते, असा निष्कर्ष निघाला. ई.ई.सी.पी.च्या ७४% रुग्णांमध्ये हृदयरोगाच्या लक्षणांमध्ये झालेली सुधारणा उपचारांनंतर सात वर्षे टिकून राहिली, असे एका जास्त काळ चाललेल्या संशोधनाने दाखवून दिले. तसेच फक्त औषधोपचार घेत असलेल्या रुग्णांपेक्षा ई.ई.सी.पी.च्या रुग्णांना त्यानंतरच्या आठ वर्षांत हृदयरोगाने मृत्यू येण्याची शक्यता चार पटीने कमी झाली असेही दिसून आले.

१९७०च्या मध्यापासून ते १९९०च्या मध्यापर्यंतच्या काळात चीनमध्ये हृदयरोगासाठी ई.ई.सी.पी. ही सर्वांत प्रथम वापरली जाणारी विश्वासार्ह उपचारपद्धती बनली होती. याला अनेक कारणे होती. आधी सांगितल्याप्रमाणे चिनी लोक शेवटचा उपाय म्हणूनच शस्त्रक्रियांकडे वळत. म्हणून बायपास किंवा अँजिओप्लास्टीसारख्या इन्वेझिव प्रोसीजर्सचे जसे अमेरिकेत पेव फुटले, तसे

चीनमध्ये ऐकिवातही नव्हते. तसेच शरीरामध्ये कमी ढवळाढवळ करणाऱ्या नैसर्गिक उपचारांकडे चिनी लोकांचा कल होता. परिणामकारकता आणि सुरक्षितता सिद्ध झालेली ई.ई.सी.पी.ची निवड जास्त योग्य समजली जात होती.

ई.ई.सी.पी.च्या प्रचंड लोकप्रियतेचे रहस्य त्या काळच्या चीनमधल्या आरोग्यरक्षक यंत्रणेच्या स्वरूपात दडलेले आहे. काही वर्षांपूर्वीपर्यंत चीनमधल्या डॉक्टरांना प्रत्येक पेशंटच्या दवाखान्यातील व्हिझिटचा किंवा ऑपरेशनचा वेगळा मोबदला मिळत नसे. याउलट जास्तीत जास्त रुग्णांवर नैसर्गिक उपचार करून हॉस्पिटल अ‍ॅडमिशन टाळण्याच्या त्यांच्या 'यशाच्या' प्रमाणात त्यांना पगार दिला जाई. (अमेरिकेतील यंत्रणा याच्या पूर्ण विरुद्ध आहे. येथे प्रत्येक तपासणी, चाचण्या, ऑपरेशन व हॉस्पिटल अ‍ॅडमिशनचा मोबदला दिला जातो.) म्हणूनच अनावश्यक उपचार, ऑपरेशन व दुष्परिणाम टाळण्यासाठी व आरोग्य संपन्न राहण्यासाठी रुग्णांना मदत करणे हे चीनमधील डॉक्टरांचे उद्दिष्ट होते. त्यामुळे तेथील एक मिलियन व्यक्तींना ई.ई.सी.पी. दिली गेली आहे, यात काहीच आश्चर्य नाही. आणि चीनमध्ये ई.ई.सी.पी. ही काही आयुष्यात एकदा घेण्याची उपचारपद्धती नाही. उलट कित्येक व्यक्ती काही काळानंतर पुन्हा पुन्हा ई.ई.सी.पी. घेतात. नियमित सुस्थितीत राहण्यासाठी त्यांचा तो कार्यक्रम असतो.

आज चीनच्या आरोग्यरक्षक संस्थांमध्ये मोठे परिवर्तन घडून येत आहे. देशाच्या अनेक सांस्कृतिक अंगांबरोबरच इतर अनेक बाबींमध्ये पाश्चिमात्य विचारसरणीचा प्रवेश झाला आहे. वैद्यकीय व्यवस्था अमेरिकेसारख्या पाश्चिमात्य देशांच्या पावलावर पाऊल ठेवत आहे व इन्वेझिव प्रोसीजर्स मोठ्या प्रमाणावर केल्या जात आहेत; पण ई.ई.सी.पी. ही आधुनिक हृदयरोगाच्या उपचारांमध्ये महत्त्वाचा उपचार म्हणून गणली जाते. तिचा एक पर्याय म्हणून बरोबरीने विचार व्हावा यासाठी तिथले ई.ई.सी.पी.चे पुरस्कर्ते प्रयत्नशील आहेत.

चीनमध्ये ई.ई.सी.पी. उपचारांनी फक्त हृदयरोग्यांच्या आयुष्यातच नाही, पण इतर रक्ताभिसरणाचे आजार, अंध्यत्व, पक्षघात, पार्किसन्स असे आजार असणाऱ्या व्यक्तींच्या आयुष्यातही मोठी सुधारणा घडवून आणण्यात यश मिळवले आहे. अनेकविध आजारांच्या उपचारात ई.ई.सी.पी. कार्यान्वित करण्यामध्ये चीन खूपच आघाडीवर आहे व त्यामुळेच प्रोत्साहन देणारी भविष्याची झलकही आपणास दाखवत आहेत. हृदयरोगाव्यतिरिक्त इतर कोणत्या आजारांमध्ये ई.ई.सी.पी. फायदेशीर ठरते, ते आपण पाचव्या प्रकरणात पाहणार आहोत.

अमेरिकेत पाऊल रोवले

अमेरिकेतील हृदयरोगतज्ज्ञांमध्ये १९९२मधील वैद्यकीय शोधनिबंधाच्या प्रसिद्धीनंतर ई.ई.सी.पी.बद्दलची उत्सुकता पुन्हा चेतवली गेली. न्यूर्यार्क राज्यातील, स्टोनी ब्रुक विद्यापीठातील संशोधकांनी अत्यंत निराशाजनक परिस्थितीतल्या अठरा हृदयरुग्णांना यात सहभागी करून घेतले होते. सर्व प्रकारच्या शस्त्रक्रिया व औषधोपचारांनंतरही अंजायनाने त्रस्त असणाऱ्या या अठरा व्यक्तींमध्ये आता कोणतीही प्रोसीजर करणे अशक्य होते. ई.ई.सी.पी. उपचारांच्या आधी सर्व जणांवर न्यूक्लिअर स्ट्रेस टेस्ट करण्यात आली, जिच्यात प्रत्येकाच्या हृदयाला अपुरा रक्तपुरवठा असल्याचे दिसून आले. सात आठवड्यांच्या काळात रोज एक तास याप्रमाणे (शनिवार-रविवार सोडून) पस्तीस सत्रांत त्यांना ई.ई.सी.पी. उपचार दिले गेले. उपचारांच्या शेवटी सर्व रुग्णांच्या अंजायनामध्ये सुधारणा होती व इतर काही दुष्परिणाम जाणवले नव्हते. सोळा (८९%) व्यक्तींना दैनंदिन जीवनात अंजायना जाणवणे बंद झाले. बारा (६६%) पेशंटमध्ये हृदयातील रक्ताभिसरण ठरवणारी न्यूक्लिअर स्ट्रेस टेस्ट पूर्णपणे नॉर्मल झाली होती, तर दोन (११%) रुग्णांमध्ये ही तपासणी संपूर्ण नॉर्मल झाली नसली, तरी त्यात भरपूर सुधारणा होती. न्यूक्लिअर स्कॅन सुधारलेले हे चौदा (७७%) पेशंट ई.ई.सी.पी.नंतर २२% जास्त वेळ ट्रेड मिलवर व्यायाम करू शकत होते. बाकी चार (२२%) रुग्णांमध्ये मात्र स्ट्रेस टेस्टच्या निकालात काही फरक पडला नव्हता.

हे उल्लेखनीय परिणाम पाहून हृदयविकार तज्ज्ञांना आश्चर्याचा धक्का बसला. पण खरा प्रश्न होता, या सुधारणा टिकतील का? याच अठरा रुग्णांवर मूळच्याच संशोधकांनी जेव्हा तीन वर्षे पाठपुरावा करून पुन्हा नवे निष्कर्ष प्रसिद्ध केले तेव्हा या प्रश्नाचे उत्तर मिळाले. काही जणांची ई.ई.सी.पी.नंतर औषधांची मात्रा बदलली होती. आठ रुग्णांनी ई.ई.सी.पी.ची जास्त सत्रे केली होती, पण ते सोडता, इतर कोणीही इन्वेझिव प्रोसीजर पहिल्या ई.ई.सी.पी.नंतर घेतली नव्हती. स्ट्रेस टेस्ट सुधारलेल्या आधीच्या चौदा रुग्णांपैकी अकरा (७९%) जणांची सुधारणा तीन वर्षे टिकून राहिली होती व सर्व लक्षणे बंद झाली होती. एकाला हार्ट ॲटॅक आला होता, एकाची बायपास झाली होती व एकाचा पाठपुरावा होऊ शकला नव्हता. ज्यांच्या अंजायनामध्ये सुधार होता, पण स्ट्रेसटेस्ट तशीच होती अशा चार जणांपैकी दोघांच्या अंजायनामध्ये तसाच सुधार तीन वर्षे राहिला, तर एकाची बायपास व एकाची अँजिओप्लास्टी झाली. संशोधनाच्या सुरुवातीला हे सर्व गंभीर हृदयरोग असणारे अठरा जण औषधोपचार व शस्त्रक्रियांनी तब्बेत सुधारत नसल्याने निराशाजनक अवस्थेत सहभागी झाले

होते. ई.ई.सी.पी.नंतर तीन वर्षांनी यातले कोणीही मृत्यूमुखी पडले नव्हते व चौदा जण तर अंजायनापासूनही मुक्त राहू शकले होते.

आयुष्यमान वाढल्यामुळे हृदयरोगही वाढीस लागतो आहे

अमेरिकेतील हृदयरोगाच्या बदलत्या स्वरूपामुळे ई.ई.सी.पी.कडे पुन्हा लक्ष वेधले गेले आहे. येत्या काही दशकात झालेल्या वैद्यकीय प्रगतीमुळे आपले आयुष्यमान वाढले आहे. अमेरिकन माणूस जास्त जगत असल्याने हृदयरोग होतो आहे. नवनवीन औषधोपचारामुळे जीवनमान वाढते आहे व त्यामुळे सध्याच्या वृद्ध, दुर्बल व गंभीर हृदयरोग असणाऱ्या व्यक्तींसाठी सुयोग्य उपचारांची गरज भासते आहे. असे पाहा, ज्या एक मिलियन व्यक्तींवर बायपास किंवा अँजिओप्लास्टी १९७०च्या दरम्यान झाली, ते १९९०पर्यंत जगू शकले. हळूहळू जुन्या आजाराची लक्षणे जाणवू लागल्यामुळे पुन्हा डॉक्टरांच्या गाठीभेटी सुरू झाल्या, पण जसे वय वाढले, तशा तब्येतीच्या इतर समस्या वाढल्यामुळे दुसरी प्रोसीजर करण्याचे धोकेही वाढले. गुंतागुंतीचा हृदयविकार असणाऱ्या वृद्ध व दुर्बल रुग्णांच्या वाढत्या संख्येला नवीन पर्याय उपलब्ध करून देण्याची आवश्यकता जाणवू लागली. ई.ई.सी.पी.सारख्या सुरक्षित व इन्वेझिव नसणाऱ्या उपचारांची हृदयरोग तज्ज्ञांनी पुन्हा दखल का घेतली, संशोधकांनी ई.ई.सी.पी.ची परिणामकारकता तपासण्यासाठी पुन्हा नवीन अभ्यासाला का सुरुवात केली, हे आता लक्षात येईल.

एफ. डी. ए.ची (फेडरल ड्रग असोसिएशन) अधिकृत मान्यता

येत्या काही वर्षांत मोठ्या प्रमाणावर प्रसिद्ध झालेल्या सर्व संशोधनाने ई.ई.सी.पी.च्या सुरक्षिततेवर व परिणामकारकतेवर शिक्कामोर्तब केले. याला प्रतिसाद देताना एफ.डी.ए.ने १९९८मध्ये दीर्घ काळच्या अंजायनाच्या (क्रॉनिक स्टेबल अंजायना व रक्ताभिसरण बंद होणाऱ्या कार्डिओजेनिक शॉकच्या) पेशंट्समध्ये ई.ई.सी.पी. उपचारांना मान्यता दिली. जपानमधील तोक्यो विद्यापीठातील वैद्यकीय महाविद्यालयाने बलून पंप व ई.ई.सी.पी.चा तुलनात्मक अभ्यास केला. हार्टअॅटॅकनंतर तत्काळ अँजिओप्लास्टी करण्यात आलेल्या पेशंट्समध्ये या दोन्ही तंत्रांनी सारख्या प्रमाणात हृदयाचे रक्ताभिसरण सुधारले असे दिसले. खरेतर पर्यायी रक्तवाहिन्यांमध्ये रक्तदाब वाढवण्यात व हृदयाची आकुंचन शक्ती सुधारण्यात ई.ई.सी.पी. थोडी सरसच होती. हे संशोधन प्रसिद्ध झाल्यानंतर बाहेरून उपचार करणारा बलून पंप अशी ई.ई.सी.पी.ला मान्यता मिळाली व जीवनरक्षण करणाऱ्या उपचार तंत्रामध्ये त्याची गणना होऊ लागली. नुकतेच म्हणजे सन २००२मध्ये एफ.डी.ए.ने ई.ई.सी.पी.ची

मदत होईल अशा आजारांच्या यादीत हार्ट फेल्युअरच्या रुग्णांनाही उपचारांसाठी मान्यता दिली आहे. या आशादायक घडामोडींची चर्चा आपण पुढील प्रकरणात करणार आहोतच.

संशोधनाचा प्रसार व प्रचार

जसे देशभरातील व बाहेरील अनेक रुग्णांना १९९०मध्ये ई.ई.सी.पी. उपचार उपलब्ध झाले, तसे त्यावरील शास्त्रशुद्ध संशोधनही वाढीस लागले. ई.ई.सी.पी.चे टिकावू फायदे कोणते आहेत यावर जास्त करून लक्ष केंद्रित केले गेले व पुन्हा पुन्हा ते सिद्धही झाले. ई.ई.सी.पी.च्या क्षेत्रातील आघाडीचे संशोधक डॉ. विल्यम लॉसन यांनी खूप गंभीर हृदयरोग असणाऱ्या तेहतीस पेशंटचा अभ्यास केला. अनेक शस्त्रक्रिया व औषधोपचार होऊनही पेशंटचा त्रास कमी होत नव्हता. प्रत्येकाला ३५ तास ई.ई.सी.पी. उपचार दिले गेले व नंतरची पाच वर्षे या सर्वांचा पाठपुरावा करण्यात आला.

सुरुवातीला ई.ई.सी.पी. संपल्या संपल्या सर्व तेहतीस जणांना अंजायनामध्ये सुधारणा जाणवली. न्युक्लिअर स्ट्रेस टेस्टमध्ये सव्वीस पेशंट्समध्ये (७९%) हृदयाचा रक्तपुरवठा सुधारला होता व अकरा (३३%) रुग्णांची औषधे कमी झाली होती. पुढील पाच वर्षांच्या नियमित निरीक्षणात असे दिसले की, तेरा (४०%) पेशंटना जास्तीचे ई.ई.सी.पी. उपचार दिले गेले व एकूण एकोणतीस (८८%) पेशंट जिवंत होते. ज्या सव्वीस जणांमध्ये ई.ई.सी.पी.नंतर तत्काळ न्युक्लिअर स्ट्रेस टेस्टमध्ये सुधारणा दिसली होती, त्यांपैकी चोवीस जणांना पुढील पाच वर्षांत हार्ट ॲटॅक आला नाही व इतर प्रोसीजरची गरज भासली नाही. मूळ गटातील फक्त एकाला हार्ट ॲटॅक आला व दोघांवर शस्त्रक्रिया झाली. हे सर्व जण शेवटच्या स्टेजचे हृदयरुग्ण होते. त्यांच्यावर प्रोसीजर अशक्य होती व औषधांनी त्रास कमी होत नव्हता. हे लक्षात घेता, वरील सर्व निष्कर्ष केवळ अविश्वसनीय व असामान्य होते. आणि विलक्षण गोष्ट अशी की, कमी धोका असणाऱ्या व प्रथमच हृदयरोगाचे निदान झालेल्या रुग्णांवर बायपास केल्यावर मिळतात तेवढे हे फायदे मिळत होते.

ई.ई.सी.पी.मुळे हृदयाच्या स्नायूंचा रक्तपुरवठा वाढतो, हे अनेक शोधनिबंधांमधून दाखवले गेले. पॉसिट्रॉन इमिशन टोमोग्राफीने (PET Scan पेट स्कॅन) हृदयातील रक्तप्रवाह व प्राणवायूचा पुरवठा ई.ई.सी.पी.च्या आधी व नंतर कसा होतो ते अचूकपणे दाखवले जाते. (आकृती ५). हृदयाला जास्तीचा रक्तपुरवठा करणाऱ्या पर्यायी हृदयरोहिणी विकसित करून आपले शरीर वाढीव रक्तपुरवठ्याला प्रतिसाद देत असते. ई.ई.सी.पी. नुसता हृदयाचा रक्तपुरवठा वाढवून अंजायना

कमी करते असे नव्हे, तर हृदयरोगासाठी सुरक्षा व प्रतिबंधात्मक फायदेही पुरवते. अजून एका दीर्घ काळ चाललेल्या संशोधनात ११७ ई.ई.सी.पी. दिलेल्या पेशंटची तुलना फक्त औषधे दिलेल्या १९८ पेशंटबरोबर करून त्यांचे सात वर्षांपर्यंत निरीक्षण करण्यात आले. फक्त औषधे दिलेल्या गटामध्ये हार्टअॅटॅक व हृदयरोग यांनी मृत्यू येण्याची शक्यता ई.ई.सी.पी. गटापेक्षा २.३ पटीने जास्त होती, असे संशोधकांना दिसून आले.

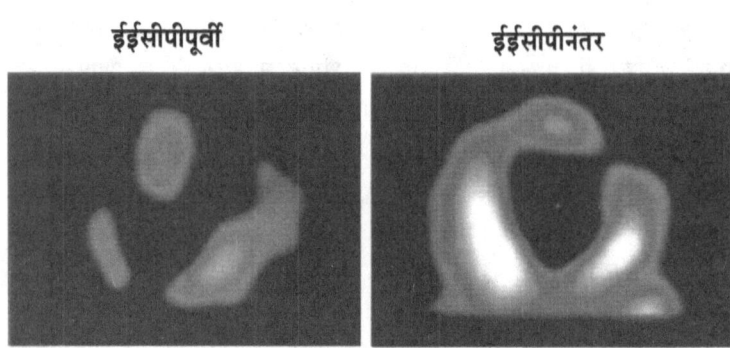

आकृती ५ : ईईसीपीनंतर हृदयाचा वाढलेला रक्तप्रवाह दाखविणारा पेट स्कॅन

सर्व पर्याय तोलून मापून पाहू या

बायपास सर्जरी व अँजिओप्लास्टी यावरील निष्कर्षांचा वरील निष्कर्षांबरोबर तौलनिक अभ्यास करून पाहू. (आकृती ६) बायपास व अँजिओप्लास्टी यांचा तुलनात्मक अभ्यास सर्वांत मोठ्या बायपास अँजिओप्लास्टी रिव्हॅस्क्युलरायझेशन इन्व्हेस्टिगेशन (BARI) स्टडीत केला गेला. या रॅन्डमाइज्ड क्लिनिकल ट्रायलमध्ये (वैद्यकीय संशोधनातील मान्यताप्राप्त पद्धती) २१ टक्के बायपासच्या व २२ टक्के अँजिओप्लास्टीच्या पेशंट्सना शस्त्रक्रियेनंतर पहिल्या पाच वर्षांत हार्टअॅटॅक किंवा मृत्यू आला होता, असे दिसून आले. तसेच त्या काळात ८% बायपासच्या व ४% अँजिओप्लास्टीच्या पेशंट्सना पुन्हा बायपास किंवा इतर प्रोसीजर यांची गरज पडली. जर्मनीतील संशोधनात पहिल्या वर्षात १८% रुग्णांना हार्टअॅटॅक अथवा मृत्यू आला किंवा पुन्हा प्रोसीजर करावी लागली, असे दिसून आले. रॅन्डमाइज्ड इन्टरव्हेन्शन ट्रीटमेंट ऑफ अंजायना (रीटा) स्टडीमध्ये १६% बायपासच्या व १७% अँजिओप्लास्टीच्या रुग्णांना पहिल्या ६.५ वर्षांत हार्टअॅटॅक अथवा मृत्यू आला. तसेच त्या काळात १३% बायपासच्या व ४५% अँजिओप्लास्टीच्या

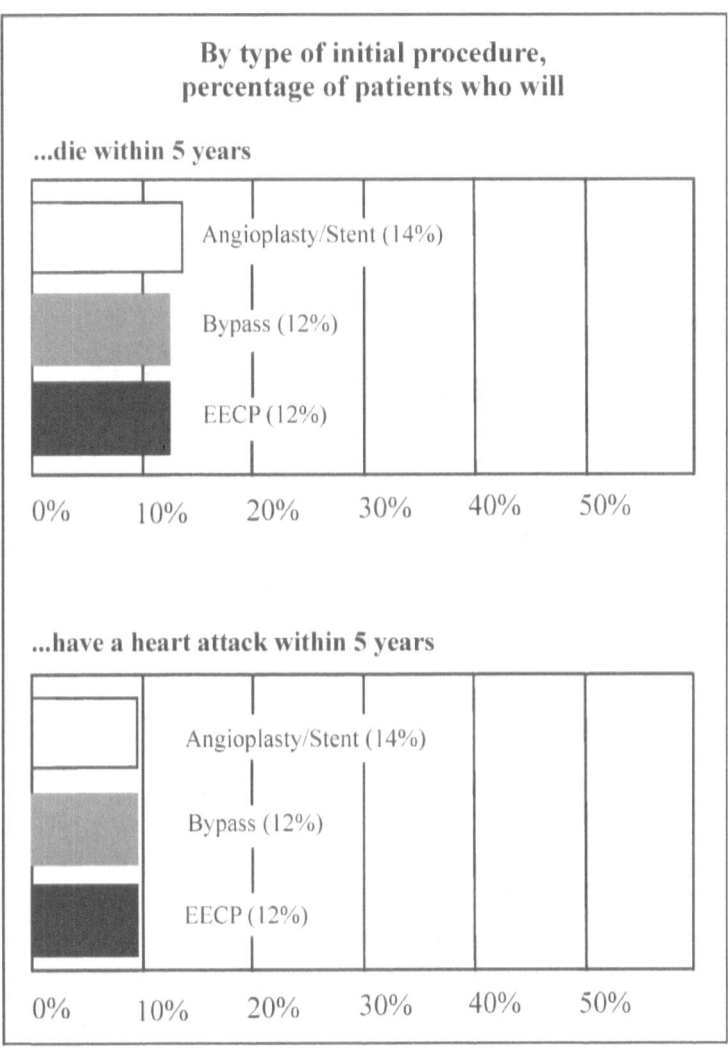

आकृती ६ : अँजिओप्लास्टी-स्टेंट बायपास व ईईसीपीच्या पेशंटमधील हार्ट अ‍ॅटॅक व मृत्यूचा धोका. यात महत्त्वाची गोष्ट म्हणजे ईईसीपीचे पेशंट जास्त आजारी होते व त्यांच्यावर आधीच्या शस्त्रक्रिया किंवा गुंतागुंतीच्या प्रोसीजर झाल्या होत्या. अँजिओप्लास्टी व बायपासच्या पेशंटवरची ही पहिलीच प्रोसीजर होती.

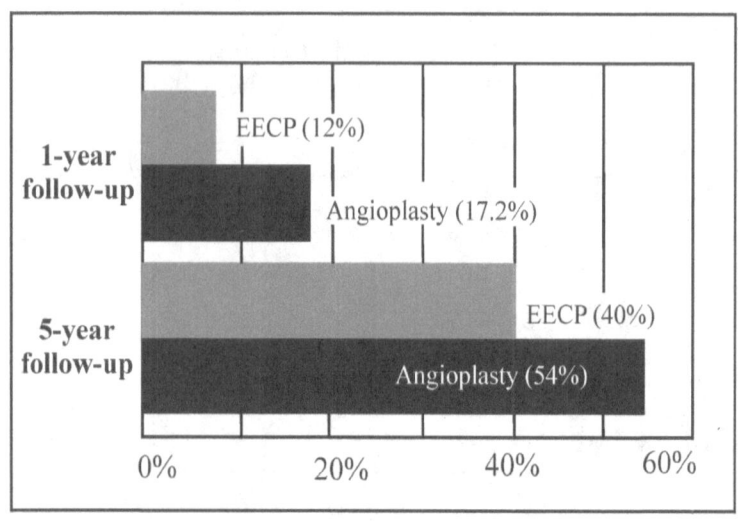

आकृती ७ : ईईसीपी व अँजिओप्लास्टीच्या पेशंटना पुनः उपचार लागण्याचे उपचार

रुग्णांना पुन्हा शस्त्रक्रियेची गरज भासली.

आत्यंतिक अंजायना असणाऱ्या (सर्व औषधोपचार, शस्त्रक्रिया करूनही लक्षणे जाणवणाऱ्या) व ई.ई.सी.पी. दिलेल्या ३२३ पेशंटची जेव्हा प्रथमच हृदयरोगाचे निदान होऊन व ठरवून अँजिओप्लास्टी केलेल्या ४४८ रुग्णांशी तुलना केली गेली, तेव्हा विलक्षण निष्कर्ष निघाले. ई.ई.सी.पी.च्या गटातील बऱ्याच जणांना गुंतागुंतीचा वैद्यकीय इतिहास होता – आधीची अँजिओप्लास्टी (५३% विरुद्ध ३३.३%), आधीची बायपास (४२.२% विरुद्ध १८.६%), आधीचा हार्टअॅटॅक (५६.४% विरुद्ध २७.८%) आधीचे हार्ट फेल्युअर (१६.८% विरुद्ध ९.२%) व मधुमेह (३७.९% विरुद्ध २३.५%) इ. आपापले उपचार मिळाल्यानंतरच्या एका वर्षात दोन्ही गटांमध्ये जिवंत राहण्याचे प्रमाण ९६%पेक्षा जास्त होते, असे पीटसबर्ग विद्यापीठातील संशोधकांना दिसले. पहिल्या उपचारानंतर परत बायपास लागणाऱ्या रुग्णांचे प्रमाणही दोन्ही गटांत ५%च होते. लक्षात घ्या, ई.ई.सी.पी. गटाचे रुग्ण सुरुवातीलाच खूप जास्त आजारी होते. त्यांना गुंतागुंतीच्या वैद्यकीय समस्या होत्या, तरीही कमी आजारी असणाऱ्या व अँजिओप्लास्टी केलेल्या रुग्णांइतकेच फायदे त्यांनाही मिळाले हे महत्त्वाचे आहे. (आकृती ७)

फायद्यांची मोठी व्याप्ती

पेशंटचे हॉस्पिटल-ॲडमिशनचे दिवस कमी करण्यापासून त्यांना कार्यक्षम बनवण्यापर्यंत, त्यांचा मानसिक दृष्टिकोन सुधारण्यापासून त्यांच्या जीवनात आनंद निर्माण करण्यापर्यंत अनेकविध नाट्यमय फायदे ई.ई.सी.पी.मुळे दिसून येतात. कसे, ते जरा सविस्तरपणे पाहू या.

कार्यक्षमता वाढवते, आयुष्याची प्रत सुधारते

ई.ई.सी.पी.मुळे पेशंटची व्यायाम करण्याची व शारीरिक कामात सहभागी होण्याची क्षमता वाढते. ही वाढ ट्रेड मिलवर चालण्याच्या वेळामध्ये व स्ट्रेस टेस्टच्या दरम्यानच्या हृदयाच्या रक्ताभिसरणामध्ये मोजता येते. न्यूयॉर्क वैद्यकीय महाविद्यालयातील संशोधकांनी ई.ई.सी.पी.च्या आधी व नंतर पेशंटच्या जास्तीत जास्त व्यायाम करण्याच्या क्षमतेचे निरीक्षण केले. अंजायना असणाऱ्या २५ जणांनी छातीत दुखणे, दम लागणे, थकणे किंवा इतर कोणत्याही कारणांनी थांबायला लागेपर्यंत जमेल तेवढा व्यायाम केला (मॅक्सिमम सिम्टम लिमिटेड एक्झरसाइज टॉलरन्स टेस्ट). ई.ई.सी.पी.ची पस्तीस सत्रे पूर्ण झाल्यानंतर २५ पैकी २३ जणांमध्ये लक्षणे पूर्ण नाहीशी किंवा बरीच कमी झाली होती व दैनंदिन व्यवहार कोणत्याही बंधनांशिवाय करण्याची क्षमता वाढली होती. उपचारानंतर केलेल्या स्ट्रेस टेस्टमध्ये हे सगळे जण ट्रेड मिलवर जास्त वेळ व भराभर चालू शकले; तेही कोणत्याही त्रासाशिवाय. आधीपेक्षा जास्त जोमाने व्यायाम करत असूनही त्यांच्या हृदयाचे रक्ताभिसरण सुधारले होते. या निरीक्षणांचे तात्पर्य असे की, जेव्हा हृदयाला जास्त रक्तपुरवठा मिळतो तेव्हा ते जास्त जोमाने व जास्त वेळ कार्यक्षम राहून काम करू शकते.

अंजायनाच्या १७५ पेशंटचा समावेश असलेले अजून एक संशोधन अमेरिका, युरोप व आशियामधील सात सेंटर्समध्ये करण्यात आले. त्यातील तीन चतुर्थांश पेशंट्सची ॲंजिओप्लास्टी किंवा स्टेंटची प्रोसीजर पूर्वी झाली होती. ४१ टक्के पेशंट्सची आधी बायपास झाली होती. साधारण अर्ध्या (५१%) जणांना कमीत कमी एक हार्ट ॲटॅक येऊन गेला होता आणि २१% पेशंटना मधुमेह होता. ई.ई.सी.पी. सुरू होण्याआधी व्यायामाची क्षमता तपासण्यासाठी एक्झरसाइज स्ट्रेस टेस्ट सर्व पेशंटवर करण्यात आली. ३५ सत्रांचे उपचार पूर्ण झाल्यानंतर कोणाचीच तब्बेत जास्त बिघडलेली नव्हती. उलट ८५% पेशंटचा अंजायना कमी झाला होता. ९७ पेशंटमध्ये जितका व्यायाम केल्यानंतर एक्झरसाइज स्ट्रेस टेस्ट ई.ई.सी.पी. पूर्वी थांबवली होती तितका झाल्यावर आतापण टेस्ट

यशाचे भाकीत वर्तवताना

कोणत्या पेशंटना ई.ई.सी.पी.चे उत्कृष्ट परिणाम मिळतील याचा अंदाज बांधता येतो का? वैद्यकशास्त्रात उपस्थित होणारा हा एक नेहमीचा व महत्त्वाचा प्रश्न आहे. ज्या उपचारांनी सर्वांत जास्त फायदा होईल, असेच उपचार त्या त्या रुग्णांसाठी निवडण्याचा डॉक्टरांचा प्रयत्न असतो. ई.ई.सी.पी.च्या बाबतीतील निर्णय हृदयातील रक्ताभिसरणाच्या रचनेला विचारात घेऊन केला जातो. तीन मोठ्या रक्तवाहिन्या हृदयाला रक्त पुरवतात. अर्थातच त्यांच्या अनेक शाखा व उपशाखा तयार होऊन हृदयाच्या आत-बाहेर पसरतात; पण मोठ्या अशा तीनच रोहिणी आहेत. या तिघींपैकी किती रोहिणींमध्ये अडथळा आहे किंवा रोग आहे त्यानुसार एक, दोन की तीन रोहिणींचा आजार आहे ते ठरवले जाते. एका वैद्यकीय संशोधनात ५० पेशंटमध्ये अँजिओग्राफीच्या माध्यमातून मोठ्या हृदयरोहिणींमधील अडथळ्यांनुसार हृदयरोगाच्या तीव्रतेचे वर्गीकरण करण्यात आले. ३५ सत्रांचे ई.ई.सी.पी. उपचार पूर्ण केल्यानंतर सर्व जणांनी अंजायना कमी झाल्याचे सांगितले व प्रत्येकावर उपचारांचा परिणाम ठरवण्यासाठी न्युक्लिअर स्ट्रेस टेस्ट करण्यात आली. एका रोहिणीत आजार असलेल्यांच्या ९५% (एकोणतीस पैकी अठरा), दोन रोहिणीत आजार असलेल्यांच्या ९०% (एकोणीस पैकी सतरा) व तीन रोहिणीत आजार असलेल्यांच्या ४२% (बारापैकी पाच) रक्तपुरवठ्यात सुधारणा दिसून आली. एकूण परिणामकारक निकाल ८०% (पन्नास पैकी चाळीस) रुग्णांमध्ये दिसून आला.

कोणते पेशंट ई.ई.सी.पी.मधून सर्वांत जास्त लाभ मिळवू शकतील हे अनुमान बांधण्याचा एक मार्ग आहे. एक जरी हृदयरोहिणी चांगली असेल; मग मूळच्या मोठ्या रोहिणींपैकी असो किंवा शस्त्रक्रिया किंवा बायपासने चांगली बनलेली रोहिणी असो, ती हृदयाच्या स्नायूंमध्ये खोलवर रक्तपुरवठा करून मगच शाखा व उपशाखांमध्ये विभागली जाते. ही खुली हृदयरोहिणी तिथला रक्तदाब व एकूण रक्तप्रवाह वाढवून हृदयाचे रक्ताभिसरण खोलपर्यंत सुधारू शकते व त्यामुळे दूरगामी फायदे मिळतात. हृदयरोग जितक्या जास्त रोहिण्यांना ग्रासतो तितका त्यांचा सुधारण्याचा वेग मंदावतो, कारण आतपर्यंत रक्त पोहोचवणाऱ्या पर्यायी रोहिणींचे प्रमाण कमी असते; पण थोड्या जास्त काळानंतर ह्या पेशंटमध्येही सुधारणा दिसते. म्हणून जास्त हृदयरोग असताना बरेचदा पन्नास किंवा जास्त सत्रांसाठी उपचार देऊन असे फायदे मिळवता येतात.

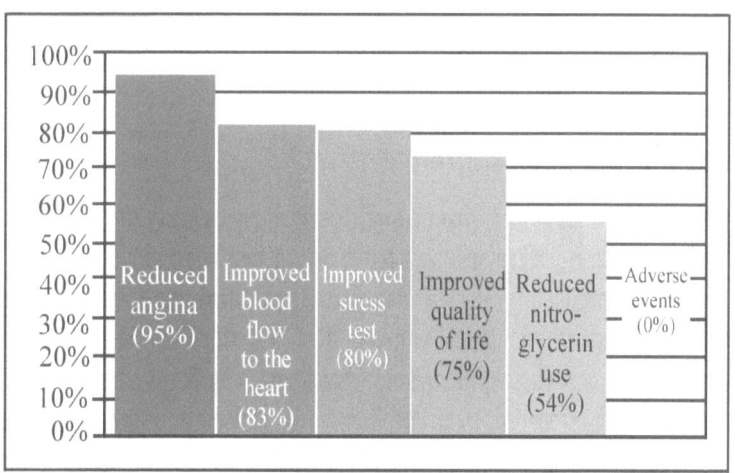

आकृती ८ : ३ वर्षे किंवा अधिक काळापर्यंत टिकणारे ईईसीपीचे फायदे

थांबवण्यात आली. दोन्हींची तुलना केल्यावर दिसले की, त्यातील ८३ जणांच्या हृदयाचा रक्तपुरवठा सुधारला होता.

उरलेल्या सर्व पेशंटनी ई.ई.सी.पी.च्या आधी केली होती तशीच स्ट्रेस टेस्ट जेव्हा पुन्हा केली तेव्हा ते बराच जास्त वेळ व्यायाम करून मगच थांबले. ज्यांची व्यायामाची क्षमता वाढती होती त्यांच्यापैकी ५४% पेशंट्‌समध्ये ई.ई.सी.पी.नंतर हृदयाच्या रक्तपुरवठ्यात वाढ झाली होती. जेव्हा व्यक्ती भरपूर व्यायाम करत असते तेव्हा हृदयाला भरपूर रक्ताची गरज भासत असते. ई.ई.सी.पी.ने बंद रोहिणी काही पुन्हा उघडत नाही. म्हणजेच ५४% रुग्णांमध्ये हृदयाभोवती पर्यायी मार्गांच्या माध्यमातून नैसर्गिक बायपास तयार करून ई.ई.सी.पी.ने हृदयाचा रक्तपुरवठा वाढवला, असा निष्कर्ष या संशोधनातून दिसतो. सहा महिन्यांनंतर पुन्हा निरीक्षण केले तेव्हा हे सर्व फायदे टिकून होते असे दिसले.

हॉस्पिटलमधील मुक्काम कमी होणे.

खूप गंभीर हृदयरोग असणाऱ्या पेशंट्‌समध्ये ई.ई.सी.पी.मुळे हॉस्पिटलमध्ये ॲडमिट होण्याचे प्रमाण व मुक्कामाचे दिवस कमी होतात. ऑपरेशन अशक्य असणाऱ्या व औषधांनी अंजायना कमी न होणाऱ्या ४० पेशंटवर आयर्लंडमध्ये संशोधन करण्यात आले. उपचाराच्या पस्तीस सत्रांनंतर अंजायना, व्यायामाची क्षमता व हृदयाचा रक्तपुरवठा ८७% पेशंटमध्ये आश्चर्यकारकरित्या सुधारला. ई.ई.सी.पी.पूर्वी असणारा सरासरी १४.५ दिवसांचा हॉस्पिटलमधील मुक्काम ई.ई.सी.पी. नंतरच्या

वर्षात सरासरी ७-८ दिवसांवर आला. ई.ई.सी.पी.ने पेशंटच्या आयुष्याची प्रत उंचावली. शारीरिक कार्यक्षमता, तंदुरुस्ती, उत्साह व मानसिक आरोग्य, तसेच समाजातील वावरही खूप सुधारला.

मानसिक आरोग्यात सुधारणा

ई.ई.सी.पी.मुळे पेशंटची स्वत:च्या आरोग्याकडे व आयुष्याकडे पाहण्याची दृष्टी सुधारते. तसेच ई.ई.सी.पी.मुळे तंदुरुस्तीची भावना वाढीस लागते. न्यूयॉर्कमधील स्टोनी ब्रुक विद्यापीठातील एका संशोधनात शारीरिक परिणामांचे मूल्यांकन करून त्यांचा मानसिकतेवरचा परिणाम तपासला गेला. ई.ई.सी.पी.नंतर केलेल्या स्ट्रेस टेस्टमध्ये ७५% पेशंट्सवर हृदयाच्या रक्तपुरवठ्यात वाढ दिसून आली. सरासरी सर्व रुग्णांमध्ये अंजायना ८५%ने कमी झाला व सॉर्बिट्रेटच्या गोळीचा वापरही ९६%नी घसरला. कोणत्याही रुग्णाला उपचारांमुळे मानसिक किंवा भावनिक ताण जाणवला नाही. जेव्हा मूल्यांकन केले गेले तेव्हा सर्वांनी उत्साह, तंदुरुस्तीची भावना, एकूण आरोग्य व कार्यक्षमता वाढल्याचे नमूद केले. दोन तृतीयांश जणांनी त्यांचे कौटुंबिक व सामाजिक जीवन सुधारल्याचे सांगितले व एक तृतीयांश जणांनी त्यांचे कामजीवन जास्त समाधानकारक झाल्याचे सांगितले.

बॉस्टनमधील मॅसेच्युसेटस् जनरल हॉस्पिटलमधील एका संशोधनात ई.ई.सी.पी.मुळे नैराश्य, चिंता व मनोकायिक आजार कमी झाल्याचे दिसून आले. नैराश्यामुळे हृदयरोगाच्या रुग्णांमध्ये मृत्यूचे प्रमाण वाढते हे लक्षात घेता ई.ई.सी.पी.च्या नैराश्य कमी करण्याच्या क्षमतेचे महत्त्व समजून येते.

नवीन नियम

अनेक शोधनिबंधांनी १९९०च्या दरम्यान हे निश्चित केले की, ई.ई.सी.पी.मुळे व्यायामाची क्षमता वाढते, हृदयाचा रक्तपुरवठा वाढतो, आयुष्य सुखकर होते व त्याचबरोबर अंजायना, हार्टअ‍ॅटॅक, प्रोसीजर्सचे प्रमाण, जिभेखालच्या सॉर्बिट्रेटची गरज व हॉस्पिटलमधील वास्तव्य अत्यंत गंभीर हृदयरोग असणाऱ्या रुग्णांमध्येही कमी होते. इतके सर्व निष्कर्ष स्पष्ट असूनही अमेरिकेतील अनेक डॉक्टर हृदयरोग्यांवरच्या उपचार-पद्धती बदलायला तयार नव्हते. ज्यांना सर्व औषधे देऊन झाली आहेत व कोणतीही प्रोसीजर करणे आता शक्य नाही, अशा अत्यंत शेवटच्या अवस्थेतल्या हृदय-रुग्णांनासुद्धा ई.ई.सी.पी.चा पर्याय देण्याची बऱ्याच डॉक्टरांची तयारी नव्हती. ई.ई.सी.पी. फायदेशीर आहे, हे मानायलाच ते तयार नव्हते. फक्त प्लॅसीबो परिणामांमुळे (म्हणजे पेशंटचा उपचारांवर खूप विश्वास असल्याने) वैद्यकीय निरीक्षणात सुधारणा दिसते असे समजून त्यांनी संशोधनातील निष्कर्षांनाही महत्त्व देणे नाकारले

शास्त्रशुद्ध संशोधनाचे निष्कर्ष

वैद्यकीय संशोधन जर रॅन्डमाइज्ड डबल ब्लाइंड संशोधन असेल, तरच ते सर्वोत्कृष्ट मानले जाते. म्हणजेच पेशंटना दोन गटांत (रॅन्डम) विभागले जाते, ज्यात एका गटाला खरे उपचार दिले जातात व दुसऱ्या गटाला लुटुपुटीचे किंवा खोटे उपचार दिले जातात. या दुसऱ्या गटाला कंट्रोल ग्रुप म्हटले जाते. कोणत्याही पेशंटला आपण कोणत्या गटात आहोत हे माहीत नसते. कारण उपचारांचा अनुभव दोन्ही गटातल्या सर्वांना सारखा येतो. फक्त संशोधन करणाऱ्या डॉक्टरांना कोणत्या गटात कोण पेशंट आहेत, हे माहीत असते. जे निरीक्षण करून निष्कर्ष काढतात त्यांनाही कोण कुठल्या गटात आहे ते माहीत नसते. सर्व निष्कर्ष निघाल्यावरच दोन्ही गटांची माहिती खुली केली जाते. कोणताही पूर्वग्रह संशोधनात येऊ नये व संपूर्णपणे नि:पक्षपाती निरीक्षण केले जावे, ही यामागची भूमिका असते.

होते; पण नुसता आशादायक व सकारात्मक विचार करून रुग्ण त्यांचे ई.सी.जी., स्ट्रेस टेस्ट व न्युक्लिअर स्कॅनचे रिझल्ट बदलू शकतील का? फक्त प्लॅसीबोचे हे परिणाम नाहीत, असे शास्त्रशुद्ध पुराव्यांमधून कित्येकदा स्पष्टपणे सिद्ध झाले आहे.

ज्या डॉक्टरांनी विश्वास ठेवायला नकार दिला, ते संशोधनात कंट्रोल ग्रुप नाही म्हणून टीका करत होते. त्यांना अत्युत्तम गुणवत्तेचे म्हणजे गोल्ड स्टॅंडर्डचे संशोधन अपेक्षित होते.

लक्षात घ्या, तुलनात्मक संशोधन व जास्त कालावधीत परिणाम जोखणारे संशोधन हे वैद्यकीय उपचार-पद्धती ठरवण्यासाठी नेहमीच वापरण्यात आले आहे व पुरावा म्हणून स्वीकारले गेले आहे. तुलनात्मक संशोधनात उपचार-गट व कंट्रोल गट यांच्यामध्ये निरीक्षणातून तुलना केली जाते, तर परिणाम जोखणाऱ्या संशोधनात एकाच उपचार-गटाचे दीर्घ काळ निरीक्षण करून निष्कर्ष काढले जातात. बायपास सर्जरी, अँजिओप्लास्टी व स्टेंट बसवण्याच्या बाबतीतही हेच झाले आहे. रॅन्डमाइज्ड प्लॅसिबो कंट्रोल संशोधन त्यांच्या बाबतीत ना कधी झाले आहे ना कधी पुढे होईल. वैद्यकीय नीतिप्रणाली याला मान्यता देत नाही कारण केवळ कंट्रोल ग्रुप हवा म्हणून खोटी किंवा

लुटुपुटीची शस्त्रक्रिया करून, जंतुसंसर्ग, रक्तस्राव, हार्टॲटॅक, लकवा किंवा मृत्यूचे प्रमाण वाढवून पेशंटना धोका निर्माण करणे नैतिकदृष्ट्या अयोग्य आहे. बायपास सर्जरीसारखी हुबेहुब खोटी शस्त्रक्रिया करायची, तर पेशंटच्या पायामधली एक नीला काढून व छाती उघडून मग नुसतेच काही न करता जखमा शिवून टाकाव्या लागतील. लुटुपुटुच्या कंट्रोल ग्रुपच्या ॲंजिओप्लास्टीत डॉक्टरांना एक सुई जांघेतील रोहिणीत घालावी लागेल. त्यातून बंद पडलेल्या हृदय-रोहिणीत नळी घालून मग पुढची प्रोसीजर न करता नळी बाहेर काढावी लागेल. मग संशोधक काही महिने किंवा वर्षे उपचार व कंट्रोल गटाचे निरीक्षण करून तुलनात्मक निष्कर्ष काढतील. कोणत्याही इन्वेझिव प्रोसीजरमध्ये अशा प्रकारचे शास्त्रशुद्ध संशोधन करणे शक्यच नाही.

म्हणूनच डॉक्टरांनी बायपास, ॲंजिओप्लास्टी व स्टेंट ऑपरेशन झालेल्यांची तुलना फक्त औषधोपचार घेणाऱ्या पेशंटशी करून त्यांना हृदयरोगाच्या उपचारात जास्त फायदा होतो की नाही याचे निरीक्षण केले. बायपासच्या तुलनात्मक अभ्यासात असे दिसून आले आहे की, फक्त काही निवडक रुग्णांमध्येच औषधांपेक्षा बायपास जास्त यशस्वी ठरते. डाव्या मुख्य हृदयधमनीतील अडथळा किंवा तिन्ही मुख्य हृदय-धमनींच्या आजारामुळे हृदयाची पंपींग क्षमता ५०%पेक्षा कमी असेल, तर अशा काही परिस्थितीच बायपास जास्त उपयुक्त ठरते. हृदयधमनीचे आजार असून पंपींग क्षमता नॉर्मल असेल, तर बायपासचा उपयोग होत नाही, असे अनेक शोधनिबंधांनी दाखवले आहे. म्हणजे संशोधनात कंट्रोल ग्रुप नसूनही हे शोधनिबंध ग्राह्य धरले जातात व अशा शस्त्रक्रिया रोगाच्या उपचारांसाठी नियमितपणे वापरल्या जातात. वर्षाला १.७ मिलियन या प्रमाणात आज या शस्त्रक्रिया होत आहेत. इतर सर्व इन्वेझिव प्रोसीजर्सबद्दल तुलनात्मक परिणाम जोखणारे संशोधन स्वीकारणारी ही वैद्यकीय मंडळी ई.ई.सी.पी.च्या बाबतीत मात्र जास्त उच्च दर्जाच्या संशोधनाची अपेक्षा करीत आहेत.

उत्कृष्ट गुणवत्तेचे संशोधन

सर्व वैद्यकीय समूहाची ई.ई.सी.पी.विषयाची साशंकता १९९९मध्ये दूर झाली. त्या वेळी कोलंबिया, येल, हार्वर्ड व इतर विद्यापीठातील आघाडीच्या हृदयरोग-तज्ज्ञांनी मल्टीसेंटर स्टडी ऑफ एन्हान्स्ड काउंटरपल्सेशन (Multicenter Study of Enhanced External Counter Pulsation (MUST-EECP) यावरील संशोधनाचे निष्कर्ष प्रसिद्ध केले. यामध्ये १३९ पैकी निम्म्या पेशंटना ई.ई.सी.पी.चे उपचार पस्तीस सत्रांत दिले गेले, तर बाकीच्या निम्म्यांना पस्तीस

खोटे किंवा लुटुपुटीचे उपचार दिले गेले. म्हणजेच त्यांना ई.ई.सी.पी.च्या टेबलवर झोपवले, ईसीजी मशिनला जोडले, पायाला पट्टेही बांधले; परंतु त्या पट्ट्यांमधून थोडीच हवा भरून सोडली जात होती. त्यामुळे त्याने हृदयाचा रक्तपुरवठा वाढला नाही. या दुसऱ्या कंट्रोल गटातील पेशंटना आपल्याला उपचार मिळाले नसल्याचे माहीत नव्हते कारण त्यांना पूर्वी कधी खरे उपचार दिले गेले नव्हते.

दोन्ही गटांमध्ये आधी व नंतर ट्रेड मिल स्ट्रेस टेस्ट करण्यात आली होती. उपचारानंतरच्या टेस्टमध्ये खरी ई.ई.सी.पी. दिलेल्या पेशंटना कोणत्याही लक्षणाशिवाय व ईसीजी-बदलांशिवाय आधीपेक्षा भरपूर जास्त व्यायाम करता आला. खोट्या ई.ई.सी.पी. गटातील पेशंटच्या व्यायामाच्या क्षमतेत काही बदल झाला नाही. याचा अर्थ असा की, ई.ई.सी.पी. गटातील पेशंट्सच्या हृदयाला जास्त रक्त व प्राणवायू पुरवला गेल्याने ते जास्त वेळ व्यायाम करू शकत होते. पुरवठ्यापेक्षा मागणी जास्त झाल्यावर ईसीजीत जे बदल दिसतात, ते पूर्वीपेक्षा उशिरा दिसायला लागले होते. आधीपेक्षा अंजायना व सॉर्बिट्रेटचा वापरही कमी झाला होता. दोन्हीपैकी एकाही गटात प्रतिकूल घटना, दुष्परिणाम दिसले नाहीत. ई.ई.सी.पी. दिलेल्या गटांमध्ये दैनंदिन व्यवहार, कामाची क्षमता, दुखणे, उत्साहाची पातळी, तब्बेतीवरचा आत्मविश्वास, नैराश्य, सामाजिक वावर व चिंता या सर्वांतच पस्तीस सत्रांनी लगेच व एक वर्षानंतरही दूरगामी सुधारणा दिसून आली.

MUST EECP संशोधनातील निष्कर्षांमुळे मेडिकेअर या विमाकंपनीने ई.ई.सी.पी.-उपचारांसाठी विम्याची भरपाई द्यायला सुरुवात केली. तेव्हापासून बहुतेक सर्व खाजगी विमा कंपन्यांनीही त्यांच्या पावलावर पाऊल ठेवले आहे. तसेच अजून डझनावारी शोधनिबंधांनी सिद्ध केले आहे की, गंभीर व गुंतागुंतीच्या हृदयरोगाच्या जवळजवळ सर्व पेशंटसाठी, वयस्कर, भरपूर प्रोसीजर्स झालेल्या, मधुमेह असलेल्या व हार्ट फेल्युअर झालेल्या सर्व हृदय रुग्णांसाठीही ई.ई.सी.पी.चे उपचार फलदायी, यशस्वी ठरतात.

ई.ई.सी.पी.चे विभिन्न उपयोग

MUST EECPचे संशोधन येल, कोलंबिया व हार्वर्ड यांच्यासारख्या उच्च दर्जाच्या विद्यापीठांमध्ये झाले होते. त्यांचे निष्कर्ष अत्यंत प्रभावी होते व त्यामुळे ई.ई.सी.पी.ला विम्याचे संरक्षण मिळायला चालना मिळाली; पण ई.ई.सी.पी.च्या उपयोगांचे क्षितीज विस्तारण्याचा प्रयत्न संशोधकांचा अजून एक गट करत होता. विद्यापीठाची हॉस्पिटल्स, छोट्या गावातील हॉस्पिटल्स, डॉक्टरची क्लिनिक्स व विविध पुनर्वसन केंद्रांसारख्या

अनेक निरनिराळ्या परिस्थितीत, तसेच विविध अनुभव असणाऱ्या डॉक्टरांनी पेशंटला ई.ई.सी.पी. दिल्यास त्याचे काय परिणाम होतील, हे १९९५मध्ये ई.ई.सी.पी. चिकित्सक मंडळाने तपासून पाहिले. त्यांचे लक्ष्य होते, एका ठरावीक ठिकाणी ई.ई.सी.पी. दिल्यासच ती यशस्वी होते का हे पाहणे.

एका संशोधक मंडळाने देशभरातील ८४ सेंटर्समध्ये उपचार घेतलेल्या २९९१ पेशंटचा अभ्यास केला. कोणत्याही त्रासाशिवाय सर्वांना उपचार घेता आले व ७३.४% जणांमध्ये किमान एका क्लासने अंजायना कमी झाला. पुरुष व स्त्रिया यांना मिळालेल्या लाभामध्ये जशी काही तफावत नव्हती, तशीच मोठ्या हॉस्पिटलमध्ये व छोट्या क्लिनिकमध्ये मिळालेल्या उपचारातही काही तफावत नव्हती. शेवटी निरीक्षण केल्यावर असेही सिद्ध झाले की, कोणत्याही पेशंटचे हृदयाचे आरोग्य आधीपेक्षा खराब झाले नाही व कोणतेही दुष्परिणाम उपचारांमुळे जाणवले नाहीत.

आंतरराष्ट्रीय ई.ई.सी.पी. पेशंटची अधिकृत यादी, आय.ई. पी.आर. (रजिस्ट्री) हा ई.ई.सी.पी.ची सुरक्षितता, परिणामकारकता व उपयोगांची नोंद करणारा मोठा उपक्रम आहे. पिट्सबर्ग विद्यापीठातील एपिडेमिऑलॉजी केंद्रामध्ये स्वतंत्रपणे गुप्तता राखून हा उपक्रम १९९८पासून राबवला जातो. याच्या पहिल्या टप्प्यात जगभरातल्या १४० केंद्रांमध्ये (१२१ अमेरिकेत व १९ इतर ठिकाणी) उपचार झालेल्या पाच हजारपेक्षा जास्त अंजायना पेशंटची नावे नोंदवून त्यांचे तीन वर्षे निरीक्षण करण्यात आले. यातील निष्कर्ष खालीलप्रमाणे : –

- सरासरी वय ६६.८ वर्षे (५९.७% पेशंट ६५वरील)
- बहुसंख्य (७५.५%) पुरुष होते.
- हृदयरोगाचे निदान होऊन १०.८ वर्षे झाली होती.
- बहुसंख्य (७८%) पेशंटना एकापेक्षा अधिक हृदय-रोहिणींचा आजार होता.
- बहुसंख्य (८५.८%) पेशंट्सची ई.ई.सी.पी.पूर्वी कमीत कमी एक बायपास, अँजिओप्लास्टी किंवा स्टेंट बसवण्याची प्रोसीजर झाली होती.
- दोन तृतीयांश (६७.६%) पेशंटना ई.ई.सी.पी.च्या आधी निदान एक हार्ट अॅटॅक आला होता.
- एक तृतीयांश (३१.७%) पेशंटना हार्ट फेल्युअर होते.
- ४१.३% पेशंटना मधुमेह होता.
- बहुसंख्यांसाठी (८४%) कोणतीही प्रोसीजर अशक्य होती.

अशा सर्व पेशंट्सचे तीन वर्षे निरीक्षण केल्यानंतर आय.ई.पी.आर.च्या संशोधकांनी प्रसिद्ध केलेले निष्कर्ष कौतुकास्पद होते. अंजायनापासून मिळणारा आराम केवळ थक्क करणारा होता. आकृती ९मध्ये निष्कर्षांचा सारांश दिला आहे.

ई.ई.सी.पी. पूर्वी ६८.८% पेशंटना नियमितपणे जिभेखालची सॉर्बिट्रेट गोळी वापरावी लागे. तीन वर्षांनंतर ते प्रमाण ४४.४ टक्क्यावर घसरले होते. (आकृती १०)

आता आय.ई.पी.आरच्या दुसऱ्या टप्प्यात ई.ई.सी.पी.च्या पस्तीस सत्रांनंतर न थांबता लक्षणांपासून आराम मिळण्याचे ध्येय साध्य होईपर्यंत उपचार दिले जातील. तसेच इतर संशोधनात मधुमेह, पायाच्या रक्तवाहिन्यांचे आजार व पुरुषांमधील लिंगताठरतेचा अभाव यामध्ये ई.ई.सी.पी.चा काय फायदा हे तपासण्यात येईल.

Angina Class	Class IV	Class III	Class II	Class I	NO Angina
Before EECP	23%	58%	15%	4%	0%
Three Years after EECP	5%	16%	25%	19%	35%

आकृती ९ : ईईसीपी आधी व नंतर अंजायताचे वर्गीकरण

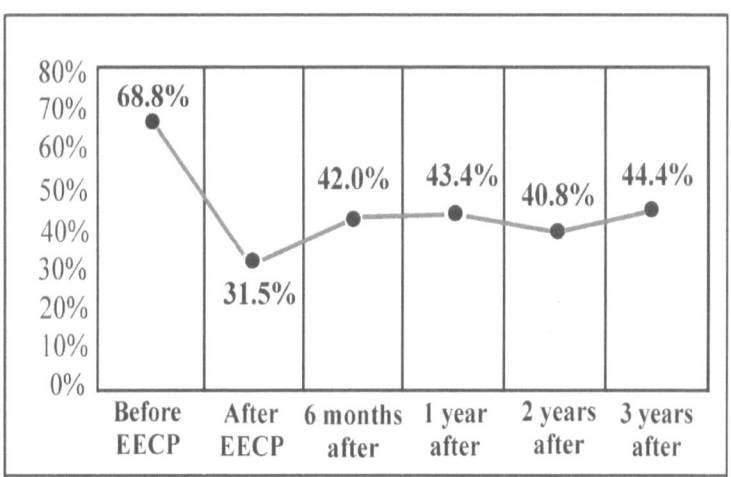

आकृती १० : ईईसीपीच्या आधी व नंतर सॉबिट्रेटच्या वापराचे प्रमाण

ई.ई.सी.पी.ला उशीर नको

हृदयरोगाच्या उपचारांचे सर्व पर्याय संपले की, ई.ई.सी.पी.कडे वळणे, ही अमेरिकेतील वृत्ती आहे कारण प्रथम इन्वेझिव प्रोसीजरचा पर्याय निवडला जातो. जगभरातील एकूण ५% लोक अमेरिकेत राहतात; पण जगभरातील अर्ध्या बायपास, अँजिओप्लास्टी व स्टेंट प्रोसीजर्स इथे होतात यावरून ते दिसून येते. अमेरिकेत प्रोसीजर हा हृदय रोगासाठी पहिला पर्याय असतो, तर युरोप व कॅनडामध्ये शेवटचा उपाय म्हणून त्यांच्याकडे वळतात. चीनमध्ये तर ई.ई.सी.पी. लवकर केल्यामुळे रुग्णाच्या आजाराला वेळीच लगाम घातला गेल्याची उत्कृष्ट उदाहरणे आपण यापूर्वी पाहिली आहेतच!

तुर्कस्तान हा अजून एक असा देश आहे जिथे अमेरिकेच्या मानाने प्रोसीजर्स सोडून इतर उपचारांचा पर्याय लवकर दिला जातो. तेथील ई.ई.सी.पी.चा साधारण पेशंट अमेरिकेच्या तुलनेने तरुण असतो (५७.८ वर्ष विरुद्ध ६७) व उपचारही लवकर व कमी त्रासासाठी केला जातो. (फक्त ६७% टक्के रुग्णांना क्लास ३ व ४मधील अंजायना होता, तर अमेरिकेत हा आकडा ८४% आहे.) तेथे ई.ई.सी.पी. उपचार घेणाऱ्यांपैकी कमी जणांची (५४% विरुद्ध अमेरिकेत ८६%) आधी बायपास, स्टेंट किंवा अँजिओप्लास्टी झालेली असते व कमी जणांना (५५% विरुद्ध अमेरिकेत ८१%) शस्त्रक्रिया अशक्य असे सांगितलेले असते. तुर्कस्तान व अमेरिका यांतील ई.ई.सी.पी.च्या पेशंट्सच्या तुलनात्मक अभ्यासात दोघांमध्ये सारखीच परिणामकारकता दिसून आली व आयुष्याची प्रत उंचावण्यातही दोन्ही गटांत सारखेच यश मिळाल्याचे दिसले.

अनस्टेबल अंजायना व ई.ई.सी.पी.

ई.ई.सी.पी.च्या अमेरिकेतील बहुतेक सर्व पेशंटना स्टेबल किंवा दीर्घ काळचा अंजायना असतो व उपचारांचे परिणाम काही आठवड्यातच दिसायला लागतात. पण ज्यांना अनस्टेबल किंवा अस्थिर अंजायना असतो, तो एकाएकी सुरू होतो व एकदम तीव्र होतो. दोन्ही प्रकारचा अंजायना असणारे पेशंट ई.ई.सी.पी.ला कसा प्रतिसाद देतात ह्याचे एका संशोधनात निरीक्षण केले गेले. ७४% स्टेबल अंजायनाचे व ८०% अनस्टेबल अंजायनाचे पेशंट सारख्याच प्रकारे सुधारले. दोन्ही गटांमध्ये सारखीच मानसिकता (मूड) सुधारली, दैनंदिन व्यवहार करता येऊ लागले व सॉर्बिट्रेटची गरज कमी झाली. जरी अजून ई.ई.सी.पी. अस्थिर अंजायनासाठी वापरावी की नाही यावर वैद्यकीय व्यावसायिकांचे एकमत झाले नसले, तरी यामधील निष्कर्ष असे सांगतात की, फायदा होऊ शकतो; पण अजून नीट

संशोधनाची गरज आहे.

कधीच ऐकीवात नसलेले यशस्वीतेचे उच्चांक

जवळजवळ प्रत्येक हृदयरुग्णासाठी ई.ई.सी.पी. सुरक्षित आहे व सुयोग्य आहे, असे मोठ्या प्रमाणावर उपलब्ध असलेल्या चिकित्सक वैद्यकीय संशोधनातील निष्कर्षांनी पुन्हा पुन्हा सिद्ध झाले आहे. आपल्या हृदयरोगाचे निदान नुकतेच झाले असो किंवा वर्षानुवर्षे तुम्ही त्याबरोबर जगत असा, तुम्हाला इतर आजार असतील किंवा तब्बेतीची प्रचंड गुंतागुंत झाली असेल, कधीही ऐकिवात नसलेले ८०-९०% यश तुम्हाला ई.ई.सी.पी.मुळे मिळते. तुमच्या या उपायांकडून काय अपेक्षा असाव्यात, आधी हृदयावरच्या प्रोसीजर्स झाल्या असताना ई.ई.सी.पी.चा काय फायदा होतो व विविध हृदयरोगाच्या गटातील पेशंटसाठी ती कशी उपयुक्त उपचारपद्धती ठरते, ते आपण पुढच्या प्रकरणात पाहणार आहोत.

४

ई.ई.सी.पी.कडून काय अपेक्षा करावी?

तर्कसंगती, सविस्तर माहिती व विशिष्ट केसेस

हृदयरोग हा संपूर्ण रक्ताभिसरण संस्थेचा आजार आहे व संपूर्ण संस्थेवर यशस्वीरित्या उपचार करणारी ई.ई.सी.पी. आज उपलब्ध आहे हे समजल्यानंतर बहुतेक पेशंटना याचा आपल्याला काय फायदा होईल हे जाणून घ्यायचे असते. त्यांच्या दैनंदिन जीवनात ती कशी बसेल, वेळापत्रक कसे राहील, जर पूर्वी तुमच्या हृदयावर प्रोसीजर झाली असेल, तर काय, पुरुष व स्त्रियांमध्ये ई.ई.सी.पी.चा सारखाच फायदा होतो का, मधुमेह, हार्ट फेल्युअर वगैरे असेल, तर काय करायचे यांसारख्या अनेक प्रश्नांची उत्तरे आपण या प्रकरणात पाहणार आहोत.

तर्कसंगती व नेमकेपणा

ई.ई.सी.पी. एखाद्या निष्क्रिय व्यायामासारखी आहे. हृदयासाठी केलेल्या भरपूर व्यायामाप्रमाणेच ती रक्ताभिसरणाला चालना देते, पण फक्त आपण आडवे झालो असताना! चयापचयाचा वेग वाढणे, कॅलरीज खर्च होणे यांसारख्या व्यायामाचे काही फायदे जरी ई.ई.सी.पी.मुळे मिळत नसले, तरी तुम्ही पलंगावर आरामात पहुडले असताना रक्तपुरवठा वाढण्याचा फायदा तुम्हाला निश्चितपणे मिळतो. पुन:पुन्हा वाढणारा रक्तप्रवाह नवीन रक्तवाहिन्या निर्माण करून त्यांच्या वाढीला व कार्याला चालना देतो.

व्यायामाप्रमाणेच ई.ई.सी.पी.चे चांगले परिणाम दिसायला वेळ लागतो. पुन:पुन्हा करत राहणे हेच यशासाठी आवश्यक आहे. शरीरांतर्गत क्रियेत बदलाची गरज आहे, हे प्रथम शरीराला जाणवले पाहिजे. मग बदल केला गेला पाहिजे. शरीराच्या कार्यात कायमस्वरूपी बदल झाला, तर तो जास्त काळ टिकतो. आपल्या स्वत:च्या अनुभवातून आपण हे जाणले असेल. हाताचे स्नायू बळकट करण्यासाठी आपण

केस स्टडी

सेहेचाळीस वर्षांच्या पॅट्रीशिया सी. तशा तंदुरुस्त बाई होत्या, पण एक दिवस मुलाच्या शाळेच्या पदवीदान समारंभाला गेल्या असताना फुटबॉलच्या मैदानातच अचानक त्यांना हार्टअॅटॅक आला. तेव्हापासून त्यांना अंजायनापासून आराम मिळत नव्हता. अँजिओप्लास्टी व स्टेंट टाकूनही परिस्थितीत बदल झाला नाही. चार महिन्यांनी पुन्हा अँजिओप्लास्टी व रेडिअेशन (ब्रॅकीथेरपी) दिल्यानंतर थोडीच सुधारणा झाली. शेवटी तीनही हृदयरोहिणींवर बायपास शस्त्रक्रिया केली गेली, पण महिन्याभरातच पहिल्याइतकाच तीव्र अंजायना सुरू झाला. अँजिओग्राफीत दिसून आले की, बायपास केलेल्या तीन हृदयरोहिणींपैकी दोन बंद झालेल्या होत्या. छोट्या हालचालींनी, विश्रांती घेत असताना व कधी झोपेतही पॅट्रिशियाला रोज अंजायना होई. तिला पुन्हा हार्टअॅटॅक येईल या भीतीने तिचे पती, मुले व आईवडील तिला काहीच करू देत नसत. तिच्या जगण्याला काहीच अर्थ राहिला नव्हता.अगदी शेवटचा इलाज म्हणून तिच्या हृदयरोग-तज्ज्ञांनी तिला ई.ई.सी.पी.चा सल्ला दिला. उपचार संपले तेव्हा अंजायना खूपच कमी झाला होता. रोज जिभेखालच्या सॉर्बिट्रेटच्या बारा गोळ्या घेणारी पॅट्रिशिया कधीकधी १-२ किंवा कधी गोळीशिवायही राहू शकायला लागली. कोणत्याही त्रासाशिवाय चालणे, झोपणे, स्वयंपाक करणे, बाजारहाट करणे तिला शक्य होऊ लागले. ''मला खूपच बरं वाटलंय.'' त्या म्हणाल्या. ''पुन्हा व्यायामाला सुरुवात करणार आहे. मला इतकं छान वाटतंय की, मी इटलीची सहलही ठरवली आहे!''

वजन उचलायला सुरुवात केली; पण ते एकच दिवस केले, तर काय होईल? आपले अंग दुखेल, थकवा येईल, पण बळ वाढणार नाही. बदल होत आहे, आपण प्रतिसाद दिला पाहिजे, हे स्नायूंना समजण्यासाठी रोज वजन उचलायला लागेल. तसेच काहीसे आपल्या हृदयाच्या तंदुरुस्तीच्या बाबतीत होते. चालण्याचा व्यायाम सुरू केला, पण फक्त एकच दिवस दहा मैल आपण चाललो, तर काय होईल? आपण दमू. दुसऱ्या दिवशी खूप पाय दुखतील, पण क्षमता किंवा स्टॅमिना वाढणार नाही. आपण एरोबिक व्यायाम सातत्याने व नियमितपणे केले, तरच शरीरात आवश्यक असलेले बदल लक्षात घेऊन व शरीर स्टॅमिना वाढवून प्रतिसाद

देईल. ई.ई.सी.पी.सारख्या निष्क्रिय व्यायामप्रकारासाठीसुद्धा सातत्याची व नियमिततेची गरज आहे.

उपचारांचे वेळापत्रक

शरीराच्या कार्यात बदल घडवण्यासाठी सातत्याची आवश्यकता असल्यामुळे प्रत्येक ई.ई.सी.पी.-उपचारांमध्ये एक-एक तासाच्या एकूण पस्तीस सत्रांचा समावेश असतो. हा आकडा काही जादूने शोधलेला नाही, तर गेल्या पंधरा वर्षांमधील चिकित्सक संशोधन व चीनमधील ई.ई.सी.पी.च्या प्रचंड अनुभवावर आधारलेला आहे. चिनी लोकांनी पेशंटना प्रथम छत्तीस सत्रांत उपचार देण्यास सुरुवात केली व दर बारा सत्रांनी स्ट्रेस टेस्ट करून सुधारणांचे निरीक्षण केले. काही पेशंट बारा सत्रांनंतर सुधारले. जास्त जणांना चोवीस सत्रांनंतर फायदे जाणवले; पण छत्तीस सत्रांनंतर बहुसंख्य पेशंट्समध्ये जास्तीत जास्त सुधारणा जाणवल्या व टिकल्या. हे सर्व फायदे दूरगामी आहेत असे सहा महिन्यानंतरच्या फेरतपासणीत लक्षात आले. अर्थातच चीनमध्ये आठवड्यात सहा दिवस काम केले जाते, तर अमेरिकेत कामाचा आठवडा पाच दिवसांचा धरतात. म्हणूनच अमेरिकेत जेव्हा ई.ई.सी.पी.चे पुनरागमन झाले तेव्हा रोज १ सत्र, एका आठवड्याचे पाच दिवस असे सात आठवड्यांचे वेळापत्रक आखण्यात आले. सर्व पाश्चिमात्य वैद्यकीय संशोधन याच पस्तीस सत्रांच्या वेळापत्रकावर केले गेले.

दुप्पट उपचार : आपली इच्छा असल्यास ई.ई.सी.पी.-उपचारांची लांबी कमी करण्यासाठी एकाच दिवशी दोन सत्रांचे उपचार घेऊन सारखाच फायदा मिळवता येतो. एकाच दिवशी दोन सत्रे करायची ठरवल्यास दोन उपचार-सत्रांमध्ये किमान एक तासाचे अंतर ठेवणे आवश्यक असते. कोणतेही वेळापत्रक निवडले, तरी नियमितता अत्यंत महत्त्वाची आहे. त्यामुळे एका दिवशी दोन सत्रे करून दुसऱ्या दिवशी सुट्टी असे चालत नाही. आपण जितके नियमितपणे उपचार घेतो तितके फायदे दीर्घ काळपर्यंत टिकतात.

परिणाम पाहताना : बरेच पेशंट विचारतात की, उपचारांचा प्रभाव किंवा परिणामकारकता आम्हाला कधी जाणवायला लागेल? हा एक चांगला प्रश्न आहे व प्रत्येक पेशंटच्या उपचारांना सुरुवात करतानाच त्याबद्दल वास्तववादी अपेक्षा असायला हव्यात. साधारण पंधरा ते पंचवीसाव्या सत्राच्या दरम्यान बहुतांश लोकांना ई.ई.सी.पी.चा प्रभाव जाणवायला लागतो. स्टॅमिना किंवा उत्साह वाढणे, झोप सुधारणे, अंजायना कमी होणे, सॉर्बिट्रेट किंवा इतर औषधावरचे अवलंबून राहणे कमी होणे हे फायदे जाणवतात. अर्थातच प्रत्येकाला वेगळा अनुभव येतो

व काही जणांना तर उपचाराच्या पहिल्या आठवड्यातच बरे वाटू लागते.

जास्तीचे उपचार : ई.ई.सी.पी.चे संपूर्ण फायदे मिळवण्यासाठी उपचारांची पस्तीस सत्रे आवश्यक आहेत, असे जरी सर्व शोध निबंधांमध्ये नमूद केले असले, तरी सर्व संशोधन एका 'परिपूर्ण जगात' केले जाते, हे लक्षात घेतले पाहिजे. याचा अर्थ असा की, त्यात हृदयरोग व अंजायना यांचेच पेशंट सहभागी होतात. इतर वैद्यकीय समस्या असणारे पेशंट संशोधनातून वगळले जातात. त्यामुळे जरी ई.ई.सी.पी.साठी पस्तीस सत्र सांगितले जातात, तरी काही वेळा वैद्यकीय दृष्ट्या यापेक्षा जास्त सत्रांची आवश्यकता भासते, असे जगभरचे ई.ई.सी.पी. देणारे मान्य करतात. जर पस्तीस सत्रांनंतरही व्यक्तीच्या दैनंदिन जीवनावर बऱ्याच मर्यादा असतील; धाप लागणे, छातीत दुखणे, थकवा इ. लक्षणे जाणवत असतील, तर जास्तीची सत्रे घेण्याचा सल्ला दिला जातो.

खालील कारणांसाठी बऱ्याचदा जास्त सत्रे दिली जातात –

१. ई.ई.सी.पी. जरी वेदनारहित व आरामदायी असली, तरी काही पेशंटना उपचारपद्धतीशी जुळवून घेण्यासाठी इतरांपेक्षा जास्त वेळ लागतो. कधी इतर वैद्यकीय त्रास असतात, शरीर दुबळे झालेले असते, पट्ट्यांचा दाब सहन होत नाही. अशा वेळी उपचारांचा कालावधी व दाब हळूहळू वाढवावा लागतो. तेव्हाच साठ मिनिटाचे, २६० मि.मी. ऑफ मर्क्युरीचा दाब देण्याचे लक्ष्य पूर्ण करता येते. यासाठी काही वेळा बरेच दिवस, एक-दोन आठवडेही जातात. त्यामुळे पूर्ण दाब देऊन साठ मिनिटांची पस्तीस सत्रे घेण्यासाठी उपचारांचा कालावधी वाढवणे आवश्यक ठरते. सर्व वैद्यकीय संशोधनामध्ये प्रत्येक पेशंटला पूर्ण दाबाचे साठ मिनिटांचे एक सत्र अशी पस्तीस सत्रे दिल्यावरच निरीक्षणे केली गेली आहेत.

२. ज्या पेशंट्सचे पायातील रक्ताभिसरण मंदावलेले असते (पायाच्या वाहिन्यांचे आजार), त्यांचा ई.ई.सी.पी.च्या उपचारांना संथ प्रतिसाद मिळतो. पायात सुरुवातीपासूनच कमी रक्त असल्यामुळे प्रत्येक आकुंचनाबरोबर हृदयाकडे परतणारे रक्तही कमी असते. सर्व संशोधनामध्ये पहिल्यापासून हृदयाकडे व्यवस्थित रक्तपुरवठा होऊ शकेल असेच रुग्ण निवडले जातात व पायातील वाहिन्यांच्या आजाराचे पेशंट घेतले जात नाहीत. अशा रुग्णांना ई.ई.सी.पी.चा भरपूर फायदा होतो; पण बहुतेकांना पस्तीसपेक्षा जास्त सत्रांची आवश्यकता जाणवते. अशा लोकांना तब्बेतीचे फायदे जाणवण्यासाठी उपचाराची निदान पन्नास सत्रे घ्यावी लागतात, असा माझा अनुभव आहे. उपचारांचे पहिले दोन ते तीन आठवडे त्यांच्या पायांचे रक्ताभिसरण सुधारण्यामध्ये जातात

व नंतर हृदयाचे रक्ताभिसरण सुधारायला लागते.

३. काही पेशंटना उपचारांची पस्तीस सत्रे पूर्ण होऊनही लक्षणे जाणवत राहतात व हृदयरोगाचे स्वरूप गंभीर असल्यास दैनंदिन व्यवहारही मर्यादित राहतात. संशोधनाच्या वैद्यकीय परिभाषेत त्यांना 'अनुकूल प्रतिसाद न देणारे' समजले जाऊन त्यांना जास्तीची उपचारांची सत्रे दिली जात नाहीत; पण दैनंदिन वैद्यकीय व्यवसायात प्रत्येक पेशंटला उपचारांना अनुकूल प्रतिसाद मिळावा, असे आमचे ध्येय असते. दहा ते पंधरा जास्तीची उपचारांची सत्रे दिल्याने ई.ई.सी.पी.चे संपूर्ण फायदे त्यांना मिळू शकतात.

४. काही पेशंटच्या ई.ई.सी.पी.च्या वेळापत्रकात खंड पडतो. आजारपण, अनपेक्षित बाहेरगावचा प्रवास किंवा इतर कोणतेही कारण असले, तरी उपचारांच्या प्रतिसादाला त्यामुळे विलंब होतो. अशा वेळी वाया गेलेला वेळ भरून काढण्यासाठी जास्तीच्या सत्रांची गरज पडते.

एका संशोधनात पस्तीसपेक्षा जास्त सत्र दिल्यामुळे होणाऱ्या ई.ई.सी.पी.च्या फायद्यांचे निरीक्षण करण्यात आले. देशभरातल्या १०६ ठिकाणच्या ४७३३ पेशंटचा त्यामध्ये सहभाग होता. सुरुवातीच्या उपचारांचा भाग म्हणून १७% पेशंट्सवर पस्तीसपेक्षा जास्त सत्रांत उपचार करण्यात आले. सतरा ठिकाणी ३०पेक्षा जास्त पेशंटना पस्तीसपेक्षा जास्त उपचारांची सत्रे दिली गेली. (हा आकडा माझ्या स्वतःच्या प्रॅक्टीसमध्येही आहे.) एकूणात संशोधकांनी निष्कर्ष काढला की, पेशंटवर होणाऱ्या परिणामांचे प्रमाण ई.ई.सी.पी.च्या सत्रांच्या आकड्यावर अवलंबून असते. आवश्यक ते परिणाम मिळण्यासाठी कमीत कमी पस्तीस सत्रे आवश्यक असली, तरी पस्तीसपेक्षा जास्त सत्रांत उपचार घेतल्यास जास्तीचे फायदे मिळवता येतात, असे दिसून आले.

पुन्हा (रिपीट) प्रोसीजर्स

हृदयरोग हा वाढत जाणारा दीर्घ काळचा आजार आहे, हे तुम्ही जाणताच. त्यामुळे एकदा उपचार केले, तरी भविष्यकाळात पुन्हा त्रास होऊन उपचारांची गरज भासण्याची बरीच शक्यता असते. पुनरोपचार घ्यायचे का, कधी व कोणत्या उपचारांनी उत्तम आराम मिळू शकतो यांसारखे अनेक कठीण निर्णय पेशंट व त्यांच्या कुटुंबीयांना वेळोवेळी घ्यावे लागतात. परिस्थिती बिघडवणारे महत्त्वाचे त्रास, आयुष्य सुखावह करणारे उपचार व संभाव्य दुष्परिणाम या सर्वांचा विचार करावा लागतो. बरेचदा अजून इन्वेझिव प्रोसीजर्स करून घेण्याची त्यांची तयारी नसते. सर्व संभाव्य बाबींचा विचार केल्यास

अनेकांमध्ये ई.ई.सी.पी. जास्त सयुक्तिक वाटते. काही जणांमध्ये तर तो एकच पर्याय शिल्लक असतो.

बायपासनंतर ई.ई.सी.पी. : बायपासने ग्राफ्ट किंवा कलम केलेल्या रक्तवाहिन्या कालांतराने बंद होऊन हृदयाचा रक्तपुरवठा खंडित होऊ शकतो व पुन्हा लक्षणे जाणवायला लागतात. असे झाल्यास दुसरी शस्त्रक्रिया तांत्रिक दृष्ट्या कठीण होते कारण हृदयधमन्यांची रचना बदललेली असते. काही वेळा इतर आजारपणांमुळे शस्त्रक्रियेचा विचार करता येत नाही. जे पेशंट शारीरिकदृष्ट्या दुसऱ्या शस्त्रक्रियेसाठी योग्य समजले जातात, पण दुसऱ्या शस्त्रक्रियेचे धोकेही दुप्पट असतात हे जाणून असतात, ते दुसऱ्या बायपासच्या बाबतीत बरेच साशंक असतात. काही जण दुसरी शस्त्रक्रिया करून घ्यायला स्पष्ट नकार देतात. माझे बरेच पेशंट म्हणाले आहेत, ''एक बायपास म्हणजेच डोक्यावरून पाणी!''

असंख्य बायपासचे पेशंट वरीलपैकी एका गटात मोडतात व ते बाकीचे पर्याय शोधत असतात. मग असा प्रश्न उद्‌भवतो की, बायपासनंतर ग्राफ्ट बंद झालेल्या पेशंट्‌समध्ये ई.ई.सी.पी.चा काय प्रभाव पडतो? स्टोनी ब्रुक, न्यूयॉर्क विद्यापीठातील संशोधकांनी याचे उत्तर शोधण्याचा प्रयत्न केला. बायपासनंतर ग्राफ्ट बंद झाल्यावर ई.ई.सी.पी. घेतलेल्या पंचवीस पेशंट्‌सची तुलना त्यांनी बायपास न होता ई.ई.सी.पी. घेतलेल्या पस्तीस पेशंट्‌सबरोबर केली. ई.ई.सी.पी.पूर्वी सर्व पेशंट्‌सची अँजिओग्राफी केली गेली व सापडलेल्या मूळच्या किंवा ग्राफ्टच्या रक्तवाहिन्यांमधील सर्व अडथळ्यांचे वर्गीकरण करण्यात आले. बायपासच्या एक किंवा दोन खराब ग्राफ्ट असणाऱ्या पेशंट्‌समध्ये जेवढ्या सुधारणा दिसल्या, तेवढ्याच मूळच्या रोहिणीत एक किंवा दोन अडथळे असणाऱ्या पेशंट्‌मध्ये दिसल्या (८०-८८% परिणामकारकता).

आश्चर्याची गोष्ट अशी की, बायपासचे तीनही ग्राफ्ट खराब झालेल्या पेशंटना यातून तितकाच लाभ मिळाला, जितका एक किंवा दोन रोहिणींमध्ये आजार असलेल्यांना मिळाला. मूळच्या तीन रोहिण्यांत अडथळा असणाऱ्यांपेक्षा तर या ग्रुपला कितीतरी जास्त फायदा झाला. तात्पर्य काय, तर बायपासनंतर पेशंट ई.ई.सी.पी.ला अनुकूल प्रतिसाद देतात व आधी शस्त्रक्रिया न झालेल्यांनाही तेवढाच फायदा ई.ई.सी.पी.तून मिळतो.

अँजिओप्लास्टी किंवा स्टेंट टाकल्यानंतर ई.ई.सी.पी. : अँजिओप्लास्टी किंवा स्टेंटरोपणानंतर तीच हृदयरोहिणी सहा महिन्यात परत बंद होण्याचे प्रमाण ३०% असते. ही बंद हृदयरोहिणी उघडण्यासाठी पुन्हा हस्तक्षेप करणे आवश्यक होते. कधीकधी हृदयरोहिणींच्या आंतररचनेत बदल झाल्याने किंवा

आधीच्या प्रोसीजरचा मोठा व्रण राहिल्यामुळे पुन्हा शस्त्रक्रिया करणे कठीण होते किंवा कधीकधी पहिली शस्त्रक्रिया निकामी ठरवल्यावर बायपासच्या पेशंटप्रमाणेच अँजिओप्लास्टी व स्टेंटरोपणाचे पेशंट दुसऱ्या प्रोसीजरला नकार देतात. मग असे पेशंट ई.ई.सी.पी. घेण्यासाठी येतात. या गटाची तुलना आधी कोणतीच प्रोसीजर न झालेल्या गटाशी करून ते ई.ई.सी.पी.ला कसा प्रतिसाद देतात याचे निरीक्षण करण्यात आले.

पेन्सिलव्हेनियातील पिट्सबर्ग विद्यापीठात पेशंट रजिस्ट्रीमधील संशोधनात अँजिओप्लास्टी किंवा स्टेंट निरुपयोगी झाल्यावर ई.ई.सी.पी. घेतलेल्या ३१७९ पेशंट्सची तुलना शस्त्रक्रियेचा सल्ला मिळूनही ई.ई.सी.पी.ची निवड करणाऱ्या २१५ पेशंटशी करण्यात आली. अँजिओप्लास्टी व स्टेंटनंतर ई.ई.सी.पी. घेणाऱ्या पेशंट्समध्ये दुसऱ्या गटाइतकाच अंजायना कमी झाला व सॉर्बिट्रेटचा वापर घटला व लक्षणे सुधारली. संशोधकांनी एक पाऊल पुढे जाऊन असा निष्कर्ष काढला की, हृदयरोगासाठी पहिला पर्याय म्हणून ई.ई.सी.पी.चा विचार व्हावा.

जाता जाता सांगायचे, तर अँजिओप्लास्टी किंवा स्टेंटनंतर ताबडतोब ई.ई.सी.पी. दिल्यास हृदयरोहिणी बंद होण्याच धोका ३०%ने कमी होतो. अशा प्रोसीजरनंतर बरे झाल्याझाल्या जर ई.ई.सी.पी. दिली गेली, तर अशा पेशंट्समध्ये ऑपरेशनची परिणामकारकता व दीर्घकालीन फायदा वाढवण्यासाठी ई.ई.सी.पी.ची मदत होऊ शकते.

ई.ई.सी.पी.नंतर ई.ई.सी.पी. : जशी इतर उपचारांनंतर ई.ई.सी.पी.ची गरज पडू शकते, तशीच एकदा ई.ई.सी.पी. केल्यानंतर लक्षणे पुन्हा जाणवू लागल्यास ई.ई.सी.पी.ची जास्तीची सत्रे घ्यावी लागतात. वैद्यकीय वाङ्मय व अनुभव या दोन्हींतून असे दिसून आले आहे की, काही पेशंटसाठी जास्तीची ई.ई.सी.पी. सत्रे आवश्यकही असतात व त्यांचा फायदाही मिळतो. कॅलिफोर्निया विद्यापीठातील सॅनफ्रॅन्सिस्को वैद्यकीय केंद्राने नेहमीची पस्तीस सत्रांची ई.ई.सी.पी. घेतलेल्या ११९२ पेशंटचे निरीक्षण केले. दोन वर्षांच्या कालावधीत १८% पेशंट पुन्हा उपचार घेण्यासाठी परतले. उपचारांसाठी परतण्याचा सरासरी कालावधी साधारण एक ते सव्वा वर्ष होता. अंजायना वाढणे किंवा तसाच राहणे हे परत ई.ई.सी.पी. करण्याचे कारण होते. पुनरोपचार अतिशय लाभदायक ठरले. ७०% पेशंटचा अंजायना बराच कमी झाला व त्याचबरोबर सॉर्बिट्रेटची गरजही कमी झाली. पहिल्या व नंतरच्या ई.ई.सी.पी. उपचारांचा सारखाच फायदा होतो, असे संशोधनातून बऱ्याच वेळा सिद्ध झाले आहे. यशस्वी ई.ई.सी.पी.च्या उपचारांनंतर साधारण ४०%

केस स्टडी

हर्ब एस. यांना वयाच्या एकोणचाळीसाव्या व एक्कावन्नाव्या वर्षी हार्ट अॅटॅक येऊन दोनदा बायपास करावी लागली. पूर्वी ते एक हौशी टेनिस खेळाडू होते व भरपूर पुनर्वसनांनंतर आणि दोन्ही ऑपरेशननंतर ते टेनिसकडे परत वळू शकले होते. त्रेसष्टाव्या वर्षी त्यांना अंजायना तीव्रतेने जाणवायला लागला व त्यांच्या अनेक व्यवहारांवर बऱ्याच मर्यादा आल्या. टेनिस रॅकेट उचलणे सोडाच, साधा एक जिना चढणेही अशक्य होऊन बसले. पुन्हा प्रोसीजर अशक्य आहे असे सांगून हृदयरोग-तज्ज्ञांनी त्यांना ई.ई.सी.पी.साठी पाठवले. त्यांना उपचारांनी बरे वाटले. अंजायना बंद झाला व थोडे टेनिस खेळता येऊ लागले. अनेक महिन्यांनी पुन्हा अंजायना जाणवायला लागल्याने ई.ई.सी.पी.ची अजून काही सत्रे करण्यात आली व टेनिसच्या डबल्सच्या मॅचेस खेळता येऊ लागल्या. काही महिन्यांनी पुन्हा त्रास वाटू लागल्यावर ई.ई.सी.पी. तिसऱ्यांदा देण्यात आली आणि मग मात्र कोणत्याही त्रासाशिवाय ते सिंगल्सच्या टेनिस मॅचेस खेळू लागले.

पेशंटना पहिल्या तीन ते पाच वर्षांत पुन्हा ई.ई.सी.पी.ची गरज वाटते, असा संशोधकांचा अंदाज आहे. मेडिकेअर व इतर खाजगी विमा संस्था जास्तीच्या उपचारांचापण खर्च देतात.

जे पेशंट पुन्हा ई.ई.सी.पी.साठी येतात त्यांना निर्णय घेणे सोपे असते. प्रोसीजरला असते, तशी धोक्यांची किंवा दुष्परिणामांची काळजी नसते आणि उपचार बाह्य व आरामदायी असल्याने मानसिक तणावही नसतो. खरेतर बरेच जण ई.ई.सी.पी. पुन्हा घेण्यासाठी उत्सुक असतात.

विशेष केसेस

सर्व हृदयरोगाचे पेशंट सारखे नसतात. काही वृद्ध व दुबळ्या झालेल्या पेशंट्ससाठी धोका जास्त असतो, तर महिलांच्या बाबतीत इन्वेझिव प्रोसीजर अनेकदा करता येत नसल्याने त्यांचा पुरुषांपेक्षा वेगळा विचार करावा लागतो. आपण अशा विविध गटांसाठी ई.ई.सी.पी. कशी सुरक्षित, परिणामकारक व स्वागतार्ह ठरते, ते पाहणार आहोत.

वयोवृद्ध व दुबळे पेशंट

हृदयरोगाच्या वयोवृद्ध व दुबळ्या पेशंटना धोका जास्त असतो. तसेच त्यांची संख्याही वाढते आहे. असे पेशंट ई.ई.सी.पी.ला उत्तम प्रतिसाद देतात. मी एकदा माझ्या ऐंशीच्या वरच्या चोवीस पेशंट्सचे निरीक्षण केले. (सरासरी वय ८४.७५ वर्षे) ई.ई.सी.पी.नंतर तेवीस (९६%) जणांची लक्षणे कमी झाली. त्यांची शारीरिक हालचाली करण्याची क्षमता व मानसिक दृष्टिकोन सुधारला. उपचारांचे कोणतेही दुष्परिणाम दिसून आले नाहीत व अशा गटासाठी ई.ई.सी.पी. अतिशय सुरक्षित आहे, असे दिसून आले. पिट्सबर्गच्या आंतरराष्ट्रीय ई.ई.सी.पी. रुग्णांच्या रजिस्ट्रीच्या संशोधनात ऐंशीच्या वरील २४९ पेशंटचे ई.ई.सी.पी.नंतर ताबडतोब व एक वर्षानंतर पुन्हा निरीक्षण करण्यात आले. ई.ई.सी.पी.नंतर ताबडतोब ७६% रुग्णांनी शारीरिक हालचाली करण्याची क्षमता वाढून त्रास कमी झाल्याचे सांगितले व यापैकी ८१% रुग्णांनी एक वर्षानंतर हे लाभ टिकून राहिल्याचे सांगितले. या गटातील रुग्णांच्या बाबतीत हार्ट अ‍ॅटॅक, मृत्यू, रक्तस्राव, जंतुसंसर्ग किंवा पक्षघात होण्याचा जास्त धोका असल्यामुळे प्रोसीजर करता येत नाहीत व अशा उपचारांची जास्त गरज भासते. त्यामुळे ई.ई.सी.पी. ही धोकाविरहीत व परिणामकारक असल्याचे सिद्ध करणारे संशोधन फार महत्त्वाचे आहे.

स्त्रिया विरुद्ध पुरुष

हृदयरोग हा फक्त पुरुषांचा आजार नाही, हे आपण पाहिलेच आहे. अमेरिकेतील स्त्रिया व पुरुष यांमध्ये तो एक नंबरचा मारेकरी आहे. पुरुषांइतक्याच स्त्रियाही त्यात विकलांग होऊ लागल्या आहेत. (२ मिलियन विरुद्ध १.९ मिलियन). हे आकडे छातीत धडकी भरवणारे आहेत. पंचावन्न ते चौसष्ट वयातील हृदयरोगाने आजारी स्त्रियांपैकी जवळजवळ ३६% स्त्रिया या आजाराने विकलांग होत आहेत. पंच्याहत्तर वर्षांच्या वरील स्त्रियांमध्ये हा आकडा ५५%च्या घरात जातो.

जे डॉक्टर इन्वेझिव प्रोसीजर्सनी हृदयरोगावर उपचार करतात त्यांच्यासमोर स्त्रियांवर उपचार करण्याचे आव्हानच असते. पहिले कारण असे की, स्त्रियांमधल्या रोहिण्या छोट्या असल्याने त्यांच्यावर अँजिओप्लास्टी स्टेंट किंवा बायपास करणे कठीण असते. ज्यांच्यावर हे उपचार करता येतात, त्यांच्या असे लक्षात येते की, स्त्रियांमध्ये दुष्परिणामांचा धोका बराच जास्त असतो व प्रोसीजर पूर्ववत होण्यासही दीर्घ काळ लागू शकतो. अँजिओप्लास्टी व स्टेंटनंतर होणाऱ्या सर्व मृत्युंपैकी निम्मे मृत्यू या प्रोसीजरच्या गुंतागुंतीमुळे होतात व

केस स्टडी

साठ वर्षांच्या आयरिन डी. यांना हार्ट ॲटॅकनंतर ट्रीपल बायपास होऊनही त्रास पुन्हा जाणवायला लागला होता. "मी खूप थकायला लागले. हॉटेलमध्ये बसल्याबसल्या मी माझ्या पतीच्या खांद्यावर डोके ठेवून झोपून जायची. नातवंडांबरोबर बेसबॉल खेळताना मला पळता येणे जमेनासे झाले. माझे डॉक्टर म्हणाले, "तुम्ही आता साठीला आलात. पळायची काय गरज आहे?" पण मला अशी 'आजारी आजी' बनायचं नव्हतं." ई.ई.सी.पी.नंतर आयरिन म्हणाल्या, "मला फारच छान वाटतंय. समोर कामाची माणसं बसली असताना मला जांभया येत नाहीत. माझे विचार सुस्पष्ट असतात. लोक मला विचारतात, 'सध्या काय करताय? एकदम तंदुरुस्त दिसताय! चेहऱ्यावर तेज आलंय.' उपचाराचे फायदे मला दीड वर्ष मिळाले. मग मी पुन्हा उपचार घेतले. मी ठरवलंय, जर मला गरज वाटत असेल, तर दर दोन-तीन वर्षांनी पुन्हा जायचं! बायपाससाठी छाती उघडून घेण्यापेक्षा कितीतरी बरं. नाही का?"

विशेषत: स्त्रियांमध्ये ही समस्या जास्त प्रमाणात दिसते. स्त्रिया व पुरुषांकडून बायपासला मिळणाऱ्या प्रतिसादामधील तफावत हेपण एक काळजीचे कारण आहे. बायपासनंतर स्त्रियांमध्ये पुरुषांपेक्षा मृत्यूचे प्रमाण जास्त आहेच, पण शारीरिकदृष्ट्या व मानसिकरित्या संपूर्णपणे पूर्वस्थितीला येणे हेपण एक दीर्घ काळचे आव्हान असते. ऑपरेशननंतरच्या काळात पुन्हा हॉस्पिटलमध्ये ॲडमिट होण्याचे प्रमाण स्त्रियांमध्ये दुपटीने जास्त असते. बायपासनंतर स्त्रियांचे शारीरिक व मानसिक आरोग्य सुधारण्यापेक्षा बिघडण्याची जास्त शक्यता असते, असेही संशोधकांना दिसून आले आहे.

अशा गटासाठी ई.ई.सी.पी. अत्यंत आशादायक उपचारपद्धती आहे. या उपचार-पद्धतीला स्त्रिया पुरुषांइतकाच किंवा क्वचित जास्तही प्रतिसाद देतात. स्पेरान, केनार्ड व फेल्डमनच्या संशोधनातून सिद्ध झाले आहे की, पुरुषांइतकीच आरोग्यात सुधारणा, जीवनात आनंद व सुख वाढून स्त्रियांनी उपचाराला प्रतिसाद दिला. हृदयरोग-उपचारासाठी कमी पर्याय शिल्लक असणाऱ्या स्त्रियांसाठी ई.ई.सी.पी. अत्यंत परिणामकारक ठरते.

स्पेशल केसेस
इतर आजार

बऱ्याच हृदय रुग्णांसाठी इतरही काही आजारांमुळे प्रोसीजर धोकादायक व अशक्यही असतात. ई.ई.सी.पी. अशा हृदयरोग्यांना एक उत्तम पर्याय देते.

मधुमेह

मधुमेह असणाऱ्या पेशंटना हृदयरोग होण्याची बरीच शक्यता असते. अशा लोकांच्या हृदयरोहिणीतील अडथळे बरेचदा छोट्या रोहिणींमध्ये व बऱ्याच कानाकोपऱ्यात पसरलेले असतात, जिथे प्रोसीजरने पोहोचणे तांत्रिकदृष्ट्या कठीण किंवा अशक्य असते. असे पेशंट बायपास, स्टेंट किंवा अँजिओप्लास्टीसाठी अयोग्य ठरतात. खूशखबर अशी की, मधुमेह नसणाऱ्या पेशंटइतकेच मधुमेह असणारेही ई.ई.सी.पी.ला तितकाच उत्तम प्रतिसाद देतात. हृदयाच्या रक्ताभिसरणामधील आजार नसणाऱ्या तंदुरुस्त रक्तवाहिन्यांना ई.ई.सी.पी. रक्तपुरवठ्यासाठी चालना देते. त्यामुळे अडथळे किंवा त्यांचा आकार, जागा इ. गोष्टी गौण ठरतात.

एका संशोधनात मधुमेह व हृदयरोगाचा त्रास असणाऱ्या ६५८ पेशंटना ई.ई.सी.पी. देऊन त्यांचे एक वर्षभर निरीक्षण करण्यात आले. यापैकी ८७% पेशंटवर आधी एकदा प्रोसीजर झाल्यामुळे पुन्हा ती शक्य नव्हती. ई.ई.सी.पी.ला ६९% पेशंटनी उत्तम प्रतिसाद दिला व त्यांपैकी ७२% पेशंटना मिळालेला लाभ वर्षभर टिकून राहिला. कोणाचीही तब्बेत उपचारामुळे बिघडली नाही. उलट त्यांच्या दैनंदिन जीवनात ई.ई.सी.पी.मुळे बरीच सुधारणा झाली. जरी मधुमेही रुग्णांना जास्त धोके असल्याचे सर्वज्ञात असले, तरी एक वर्षानंतरचे मृत्यूचे प्रमाण ई.ई.सी.पी. व प्रोसीजर गटात सारखेच असल्याचे दिसून आले.

या प्रोत्साहन देणाऱ्या निकालाचे महत्त्व अनन्यसाधारण आहे, कारण जवळजवळ २० मिलियन अमेरिकन्स म्हणजे एकूण लोकसंख्येच्या ९.५% लोक मधुमेही आहेत. एका नवीन संशोधनात असे दिसून आले आहे की, २००० साली अमेरिकेत जन्मलेल्या पुरुषांपैकी ३२.८% लोकांना त्यांच्या पुढील आयुष्यात मधुमेह होण्याची शक्यता आहे. स्त्रियांसाठी तर हे प्रमाण अजूनच जास्त (३८.५%) आहे. यामुळे मधुमेही हृदयरुग्णही खूप वाढायला लागले आहेत आणि या गटासाठी ई.ई.सी.पी.सारख्या परिणामकारक उपचारांची खूपच गरज आहे.

कंजेस्टिव्ह हार्ट फेल्युअर

हार्ट फेल्युअरच्या रुग्णांसाठी ई.ई.सी.पी. कशी वापरता येईल, याची डॉक्टरांना खूपच उत्सुकता असते. अशा रुग्णांमध्ये हृदयाची पंप करण्याची क्षमता खूप कमी झालेली असते. जोराच्या किंवा लागोपाठच्या छोट्या हार्टअॅटॅकने विषाणूसंसर्ग, अतिमद्यपान, दीर्घ काळचा उच्च रक्तदाब किंवा हृदयातील झडपांच्या आजारामुळेही हा त्रास होऊ शकतो. हार्ट फेल्युअर 'इजेक्शन फ्रॅक्शन'मध्ये मोजले जाते. म्हणजेच हृदयाच्या दोन ठोक्यांमध्ये हृदयात भरल्या जाणाऱ्या रक्तामधील किती रक्त प्रत्येक ठोक्याला बाहेर टाकले जाते, त्याचे गुणोत्तर प्रमाण (रेशो).

निरोगी हृदय आत भरल्या जाणाऱ्या रक्ताच्या किमान अर्धे रक्त प्रत्येक आकुंचनाला बाहेर टाकते. म्हणजेच इजेक्शन फ्रॅक्शन साधारणपणे ५०% किंवा जास्त असते. जे हृदय असे करू शकत नाही, त्यात बिघाड आहे असे समजण्यात येते.

इजेक्शन फ्रॅक्शन कमी म्हणजे हृदयाचे स्नायू दुर्बल व तितकेच कमी रक्त शरीरापर्यंत पोहोचते. कमी रक्त हृदयातून बाहेर टाकले जाते. त्यामुळे जास्त रक्त फुप्फुसात व संपूर्ण शरीरात साठून राहते व धाप लागणे, पाय सुजणे, थकवा येणे अशी लक्षणे प्रकर्षाने जाणवू लागतात. ज्या पेशंटना हार्ट फेल्युअरची लक्षणे जाणवायला लागतात त्यांची इजेक्शन फ्रॅक्शन ३५% पेक्षा कमी असते.

चीनमध्ये हार्ट फेल्युअरसाठी ई.ई.सी.पी.-उपचार प्रमाणभूत मानले जातात व अमेरिकेतही याला अनुमोदन देणारे पुरावे वाढू लागले आहेत. जर आपण गंभीर हृदयरोग असणारे व प्रोसीजर अशक्य असून जास्तीत जास्त औषधे घेत असलेले ई.ई.सी.पी.चे पेशंट विचारात घेतले, तर ३५% कमी इजेक्शन फ्रॅक्शन असणाऱ्यांचा आजार इतरांपेक्षा जास्तच गंभीर समजला जातो. पिट्सबर्ग विद्यापीठातील नवीन आणि महत्त्वाच्या अनेक शोधनिबंधांमधून सिद्ध झाले आहे की, ई.ई.सी.पी. सुरक्षित असून त्रास कमी करते व व्यायामाची क्षमता वाढवते. ई.ई.सी.पी.च्या रुग्णांमध्ये ताबडतोब सुधारणा दिसतेच, पण त्यातील दोन तृतीयांश रुग्ण इतर (हॉस्पिटल-अॅडमिशन, ऑपरेशन, हार्ट अॅटॅक) धोक्यांपासूनही दूर राहतात व उपचार संपल्यावरसुद्धा सहा महिने अंजायना कमी राहतो.

अंजायना नसणाऱ्या हार्ट फेल्युअरच्या पेशंटनासुद्धा ई.ई.सी.पी.मुळे लाभ होतो. उपचारांनी त्रास वाढत नाही. उलट फायदेच जाणवतात. एका संशोधनात पाच कंजेस्टिव्ह हार्ट फेल्युअरच्या पेशंटना सात आठवड्यात पस्तीस सत्रांची ई.ई.सी.पी. देण्यात आली. त्यांच्या हृदयाची कार्यक्षमता १९%नी वाढल्याचे

दिसून आले. व्यायामाचा कमाल वेळ ३४%नी वाढला व कामाची क्षमताही वाढली.

अजून एका संशोधनात सव्वीस कंजेस्टिव्ह हार्ट फेल्युअरच्या पेशंटना असेच फायदे मिळाल्याचे दिसले. व्यायाम करण्याच्या वेळेत २१% सुधारणा झाली व एकूण १६%मध्ये सुधारणा सहा महिने टिकली. उपचारांच्या शेवटी एकूण हृदयाची तंदुरुस्ती ७%नी सुधारली व सहा महिन्यानंतर अजून २७% सुधारणा दिसून आली. पेशंटचा पाठपुरावा केला असता त्यांचे आयुष्य जास्त सुखकर झाल्याचे दिसले. पुन्हा एकदा ई.ई.सी.पी.मुळे कोणताही त्रास लगेच किंवा सहा महिन्यांनी जाणवला नाही.

आयुष्य सुखकर करून व्यायामाची क्षमता वाढवण्याबरोबरच हार्ट फेल्युअरच्या पेशंट्समध्ये हृदयाचे स्नायू बळकट करण्याचे काम ई.ई.सी.पी. करते. त्यांच्यात हृदयाचे स्नायू दुबळे झाल्यामुळे व आकुंचनाबरोबर आवश्यक तेवढे रक्त पंप न करू शकल्याने भरपाई करण्यासाठी हृदयाच्या ठोक्यांची गती वाढलेली असते. अशा पेशंट्समध्ये ठोक्यांची गती कमी झाली, तर आवश्यक ते काम कमी ठोक्यांमध्ये करण्याइतके हृदय बलवान झाले आहे, असा त्याचा अर्थ होतो. जितकी ठोक्यांची गती कमी तितका हृदयावरच्या कामाचा बोजा व ताण कमी. ई.ई.सी.पी. हार्ट फेल्युअरच्या पेशंट्समध्ये हृदयाच्या ठोक्यांची गती नॉर्मल करते. एका निरीक्षणात ई.ई.सी.पी.ने इजेक्शन फ्रॅक्शन १६%नी, हृदयाच्या स्नायूंची शक्ती २८%नी वाढवली व ठोक्यांची गती ११%नी कमी केली. सहा महिने निश्चित टिकलेल्या या निकालांमधून असे दिसून येते की, ई.ई.सी.पी. नुसते रक्ताभिसरणच सुधारत नाही, तर हृदयाच्या स्नायूंना शक्तिशाली बनवून त्यांचे कार्यही सुधारते.

हार्ट फेल्युअरमध्ये ई.ई.सी.पी. एका वेगळ्या पद्धतीने सुधारणा घडवून आणते. अशा पेशंट्समध्ये हृदयाचे स्नायू दुबळे असल्याने रक्ताभिसरण नीट नसते. त्याचा परिणाम होऊन शरीरात पाणी साठते व पाय सुजणे, धाप लागणे असा त्रास वाढतो. जास्तीचे पाणी शरीराबाहेर टाकण्यासाठी प्लासमा ब्रेन नॅट्रीयुरेटिक पेप्टाइडसारखी (BNP) मूत्र निर्माण करणारी संप्रेरके तयार होऊ लागतात व मूत्रपिंडाला चालना मिळते. BNPची पातळी ई.ई.सी.पी.मुळे १४%नी कमी होते व द्रव पदार्थांचा समतोल सुधारतो. हृदयाच्या स्नायूंची कामगिरी सुधारल्यामुळे पायावरची सूज व धाप लागणे कमी होते.

हार्ट फेल्युअरच्या पेशंट्ससाठी ई.ई.सी.पी.-उपचारांना जुलै २००२मध्ये एफ.डी.ए.ने विम्याचे संरक्षण दिले. त्यामुळे हार्ट फेल्युअरसमवेत जगणाऱ्या पाच मिलियन अमेरिकन्सना उपचारांच्या आशेचा एक नवीन किरण दिसू लागला आहे. यापूर्वी हार्ट फेल्युअरचे पेशंट औषधांचा तोल सांभाळत,

आहारनियंत्रण, मीठ-पाणी कमी करून तब्येत सांभाळून होते; पण आता त्यांचा त्रास कमी करण्यासाठी नवीन उपचार उपलब्ध झाले आहेत. कोणतीही प्रोसीजर या त्रासासाठी उपलब्धच नसल्यामुळे वैद्यकीय व्यावसायिक हार्ट फेल्युअरसाठी ई.ई.सी.पी.चे जोमाने स्वागत करतील अशी अपेक्षा आहे.

मायक्रोव्हॅस्क्युलर अंजायना व कार्डिॲक सिन्ड्रोम एक्स

साधारणपणे अंजायनाच्या एक तृतीयांश रुग्णांमध्ये अँजिओग्राफी नॉर्मल येते. म्हणजेच त्यांच्या कोणत्याच मोठ्या हृदयरोहिणीमध्ये ७०%पेक्षा जास्त अडथळा नसतो. तरीही त्यांना त्रास होतो. याचा अर्थ त्यांच्या हृदयाला रक्तपुरवठा अपुरा पडत असतो. मग असे गृहीत धरले जाते की, अँजिओग्राफीवर दिसू न शकणाऱ्या छोट्या रक्तवाहिन्यांमध्ये अडथळा असेल. त्याला मायक्रोव्हॅस्क्युलर अंजायना म्हटले जाते. जेव्हा स्ट्रेस टेस्टवर हृदयाला अपुरा रक्तपुरवठा होत असल्याची खात्री पटते तेव्हा त्याला कार्डिॲक सिन्ड्रोम एक्स असे म्हणतात. बरेचदा ही दोन्ही नावे एकदुसऱ्याला पर्याय म्हणून वापरली जातात.

अशा रुग्णांना हार्टॲटॅकचा धोका नसतो, असे पूर्वी समजले जायचे आणि त्यामुळे त्यांना फारसे महत्त्व दिले जायचे नाही; पण आता संशोधकांना याच्या विरुद्ध पुरावा मिळाला आहे. एका मोठ्या संशोधनातून निष्कर्ष निघाला आहे की, हार्ट ॲटॅकने हॉस्पिटलमध्ये भरती होणाऱ्यांपैकी १०% स्त्रिया व ६% पुरुषांमध्ये रक्तवाहिन्यांमध्ये अडथळे सापडत नाहीत. यातून असा निष्कर्ष निघाला आहे की, मायक्रोव्हॅस्क्युलर अंजायनाच्या पेशंटचे नीट उपचार केले पाहिजेत कारण हृदयाचा त्रास वाढून त्यांची स्थिती गंभीर होण्याची बरीच शक्यता असते; पण अशांमध्ये प्रोसीजर करण्यायोग्य अडथळे दिसत नाहीत. त्यामुळे तो पर्याय त्यांना उपयोगी नसतो. अशा वेळी डॉक्टरांचा औषधोपचारांवर जास्त भर असतो; पण बऱ्याचदा म्हणावा तसा फायदा मिळत नाही.

अशा निराश झालेल्या रुग्णांसाठी ई.ई.सी.पी. हा आशेचा किरणच ठरतो. मायक्रोव्हॅस्क्युलर अंजायनाच्या एकवीस पेशंटवर (१४ स्त्रिया व ७ पुरुष) ई.ई.सी.पी.चे काय फायदे होतात ते तपासले गेले. उपचारांनंतर सर्वांचा अंजायना कमी झाला व वीस (९५%) जणांमधील सुधारणा पुढील वर्षभर टिकून राहिली. उपचारांनंतर पाच महिन्यांनी केलेल्या स्ट्रेस टेस्टमध्ये सतरा पैकी सोळा जणांमध्ये (९४%) हृदयाचा रक्तपुरवठा पूर्ववत झालेला दिसून आला. अत्यंत कमी पर्याय असणाऱ्या या गटातील पेशंट्ससाठी ई.ई.सी.पी.

हा परिणामकारक पर्याय असल्याचे या संशोधनातून सिद्ध झाले.

एच.आय.व्ही व एड्स

एच.आय.व्ही व एड्सग्रस्त पेशंटमध्ये बरेचदा कोलेस्टेरॉल व रक्तातील साखर वाढलेली दिसून येते. दोन्ही गोष्टींमुळे हृदयरोगाचा धोका वाढतो. त्यामुळे त्यांना हार्ट ॲटॅकचा किती धोका आहे, यावर संशोधन करण्यात आले. जितकी जास्त एड्सवरची औषधे (प्रोटिएज इनहिबीटर) घेतली असतील तितका त्यांना हार्ट ॲटॅक येण्याचा धोका जास्त असतो, असे दिसून आले. अठरा महिन्यांपेक्षा कमी काळ ही औषधे घेतली असल्यास प्रति वर्षी दर दहा हजार लोकांमध्ये हार्ट ॲटॅक येण्याचे प्रमाण ८.२ होते. अठरा ते एकोणतीस महिने औषधे घेतल्यास हा आकडा १५.९वर जातो, तर तीस महिन्यांपेक्षा जास्त औषधे घेतल्यास तो ३३.८ होतो. याच वयाच्या पुरुषांमध्ये साधारणपणे हार्ट ॲटॅकचे प्रमाण १०.८ आहे, असे समजले जाते. म्हणजेच एड्सची औषधे अठरा ते एकोणतीस महिने घेतल्यास हार्टॲटॅकचा धोका ५०% जास्त संभवतो, तर तीस महिने किंवा जास्त काळ औषधे घेतल्यानंतर हाच धोका ३००%ने वाढतो. म्हणजेच अशा व्यक्तींना दुधारी तलवारीला तोंड द्यावे लागते. जीवदान देणाऱ्या औषधांमुळे आयुष्य वाढते, पण हृदयरोगाचा धोकाही वाढतो. अर्थातच प्रोसीजरशिवाय इतर परिणामकारक उपचारांची या व्यक्तींना गरज आहे. ते उपचार म्हणजे ई.ई.सी.पी.

लूपस (Lupus)

सिस्टेमिक लूपस इरिथीमॅटोसम (लूपस किंवा SLE म्हणून ओळखला जाणारा) हा एक दीर्घ काळचा, सूज व दाह निर्माण करणारा ऑटोइम्यून आजार असून बऱ्याचदा तरुण स्त्रियांमध्ये तो दिसून येतो, ज्या वयोगटात हृदयरोग कमी संभवतो. लूपसच्या उपचारात गेली काही वर्षे बरीच सुधारणा झाली असून अशा पेशंट्सचे जीवनमान वाढले आहे; पण बऱ्याच लूपसच्या पेशंटना तुलनेने तरुण वयात हृदयविकार होतो व इतर लोकांच्या मानाने हृदयरोगामुळे येणारी विकलांगता व मृत्यूचा धोका जास्त दिसून येतो. तंदुरुस्त लोकांच्या तुलनेने लूपसच्या लोकांना हार्टॲटॅक येण्याची शक्यता पाच पटीने जास्त असते. तरुण स्त्रियांमध्ये हाच आकडा पन्नास पटीच्या घरात जातो.

या गटातील लोकांना हृदयरोगाचा धोका जास्त असण्याचे कारण स्पष्ट झालेले नाही. उच्च रक्तदाब, वाढलेले कोलेस्टेरॉल, धूम्रपान यांसारखे धोका वाढवणारे घटक यासाठी जबाबदार आहेत, असे दिसत नाही. दीर्घ काळची

सूज व दाह यामुळे हा आजार होतो व त्यावरच्या औषधांचा त्यामध्ये सहभाग असावा. इथे पुन्हा सूज व दाह यामुळे हृदयरोग होऊ शकतो, याचा पुरावा सापडतो. लूपस व हृदयरोग यांना जोडणारी ती कडी असावी.

यात ई.ई.सी.पी. कुठे येते? लूपसच्या पेशंट्समध्ये शस्त्रक्रिया सोडून इतर उपचारांचा जास्त विचार व्हावा, असा मतप्रवाह आहे. याचे पहिले कारण म्हणजे लूपसच्या पेशंट्समध्ये मूत्रपिंडाचे आजार होण्याची शक्यता जास्त असते. रूटीन मानली जाणारी, डाय वापरून करायची अँजिओग्राफी अशा पेशंट्समध्ये केल्यास एकाएकी मूत्रपिंड निकामी होऊन डायलिसीसची गरज भासू शकते. दुसरे म्हणजे लूपसच्या पेशंट्समध्ये पक्षघाताचा झटका येण्याची बरीच शक्यता असल्यामुळे हृदयावरची कोणतीही लहान-मोठी शस्त्रक्रिया जास्त धोकादायक ठरू शकते. तिसरे म्हणजे बऱ्याच लूपसच्या पेशंट स्त्रिया असल्यामुळे व त्यांच्या हृदयरोहिण्या बारीक असल्यामुळे बायपास शस्त्रक्रिया यशस्वी होण्याचे प्रमाण कमी असते. चौथी गोष्ट अशी की, हा दीर्घकालीन आजार असल्याने व प्रतिकारशक्तीचे खच्चीकरण करणारी औषधे चालू असल्याने कोणत्याही शस्त्रक्रियेनंतर पूर्ववत होण्यासाठी खूप त्रास होतो व वेळही जास्त लागतो. प्रतिकारशक्ती कमी करणाऱ्या औषधांमुळे जखमा भरून यायला खूप वेळ लागतो. त्यामुळे साधी अँजिओग्राफीची जखमही त्रासदायक ठरू शकते. शस्त्रक्रियेनंतर घातक जंतुसंसर्ग होण्याची शक्यताही अशा औषधांमुळे वाढते. इतके सगळे असताना बायपास किंवा अँजिओप्लास्टीसारख्या प्रोसीजर करणे न पटणारे आहे. ह्या सर्व मुद्यांचा विचार केल्यावर वाटते की, ई.ई.सी.पी.सारखी बाहेरून दिली जाणारी परिणामकारक उपचारपद्धती या गटातील व्यक्तींसाठी योग्यच आहे.

ह्रूमॅटॉईड आर्थरायटिस (संधीवात)

ह्रूमॅटॉईड आर्थरायटिस हा एक दीर्घकालीन सूज व दाह निर्माण करणारा ऑटोइम्यून आजार असून तो साधारणपणे १% अमेरिकन नागरिकांमध्ये दिसून येतो. अशा संधीवाताच्या पेशंटमध्ये साधारण ७५% स्त्रिया असतात. सांध्यांना सूज येणे, दुखणे, हालचालींवर मर्यादा येणे व हात, मनगटे, गुडघे व पायातील सांध्यांमध्ये विकृती येणे असे त्रास त्यांना होतात. अशांना हार्टअॅटॅकचा धोका जास्त असतो व संधीवाताचे निदान होण्याच्या आधीपासून तो जाणवू शकतो. संधीवाताचे निदान होण्याच्या दोन वर्षे आधी हार्टअॅटॅक येऊन हॉस्पिटलमध्ये भरती करावी लागण्याची शक्यता तिप्पट, तर छुपा हार्टअॅटॅक येण्याची पाचपट शक्यता असते, असे निरीक्षणात दिसून आले आहे. निदान

झाल्यानंतर संधीवाताच्या पेशंटना अजाणता हार्टअॅटॅक व तडकाफडकी मृत्यू येण्याची दुप्पट शक्यता असते. संधीवात व हृदयरोग यांना जोडणारे समान धागे पाहून असे लक्षात येते की, दोन्ही आजारांचे मूळ कारण एकच असावे व संशोधकांच्या मते ते कारण म्हणजे सूज व दाह. संधीवात नसणाऱ्यांच्या तुलनेत संधीवात असणाऱ्या पेशंटना हार्ट फेल्युअर होण्याची शक्यताही दुप्पट असते.

संधीवाताच्या पेशंटमध्ये छुपे अॅटॅक येऊन हृदयरोगाचे निदानही उशीरा होते, याचे कारण त्यात जास्त स्त्रिया असतात, हे असावे. आपण पूर्वी पाहिल्याप्रमाणे हृदयरोगाचे मुख्य लक्षण असणारा अंजायना स्त्रियांना फारसा जाणवत नाही. ही धोक्याची खूण दिसत नसल्याने हृदयरोगाचे निदान होत नाही किंवा एकदम अॅटॅक आल्यावरच निदान होते. काही वेळा संधीवातासाठी वेदनाशामक गोळ्या सुरू असल्यामुळे अंजायना जाणवत नाही, अशीही शक्यता आहे.

हृदयरोग व संधीवात असणाऱ्या पेशंटसाठी ई.ई.सी.पी. हा उत्तम पर्याय असण्याची अनेक कारणे आहेत. पहिले म्हणजे संधीवाताच्या पेशंटमध्ये बहुतांशी स्त्रिया असल्यामुळे बारीक रक्तवाहिन्यांवर प्रोसीजर करणे कठीण किंवा बरेचदा अशक्य असते. दुसरे कारण असे की, संधीवाताने फक्त सांधेच खराब होतात असे नव्हे, तर फुप्फुसे, मूत्रपिंड, त्वचा, मज्जातंतू व इतर अवयवांवरही परिणाम झालेला असतो. पेशंटच्या शरीरातील गुंतागुंत वाढल्यामुळे इतरांच्या तुलनेत शस्त्रक्रियेचे धोकेही वाढतात. तसेच लूपसच्या पेशंटप्रमाणेच प्रतिकारशक्तीचे खच्चीकरण करणाऱ्या औषधांमुळे घातक जंतुसंसर्गाची शक्यतापण वाढते. तिसरे, दीर्घकालीन संधीवाताने शरीर दुर्बल झालेले असते. प्रोसीजरचा ताण सहन होत नाही व त्यातून पूर्ण बरे व्हायला इतरांपेक्षा बराच जास्त वेळ जातो. अशा अनेक कारणाने ई.ई.सी.पी. अशा गटांमध्ये उपयोगी ठरते.

संधीवाताच्या पेशंटसाठी वरील अनेक कारणांबरोबरच अजून एका महत्त्वाच्या गोष्टीसाठी ई.ई.सी.पी. जास्त योग्य ठरते. दुखऱ्या व आजारी सांध्यांचा रक्तपुरवठा वाढल्यामुळे वेदनाही कमी होतात व हालचालींची क्षमताही बरीच वाढते.

रक्तप्रवाहाची ताकद वाढते

शरीरात कापाकापी न करता, कोणताही धोका न वाढवता हृदयरुग्णांवर व इतर अनेक गुंतागुंतीच्या समस्या असणाऱ्या व्यक्तींवर ई.ई.सी.पी.चे उपचार जास्त परिणामकारक होतात कारण रक्तप्रवाह ताकदवान होतो. तसेच दैनंदिन

जीवनात जास्त फेरफार न करता उपचार घेता येतात व लाभ ताबडतोब जाणवायलाही लागतात; पण अपुऱ्या रक्तपुरवठ्यामुळे होणारा हृदयरोग हा काही एकच रोग नाही. ई.ई.सी.पी. हृदयाप्रमाणेच संपूर्ण शरीरामध्ये रक्तप्रवाह वाढवत असल्यामुळे अपुऱ्या रक्तपुरवठ्यामुळे होणाऱ्या अनेक आजारांच्या उपचारासाठी व प्रतिबंधासाठीही तिचा मोठा लाभ होऊ शकतो. इतर शरीरसंस्थांच्या अनेक आजारांमध्ये सहजगत्या सुरक्षितपणे व पैशांची बचत करीत ई.ई.सी.पी. कशी साहाय्यभूत होऊ शकते व खेळाडूंमध्ये कामगिरी उंचावण्यासाठी ई.ई.सी.पी.चा कसा फायदा होतो, हे आपण पुढील प्रकरणात जाणून घेणार आहोत.

५

संभाव्य उपचारांची अमर्याद संधी

हृदयरोगावरील उपचारांव्यतिरिक्त ई.ई.सी.पी.चे फायदे

उत्तम आरोग्याला अत्यावश्यक असणाऱ्या रक्तपुरवठ्याला ई.ई.सी.पी.मुळे चालना मिळत असल्यामुळे अपुऱ्या रक्तप्रवाहामुळे होणाऱ्या अनेक आजारांना तिचा फायदा होऊ शकतो. कामगिरी उंचावण्याचा प्रयत्न करणाऱ्या खेळाडूंनाही तिची मदत होऊ शकते. आधी सांगितल्याप्रमाणे चीनमध्ये विविध आजारांसाठी ई.ई.सी.पी. उपचारपद्धती खूप यशस्वी झाली आहे. इतर उपचारांच्या बाबतीत जगभरात मोठ्या प्रमाणावर संशोधनही चालू आहे. हृदयरोगाव्यतिरिक्त जास्तीचा फायदा म्हणून कित्येक इतर आजारांना ई.ई.सी.पी.मुळे लाभ मिळतो, हे माझ्या प्रॅक्टीसमध्ये पुन:पुन्हा जाणवून मी थक्क झाले आहे. ई.ई.सी.पी.चे हृदयरोगाशिवाय इतर फायदे कोणते, हे या प्रकरणात आपण पाहणार आहोत.

शारीरिक दुर्बलता व ई.ई.सी.पी.

श्रवण व नेत्रविकार यापासून मधुमेहापर्यंत व स्मृतिभ्रंश, पार्किन्सन्स आजारापासून संधीवातापर्यंत अनेक आजारांमध्ये ई.ई.सी.पी. लाभदायक ठरू शकते. रक्तप्रवाहास बळकटी येऊन ई.ई.सी.पी.ने अनेकांना अनपेक्षित सुधारणा व सुखकारक दिलासा दिला आहे.

पक्षघात (स्ट्रोक)

पक्षघात किंवा स्ट्रोक म्हणजे शब्दश: 'मेंदूचा हार्टअॅटॅक' होय. जसा हृदयधमनीतील अडथळ्यामुळे हार्टअॅटॅक येतो, तसाच मेंदूतील एखाद्या रोहिणीमध्ये अचानक अडथळा आल्याने पक्षघाताचा झटका येतो. अशा प्रकारच्या पक्षघाताला इस्केमिक पक्षघात किंवा प्राणवायू व रक्त यांच्या कमतरतेमुळे झालेला पक्षघात असे म्हणतात.

ई.ई.सी.पी.मुळे मेंदूचा रक्तपुरवठा वाढतो. त्यामुळे चीनमधील डॉक्टरांनी अशा पक्षघाताच्या पेशंटच्या सुधारणेच्या काळातील पुनर्वसन प्रोग्राममध्ये त्याचा समावेश केला आहे. अशा पेशंटमध्ये जलद सुधारणा दिसून येते व ई.ई.सी.पी. न मिळणाऱ्यांच्या तुलनेत हे रुग्ण पूर्णपणे सुधारतात कारण ई.ई.सी.पी.मुळे आवश्यक तो रक्तपुरवठा मेंदूला मिळतो. एक वर्ष आधी पक्षघाताचा झटका येऊन गेलेल्यांनाही फायदा होण्याची शक्यता आहे, असे एका निरीक्षणात दिसून आले आहे.

अल्झायमर किंवा स्मृतिभ्रंशाचा विकार

मेंदूच्या ज्या भागात स्मृती ठेवण्याचे काम केले जाते तिथे रक्ताचा तुटवडा निर्माण झाल्यास वेगवेगळ्या प्रकारचे स्मृतिभ्रंश होऊ शकतात, असे मानले जाते. चीनमधील नामफँग हॉस्पिटलमध्ये झालेल्या संशोधनात ई.ई.सी.पी. दिलेल्या अलझायमर्सच्या स्मृतिभ्रंशाच्या पेशंट्समध्ये मेंदूचा रक्तपुरवठा वाढून विचार व स्मृती सुधारल्याचे जैविक मार्करच्या माध्यमातून दिसून आले. उपचारांनंतर स्मृती किंवा स्मरणशक्ती सुधारते व विचार जास्त स्पष्ट होतात, असे बऱ्याच पेशंटनी अभिप्राय दिले. एका स्वत: सर्जन असणाऱ्या पेशंटने सांगितले की, ई.ई.सी.पी.नंतर पेशंटची कागदपत्रे न पाहताच त्याची सर्व वैद्यकीय माहिती मला लक्षात राहायला लागली आहे. अशांना ई.ई.सी.पी. दिल्यास बराच मोठा फायदा आपल्याला मिळवता येईल असे दिसते. तीव्र व अतितीव्र स्मृतिभ्रंशाच्या पेशंटवर ई.ई.सी.पी.चा काय परिणाम होत आहे, यावर सध्या संशोधन सुरू आहे.

केस स्टडी

शहात्तर वर्षांच्या ॲना केला हार्ट फेल्युअर (अंजायना), मधुमेह व पायातील रक्तवाहिन्यांचा आजार (पेरिफेरल व्हॅस्क्युलर डिसीज) होते. पूर्वी दोन वेळा पक्षघाताचे झटके येऊन गेल्यामुळे चालताना तिचा तोल जाई. तिला वॉकर घेऊन चालावे लागे. ई.ई.सी.पी. उपचार चालू असताना तिचा थकवा व धाप कमी झाले आणि तोल जाणेही कमी झाले. तिच्या अठ्ठाविसाव्या उपचार सत्रासाठी ती माझ्या क्लिनिकध्ये फक्त काठी घेऊन चालत आली. कित्येक वर्षांनी त्या दिवशी पहिल्यांदा ती वॉकरखेरीज चालत होती.

केस स्टडी

विल्यम आर. या पंच्याहत्तर वर्षांच्या निवृत्त गृहस्थांचे संशोधनाचे काम चालूच होते; पण येत्या काही वर्षांत त्यांची स्मृती सातत्याने कमी होऊ लागली होती. प्रथम त्यांच्यावर हार्ट फेल्युअर व अंजायना यासाठी ई.ई.सी.पी. सुरू झाली तेव्हा रस्ता आठवत नाही म्हणून ते पत्नीला बरोबर घेऊन येत. ई.ई.सी.पी. अर्ध्यावर आली असताना ते एकटे गाडी चालवत यायला लागले. उपचारांच्या शेवटी त्यांच्या विचारांची स्पष्टता वाढल्याचे लक्षात आले. अनेक गणिते व आकडेमोड भरभर व अचूकपणे करणे त्यांना जमायला लागल्यामुळे त्यांच्या संशोधनाला गती यायला लागली.

केस स्टडी

पंच्याहत्तर वर्षांच्या नॉर्म बी.ना खूप वर्षांपासून हृदयरोग व हार्ट फेल्युअर होते. त्यांना बरेचदा हार्टअ‍ॅटॅक येऊन गेले होते, बायपास झाली होती. पेसमेकरही बसवण्यात आला होता. तरीही छोट्या हालचालींनी त्यांना धाप लागे. जिने चढताना, थंड हवेने किंवा सामान उचलल्यावर अंजायना होई. तसेच डाव्या कानाने बरीच वर्षे ऐकू येत नसे. ई.ई.सी.पी.मुळे त्यांचा अंजायना व धाप कमी झाले, उत्साह व कार्यक्षमता वाढले; पण त्याचबरोबर जवळजवळ वीस वर्षांनी पहिल्यांदा डाव्या कानाने ऐकू येऊ लागले.

बहिरेपणा व कानात गुणगुणणे

कानातील श्रवणसंस्थेला जर अपुरा रक्तपुरवठा झाला, तर बहिरेपणा येतो किंवा कानात सतत गुणगुणल्यासारखा आवाज येत राहतो. जर्मनीमध्ये अशा त्रासासाठी कानाच्या आतल्या भागाला पुरेसा रक्तपुरवठा होण्यासाठी औषधे दिली जातात. त्यामुळे अशा आजारांना ई.ई.सी.पी.ने खूप फायदा होतो, यात काहीच आश्चर्याची गोष्ट नाही. एकाएकी बहिरेपणा किंवा कानात आवाज सुरू झालेल्या व औषधांनी काहीच सुधारणा न झालेल्या पेशंटना पाच ते दहा तास (रोज एक तास

याप्रमाणे) ई.ई.सी.पी. उपचार देऊन त्यांचे निरीक्षण करण्यात आले. त्यात इन्टर्नल कॅरॉटीड आर्टरीमधून (मेंदूच्या पुढच्या भागाला रक्त पुरवणारी रोहिणी) जाणारा रक्तप्रवाह १९%नी वाढला व व्हर्टीब्रल आर्टरीतील (मेंदूच्या मागच्या भागाला रक्त पुरवणारी रोहिणी) रक्तपुरवठा ११%नी वाढला. कानातली गुणगुण ४७% पेशंटमध्ये कमी झाली व २८% लोकांमध्ये ऐकण्याची क्षमता वाढली. ऐकण्याच्या तपासणीमध्ये (ऑडिओमेट्री) ही सुधारणा एक वर्ष टिकून असल्याचे दिसून आले.

चीनमध्ये पारंपरिक चिनी व पाश्चिमात्य औषधांच्या बरोबरीने ई.ई.सी.पी. दिली असता तेरा सत्रांमध्ये ७५% पेशंटमध्ये बहिरेपणा कमी झाल्याचे दिसले. (नुसत्या औषधांनी फक्त ५५% पेशंटमध्ये सुधार दिसला.) तीन वर्षांनंतर या गटात फक्त १७% जणांना पुन्हा बहिरेपणा जाणवला. (फक्त औषधांनी ३३% पेशंटना पुन्हा बहिरेपणा जाणवला.)

दृष्टिदोष

डोळ्याला रक्तपुरवठा करणाऱ्या रोहिणींमध्ये कोलेस्टेरॉलची पुटे चढून अरुंदपणा आल्यास दृष्टिदोष निर्माण होतो. या रोहिणींमधला रक्तप्रवाह वाढला की, त्या प्रमाणात त्यांचे कार्य सुधारून दृष्टीही सुधारते. जर्मनीतील एका विद्यापीठात झालेल्या संशोधनात अरुंद झालेल्या रक्तवाहिन्यांमध्ये ई.ई.सी.पी.नंतर २१% सुधारणा दिसून आली व एकूण प्रवाहाची गती ११%नी सुधारली. रोहिणी आधीच नॉर्मल असतील, तर त्यामध्ये रक्तप्रवाह वाढला नसल्याचे लक्षात आले. शरीरात एक सुरक्षापद्धत अस्तित्वात असते व अति रक्तप्रवाहापासून ती शरीराच्या विविध भागांचे संरक्षण करते, याचा प्रत्यय आला. मधुमेहामुळे होणाऱ्या नेत्रविकारांसाठी ई.ई.सी.पी.-उपचार भविष्यात वापरता येतील.

केस स्टडी

सदुसष्ट वर्षांच्या फ्रँकलीन एस.ना दीर्घ काळाच्या अंजायनाबरोबरच मधुमेहाच्या दृष्टिदोषाचा (रेटिनॉपॅथी) त्रास होता. ई.ई.सी.पी.मुळे त्यांच्या हृदयवेदना कमी झाल्या, उत्साह वाढला, व्यायाम करता येऊ लागला (सलग ४५ मिनिटे पोहूनही छातीत दुखले नाही) व त्याचबरोबर दृष्टीही सुधारली.

केस स्टडी

सत्तावन्न वर्षांच्या मिशेल सी.ला मधुमेह, उच्च रक्तदाब, हार्ट फेल्युअर व पायाच्या रोहिणींचा आजार (पेरिफेरल व्हॅस्क्युलर डिसीज) होता. बायपास, अनेक अँजिओप्लास्टी व स्टेंटनंतरही अंजायना त्रास देतच होता. ई.ई.सी.पी.नंतर मात्र तिच्या उत्साहात खूप वाढ झाली. घरात व बाहेरही बऱ्याच गोष्टी करता येऊ लागल्या, पण दृष्टी सुधारल्याचा तिला सगळ्यात जास्त आनंद झाला कारण कित्येक वर्षांनी गाडी चालवताना किंवा वाचताना चष्मा वापरणे बंद झाले!

ई.ई.सी.पी.वरच्या अनेक पदरी संशोधनातून खणखणीत पुरावा आपल्याला उपलब्ध आहेच.

पार्किन्सन्स डिसीज

पार्किन्सन्सच्या आजाराचा त्रास कमी करण्यासाठी ई.ई.सी.पी. उपयोगी आहे, असे अनेक रिपोर्ट आल्यामुळे डॉक्टरांना प्रोत्साहन मिळाले आहे. मेंदूच्या एका ठरावीक भागाला रक्तपुरवठा अपुरा पडल्यामुळे डोपामिन हे रासायनिक द्रव्य या आजारात कमी तयार होते. ई.ई.सी.पी.नंतर मात्र हातापायाचा कंप कमी होतो, चालणे सुधारते, तोल जात नाही व चेहऱ्यावर पुन्हा पूर्वीसारखे भाव दिसू लागतात, असा पार्किन्सन्सच्या रुग्णांच्या बाबतीत अनुभवास आले आहे. शिवाय हे सर्व फायदे दोन वर्षे टिकतात, असेही दिसते.

लिंगातील अपुरा ताठरपणा (इरेक्टाईल डिसफंक्शन)

हृदयरोग असणाऱ्या पुरुषांच्या सहजीवनात या त्रासामुळे अनेक वेळा विसंवाद होऊ शकतो. बरेचदा लिंगाचा रक्तपुरवठा कमी झाल्याने असे होते. यासाठी जरी बरीच औषधे उपलब्ध असली, तरी हृदयरोगाच्या औषधाबरोबर ती औषधे घेतल्यास बरेच दुष्परिणाम होत असल्याने ती घेता येत नाहीत. अशा कठीण दुखण्यासाठी ई.ई.सी.पी. खरोखरच एक वरदान आहे. जर्मनीतील ड्रेस्डेनमधील टेक्निकल युनिव्हर्सिटीमधील संशोधनात ई.ई.सी.पी.ची फक्त वीस सत्रे पूर्ण झाली असतानाच लिंगातील ताठरपणा वाढल्याचे पुरुषांना जाणवले. या अनुभवाच्या बरोबरीने लिंगातील रक्तपुरवठा तेवढाच वाढल्याचे दिसून आले. पेशंटच्या मते ताठरपणा १००% वाढला होता व कोणताही इतर दुष्परिणाम जाणवला नव्हता. बऱ्याच पुरुषांना हा फायदा अनपेक्षित व हवाहवासा

वाटला. एकाने तर शेरा मारला, ''डॉक्टर, असं होणं नॉर्मल आहे का? मला तर एकदम वीस वर्षांचा जवान झाल्यासारखं वाटतंय.''

जुन्या वाहत्या जखमा

शरीरातील कोणतीही जखम भरून येण्यासाठी तिथल्या त्वचेला व आजूबाजूच्या भागाला पुरेसा रक्तपुरवठा होण्याची गरज असते. रक्तामधून काही मदतनीस पेशी, रासायनिक द्रव्ये, प्राणवायू व पोषक द्रव्ये पोहोचली, तरच निरोगी त्वचा तयार होऊ शकते. लक्षात घ्या, ई.ई.सी.पी. संपूर्ण शरीराचा रक्तपुरवठा सुधारते व अर्थातच त्वचा त्याला अपवाद नाही, म्हणून ई.ई.सी.पी.ने रक्तपुरवठा सुधारल्यामुळे जखम लवकर भरून येते, यात नवल नाही. माझ्या प्रॅक्टीसमध्ये हे मी कित्येक वेळा पाहिले आहे. जुन्या जखमा सांभाळून थकलेल्या पेशंटना हा नेहमीच एक आनंददायी 'उपफायदा' वाटतो!

केस स्टडी

एकोणसत्तर वयाच्या चार्लस् वी.ला डाव्या पायाला अपघात होऊन हाडाच्या शस्त्रक्रियेमुळे झालेल्या जखमा गेली एकतीस वर्षे सतावत होत्या. त्याचप्रमाणे जिने चढल्यावर, दैनंदिन व्यवहार व जेवण करताना अंजायना होई. हार्टअ‍ॅटॅक नंतर अनेक स्टेंट टाकले असूनही अंजायनामुळे हालचालींवर खूप बंधने येत. ई.ई.सी.पी.नंतर त्याचा अंजायना खूप कमी झाला. तसेच एक 'उपफायदा'असा झाला की, पायाकडचा रक्तपुरवठा बराच वाढल्यामुळे जखमेमधून पुन्हा रक्त यायला लागले व त्वचा ग्राफ्ट लावण्यायोग्य झाली. चार्लस् आनंदाने उद्गारला, ''गेल्या तीस वर्षांत प्रथमच मी वेदनांपासून मुक्त होऊन चालतोय. याचे सारे श्रेय आहे, ई.ई.सी.पी.ला!''

पायातील रोहिणींची व्याधी (पेरिफेरल व्हॅस्क्युलर डिसीज)

हृदयरोगाबरोबरच अनेक पेशंटच्या पायातील रक्तप्रवाह खूप क्षीण झालेला असतो. त्याला पेरिफेरल व्हॅस्क्युलर डिसीज (पी.व्ही.डी.) असे म्हणतात. ज्या कारणामुळे हृदयरोहिणी तुंबतात त्याच कारणाने पायातील रोहिणींमधील रक्तप्रवाह मंदावतो. अशा वेळी अपुऱ्या रक्तपुरवठ्यामुळे पायात खूप वेदना होणे (ज्याला क्लॉडिकेशन

म्हणतात) हे पहिले लक्षण असू शकते. अशा पायाच्या वेदनांना 'पायांचा अंजायना' म्हटले जाते, कारण पाय जास्त रक्तासाठी आकान्त करतात व त्या वेदना इतक्या असह्य असतात की, एक पाऊलही पुढे टाकता येत नाही व सगळ्याच हालचालींना ब्रेक लागतो. अनेक पेशंटवर पायाच्या रोहिणींची बायपास शस्त्रक्रिया, अँजिओप्लास्टी व स्टेंट्स बसवून उपचार केले जातात, पण कित्येकांच्या पायातील असह्य वेदना पुन्हा पुन्हा त्रास देत राहतात.

अशा पेशंटच्या पायात मुळातच इतके कमी रक्त वाहत असताना ई.ई.सी.पी. देऊन तरी कितीसा फायदा होईल, असा प्रश्न उद्भवतो; पण याच कारणासाठी त्यांना ई.ई.सी.पी.ची नितान्त गरज असते. या पेशंटचा ई.ई.सी.पी. करताना जो प्रवास होतो, तो अतिशय चित्तवेधक आहे. सुरुवातीला जसे पायातले रक्ताभिसरण सुधारते तसे दुखणे कमी झाल्याने चालणे सुधारते. जशी हालचाल वाढते, तशी निष्क्रियतेमुळे झाकली गेलेली हृदयरोगाची लक्षणे पुन्हा वर उफाळून येतात. जशी ई.ई.सी.पी.ची अजून सत्रे होतात व पायाप्रमाणे हृदयाचे रक्ताभिसरण सुधारते, तसा अंजायनापण कमी व्हायला लागतो व कित्येक वर्षे शक्य नव्हते असे आनंदी जीवन पुन्हा भरभरून जगता येऊ शकते.

मी व जगभरातील सर्व ई.ई.सी.पी. देणाऱ्या डॉक्टरांनी हे जे थक्क करणारे रिझल्ट्स पाहिले आहेत, त्यावरून असे वाटते की, पायातील रोहिणीच्या आजारासाठी नजीकच्या भविष्यकाळात सर्वमान्य उपचारपद्धती म्हणून ई.ई.सी.पी. ओळखली जाईल.

मधुमेह

मधुमेहामुळे हृदयरोगाचा धोका वाढतो. त्यामुळे माझ्या बऱ्याच पेशंटना मधुमेह असतोच. जसे पायाचे व हृदयाचे रक्ताभिसरण ई.ई.सी.पी.ने सुधारते, तसेच मधुमेही रुग्णांच्या रक्तातील साखर ई.ई.सी.पी.ने नियंत्रणात येते. वाढलेल्या रक्तपुरवठ्यामुळे शरीरात साखरेचा नीट विनियोग व्हायला लागतो, हे त्याच्यामागचे कारण आहे. वाढलेला रक्तपुरवठा पॅनक्रीआज ग्रंथींपर्यंत पोहोचला की, इन्शुलिन संप्रेरकाचा (हार्मोनचा) स्राव सुधारतो आणि साखर नियंत्रणात येऊ लागते. दीर्घ काळच्या मधुमेह उपचारांमध्ये रक्तातील साखरेवर कडक नियंत्रण राहणे अतिशय महत्त्वाचे असते. म्हणूनच आपल्या देशात पसरणाऱ्या मधुमेहाच्या 'साथीशी' यशस्वी सामना करायचा असेल, तर उपचारांमध्ये ई.ई.सी.पी.चा ताबडतोब समावेश करणे नितान्त गरजेचे आहे.

हातापायांतील मज्जातंतूंचा आजार

या आजारात हात,पाय व पावले यांच्यामध्ये वेदना व बधिरपणा येतो. तसेच

केस स्टडी

सत्त्याहत्तर वर्षांच्या बर्नीस जे.ला मधुमहाबरोबरच तीस वर्षांपासून हृदयरोग व अंजायनाचा त्रास होता. तिला तीन हार्ट अ‍ॅटॅक येऊन गेले होते व तिची अँजिओप्लास्टीही झाली होती. तिच्या रोहिणी फारच अरुंद असल्यामुळे बायपास करणे शक्य नव्हते. एकसष्ठाव्या वर्षी पायामध्ये एकाएकी रक्तपुरवठा बंद झाल्यामुळे तिचे दोन्ही पाय गुढघ्यांखाली कापून काढले गेले होते. नुकताच हार्ट अ‍ॅटॅक येईपर्यंत ती स्वतंत्रपणे दोन कृत्रिम पायांच्या आधाराने नीट चालू शकत होती. या तिसऱ्या हार्ट अ‍ॅटॅकने मात्र ती पार टेकीला आली होती. चालणेच काय, साधे उभे राहण्याची शक्तीही शिल्लक राहिली नव्हती तिच्यात! ई.ई.सी.पी.नंतर मात्र अंजायना पळाला, उत्साह व ताकद पूर्वीसारखी झाले व पुन्हा एकदा आपल्या कृत्रिम पायांच्या आधारे ती स्वतंत्रपणे चालायला लागली.

केस स्टडी

मारिया जी. ही चौऱ्याहत्तर वर्षांची बाई अंजायना, हार्ट अ‍ॅटॅक, हार्ट फेल्युअर व पायातील रोहिणींच्या आजाराने अतिशय त्रस्त होती. तिची बायपास झाली होतीच. शिवाय पंधरा वर्षे मधुमेह असल्यामुळे कित्येक वर्षे इन्शुलिनच्या इंजेक्शनशिवाय रक्तातील साखर नियंत्रणात राहत नव्हती. ई.ई.सी.पी.ची पन्नास सत्रे झाल्यानंतर मारियाचा अंजायना व धाप लागणे बंद झाले व ताकद खूप वाढली. तसेच साखर इतकी नियंत्रणात आली की, इन्शुलिन बंद करून फक्त गोळ्या व आहार-नियंत्रणाने मधुमेह ताब्यात आला.

केस स्टडी

मायकेल टी. या सदुसष्ट वर्षांच्या गृहस्थांना मधुमेह, हातापायातील मज्जातंतूंचा आजार, अंजायना व हृदयरोग यांचा खूप त्रास होता. जशी ई.ई.सी.पी.ची सत्रे सुरू झाली, तसे ते म्हणाले, "मला पायाच्या बोटांमध्ये संवेदना जाणवायला लागल्या आहेत. माझे तळहात, पावले व संपूर्ण शरीरच नीट गरम वाटू लागले आहे. व्वा! आता मी तासन् तास उभा राहू शकतो, काम करू शकतो. माझी ताकद व उत्साह कितीतरी पटींनी वाढला आहे. धाप न लागता कितीतरी अंतर मी आता चालू शकतो. अनेक गोष्टी करू शकतो. ग्रेट!"

केस स्टडी

ई.ई.सी.पी. सुरू करण्यापूर्वी चौऱ्यांशीव्या वर्षी चार्लस् एल.ना छोट्या छोट्या कारणांनी आठवड्यातून दहा वेळा तरी अंजायना व्हायचा. ई.ई.सी.पी.नंतर तो बंद झाला व कोणत्याही त्रासाशिवाय दैनंदिन व्यवहार, व्यायाम व जिने चढा-उतरायला त्यांनी सुरुवात केली. ई.ई.सी.पी.-उपचार पूर्ण झाल्यावर दोन वर्षांनी या इंजिनिअर असणाऱ्या लेखकाने मला काय सांगावे? "मी अगदी भरभरून जीवन जगतोय! आनंदात आहे व तब्बेत नीट राहते आहे. नावांची स्मरणशक्ती वाढली आहे. आधीपेक्षा मन कितीतरी तीक्ष्ण झाले आहे. व्यवस्थित विचार करून काम करता येतेय. एक दिवसाआड मी चाळीस मिनिटांत दोन मैल चालतो. एकदाही अंजायना नाही की सॉर्बिट्रेटची गोळी नाही. अगदी धमाल येते आहे!"

बऱ्याच जणांमध्ये संवेदना नाहीशा झाल्यामुळे गरम-गार किंवा इतर कोणतीही जाणीव डोळे बंद केले असता होत नाही. संवेदनांसाठी जबाबदार असणाऱ्या छोट्या मज्जातंतूंना पुरेसा रक्तपुरवठा न झाल्याने असे होते. अशा वेळी ई.ई.सी.पी.ने रक्तप्रवाहाला चालना मिळाली, तर पेशंटचा त्रास कमी होतो, मज्जातंतूंचे कार्य सुधारते व आयुष्य खूपच सुखकारक होते.

झोपेचे चक्र व विचारांची स्पष्टता

शांत व आरामदायक झोप संपूर्ण आरोग्य व स्वास्थ्यासाठी फार आवश्यक असते. पुरेशी झोप झाल्यास उत्साह वाढतो. मूड सुधारतो. स्मरणशक्ती व विचारांची स्पष्टता वाढते. अनेक हृदयरोग्यांची बऱ्याच वेगवेगळ्या कारणांनी झोप अस्वस्थ असते. नियमितपणे ई.ई.सी.पी.च्या पेशंटकडून आम्हाला असा रिपोर्ट आला आहे की, उपचाराच्या सुरुवातीपासूनच शांत झोप लागायला लागल्यामुळे झोपेचे सगळे फायदे त्यांना मिळू लागले.

सांधेदुखी

दीर्घ काळ वेदना देणारे संधीवात किंवा पाठ, कंबरदुखीसारखे आजार ई.ई.सी.पी.ला चांगला प्रतिसाद देतात. माझ्या एका पेशंटचा दीर्घ काळच्या संधीवातामुळे हात वाकडा झाला होता. ई.ई.सी.पी.-उपचार पूर्ण झाल्यावर मला त्यांनी सांगितले

की, पंचवीस वर्षांत प्रथमच ते वेदनामुक्त झाले होते. सांधेदुखी असणाऱ्या एक बाई म्हणाल्या, "उठल्यानंतर नितंब, गुडघे न दुखता चालता येणे प्रथमच अनुभवतेय. हे ई.ई.सी.पी.चे उपकार!"

दीर्घ काळची मानदुखी, खांदे व पाठदुखीच्या अनेक पेशंटशी असे माझे खूपदा संवाद होतात. ई.ई.सी.पी. रक्तप्रवाह वाढवत असल्यामुळे वेदनेची जाणीव करून देणारी रासायनिक द्रव्ये लवकर साफ होतात व वेदनेशिवाय मोकळेपणाने सांधे हलविणे आरामात जमते. जितकी हालचाल होईल, व्यायाम जास्त होईल, तितका तिथला रक्तप्रवाह वाढतो व तितके आणखी बरे वाटू लागते.

रेस्टलेस लेग सिन्ड्रोम

रेस्टलेस लेग सिन्ड्रोम हा एक मज्जासंस्थेचा आजार आहे, ज्यामध्ये पेशंटच्या पायामध्ये सतत क्लेशकारक संवेदना होत राहतात व पाय सतत थोड्या थोड्या वेळाने हलवत राहिले, तरच जरा बरे वाटते. संध्याकाळी जरा आराम करायच्या किंवा रात्री झोपायला जाण्याच्या वेळेस खूप जास्त त्रास जाणवतो. सतत पाय हलवत राहावेसे वाटतात, त्यामुळे झोप अस्वस्थ असते. मग खूप थकवा येतो. दैनंदिन कामकाजावर व जीवनावर बराच परिणाम होतो.

या आजाराचे कारण तितकेसे नीट समजलेले नाही; पण अपुरा रक्तपुरवठा हे संभाव्य कारण असल्याने ई.ई.सी.पी.चा फायदा होऊ शकतो. अनेक वर्षांपासून त्रास असणाऱ्या या सिन्ड्रोमच्या सहा पेशंटचे निरीक्षण केले गेले. ई.ई.सी.पी.च्या

केस स्टडी

एकोणसत्तर वर्षांच्या सारा. डी. यांना रेस्टलेस लेग सिन्ड्रोमचा अनेक वर्षांपासून त्रास होता. त्यामुळे रात्री त्यांना दोन तासांपेक्षा जास्त झोप मिळत नसे. त्यांना अंजायना व हार्ट फेल्युअरसाठी ई.ई.सी.पी. देण्यात आली. उपचार संपले तेव्हा त्यांचा अंजायना तर खूपच कमी झालाच होता; पण पायांच्या कित्येक वर्षांच्या त्रासातही खूप सुधारणा झाली होती. पायातले क्रॅम्प्स व क्लेश बरेच कमी झाल्यामुळे त्यांना झोपही चांगली लागायला लागली होती.

पस्तीस उपचार सत्रांनंतर ताबडतोब पाहिले असता ८०% पेशंटमध्ये त्रास कमी झाल्याचे दिसून आले. नऊ वर्षे त्रास असणाऱ्या एकाचा, तसेच तेवीस वर्षे त्रास असणाऱ्या एकाचा अशा एकूण तीन पेशंटचा त्रास ई.ई.सी.पी.नंतरही तीन ते सहा महिने बराच कमी राहिला. बाकीच्या दोघांचा फायदा तर एक वर्षभर टिकला. अत्यंत मर्यादित उपचार उपलब्ध असणाऱ्या या आजाराच्या बाबतीतील हे उत्कृष्ट रिझल्ट्स अत्यंत प्रोत्साहनदायक आहेत. मध्यवर्ती व इतर सर्व मज्जातंतूंचा रक्तपुरवठा वाढवण्याची ई.ई.सी.पी.ची आगळीवेगळी क्षमता, हेच या यशाचे गमक आहे.

सध्या जगभरातील संशोधक ई.ई.सी.पी.-उपचारांचे क्षितीज रुंदावण्यासाठी अभ्यास करीत आहेत. अत्यंत सुरक्षित, सुखकारक, स्वस्त अशी ही नॉन इन्वेझिव प्रोसीजर असल्यामुळे जितक्या जास्त आजारांना तिचा उपयोग होईल, तितका तो करून घेतला पाहिजे.

आजपासून दहा वर्षांनी किंवा कदाचित लवकरही हे पुस्तकाचे प्रकरण खूप मोठे होईल कारण तोपर्यंत ई.ई.सी.पी.चे अजून अनेकविध फायदे आपल्याला माहिती झाले असतील.

ई.ई.सी.पी. व तंदुरुस्त शरीर

ई.ई.सी.पी.चा तंदुरुस्त शरीरावर काय परिणाम होतो हा प्रश्न तुम्हाला बरेचदा पडला असेल, याची मला खात्री आहे. जर रक्तप्रवाहाला चालना देणाऱ्या ई.ई.सी.पी.ने गंभीर आजारी हृदयरुग्ण पुन्हा चालू-फिरू लागत असतील, तसेच अशा अनेक इतर व्याधींपासून सुटका मिळत असेल, तर तंदुरुस्त व्यक्तीसाठी यातून काय फायदे मिळू शकतील? अनेक संशोधक व खेळाडूंनी या उपचारांचे स्वास्थ्यपूर्ण जनतेवर काय परिणाम होतात, याची आधीच नोंद घ्यायला सुरुवात केली आहे.

ज्या व्यक्ती खूप आजारी आहेत, व्यायाम करू शकत नाहीत त्यांना ई.ई.सी.पी.मुळे एक उत्तम गोष्ट मिळते, 'निष्क्रिय व्यायाम'. पेशंट फक्त पलंगावर आडवे होऊन एक तास विश्रांती घेतात व ई.ई.सी.पी.चे मशीन त्यांचा व्यायाम घडवून आणते. यामुळे हृदय, हातपाय व इतर संपूर्ण शरीरातील मुख्य रोहिणी रक्त, प्राणवायू व पोषक द्रव्ये पोहोचवण्यासाठी जास्त सक्षम बनतात. म्हणूनच व्यायाम करणे अशक्य असणाऱ्या व्यक्तींसाठीचा हा व्यायाम मानला जातो.

पण प्रत्येकालाच उपचारांचे उत्कृष्ट फायदे का मिळू नयेत? मी तर ई.ई.सी.पी.ला सर्वांचाच व्यायाम मानते. प्रत्येक व्यायाम करणाऱ्या व्यक्तीच्या, मग ती फक्त चालणारी असो किंवा ऑलिंपिक खेळाडू असो, रक्तप्रवाहाला ई.ई.सी.पी. जास्त

चालना देते, रक्ताभिसरण संस्था बळकट करते व स्वास्थ्य सुधारते, दम वाढवते व व्यायामाची क्षमता उंचावते. मुळातच ई.ई.सी.पी. प्रत्येकाची शारीरिक कुवत एका वरच्या पातळीवर नेते. इतके स्वास्थ्यपूर्ण फायदे ई.ई.सी.पी.मुळे कसे मिळतात, ते या भागात आपण पाहणार आहोत.

लक्षात घ्या, ई.ई.सी.पी.मध्ये रक्तदाबाचे पट्टे पायाभोवती गुंडाळलेले असतात व हृदयाच्या ठोक्याच्याच तालात ते आकुंचन व प्रसरण पावत असतात. त्यामुळे ई.ई.सी.पी. फक्त हृदयाचाच नाही, तर संपूर्ण शरीराचा रक्तपुरवठा वाढवते. रक्तप्रवाह वाढल्याने रक्तवाहिन्यांचे वर्धन होते, त्यांना बळकटी येते व नव्या रक्तवाहिन्या निर्माण होतात. आपल्या अवयवांना जास्त प्राणवायू, पोषक द्रव्ये मिळू लागतात व शरीरातील टाकाऊ पदार्थ पटकन साफ केले जातात. याचे अगणित फायदे होतात.

हृदयाचे प्रशिक्षण

ई.ई.सी.पी.मुळे हृदय प्रसरणाच्या अवस्थेत विश्रांती घेत असतानाही हृदयाचा रक्तप्रवाह वाढवणारा डायस्टोलिक (खालचा) रक्तदाब वाढतो. ही वाढ महारोहिणीमध्ये (हृदयातून सर्व शरीरात रक्त नेणारी सर्वांत मोठी रोहिणी किंवा एओर्टा) ९३% , तर हृदयरोहिण्यांमध्ये १६% होते. यामुळे हृदयाचा रक्तपुरवठा सरासरी २८% ने वाढतो व हृदयाची पंपींगची क्षमता वाढते. म्हणजेच प्रत्येक आकुंचनाबरोबर हृदय जास्त रक्त शरीराकडे पाठवू शकते. त्याचबरोबर ई.ई.सी.पी.ने वरचा रक्तदाबपण (सिस्टोलिक बी.पी.) १५%नी कमी होते. म्हणजेच संपूर्ण शरीराकडे रक्त पोहोचवण्यासाठी हृदयाला कमी कष्ट पडतात. हेच वेगळ्या शब्दांत सांगायचे, तर शरीरभर रक्त पाठवण्याचे हृदयाचे काम १५%नी सोपे होते.

तंदुरुस्त व्यक्तीसाठी याचा काय अर्थ होतो? रक्तप्रवाह व प्राणवायू यांचा जसजसा जास्त पुरवठा हृदयाला मिळत जातो, हृदयावरचा कामाचा बोजा हलका व्हायला लागतो, तसतसे हृदयाला अधिक कार्यक्षम होण्याची सवय लागते. हृदयाकडून संपूर्ण शरीराकडे व काम करणाऱ्या स्नायूंकडे किती प्राणवायू पोहोचू शकतो व ते किती कार्यक्षमतेने तो प्राणवायू वापरू शकतात यावर प्रत्येक व्यक्तीची तंदुरुस्ती अवलंबून असते. यावरूनच ती व्यक्ती कमी कष्टात जास्त शारीरिक श्रम करू शकते का, हे ठरते. आपण असे समजू की, तुम्ही बारा मिनिटांत एक मैल चालू शकता. तुमच्या व्यायामाच्या वेळापत्रकात जर ई.ई.सी.पी.ची भर घातली, तर तुमची इच्छा असल्यास तुम्ही एक मैल आरामात आठ मिनिटांत पळू शकाल.

रक्तवाहिन्यांच्या स्वास्थ्याची जोपासना

हृदयाच्या स्नायूंच्या प्रत्यक्ष परिणामांच्या बरोबरच ई.ई.सी.पी.मुळे संपूर्ण रक्ताभिसरण सुधारते. रक्तवाहिन्या कृत्रिम पाइप किंवा नळ्यांसारख्या नसून जिवंत लवचीक अवयव आहेत, हे आपण लक्षात घेतले पाहिजे. जेव्हा रक्तवाहिन्या तंदुरुस्त असतात तेव्हा आकुंचन-प्रसरण पावून शरीरभर रक्त व प्राणवायू यांचा पुरवठा करण्याचे व तिथला टाकाऊ माल साफ करण्याचे काम त्या अविश्रांत करत असतात. जितक्या रक्तवाहिन्या तंदुरुस्त तितक्या त्या जास्त कार्यक्षम व तितकेच आपण तंदुरुस्त व कार्यक्षम, असे हे गणित आहे; परंतु ज्या प्रकारे व्यायामाच्या अभावामुळे स्नायू दुबळे व निकामी होतात त्याच प्रकारे क्षीण रक्तप्रवाहामुळे अपुरा वापर होणाऱ्या रक्तवाहिन्याही अकार्यक्षम होऊ लागतात. रक्तवाहिन्या ताज्यातवान्या, कार्यरत व स्वास्थ्यपूर्ण राहणार की नाही हे त्यांच्यातील आतल्या आवरणामधील पेशी ठरवतात. पेशींमध्ये आकुंचन व प्रसरण यांची क्षमता असेल, तरच ती रक्तवाहिन्यांमध्येही येईल. ज्या व्यक्तींमध्ये या आवरणाच्या पेशींचे कार्य धड होत नसेल, त्यांच्या रक्तवाहिन्याही अकार्यक्षम होतील व हृदयरोगासारखे रक्ताभिसरणाचे त्रासही वाढू लागतील.

रक्तप्रवाह वाढवून रक्तवाहिन्यांमध्ये घर्षण (शिअर स्ट्रेस) निर्माण करणे, या एकाच मार्गाने पेशींना तंदुरुस्त व ताजेतवाने ठेवता येते. आपण तंदुरुस्त व ताजेतवाने राहण्याचे महत्त्वाचे व मूळ कारण रक्तप्रवाह हेच आहे. रक्तप्रवाह वाढवण्याचा पहिला मार्ग आहे व्यायाम व अर्थातच दुसरा ई.ई.सी.पी. ज्याने तितकेच आरोग्यदायी लाभ मिळतात. ई.ई.सी.पी.मुळे रक्तवाहिन्यांमधील आवरण पेशींचे कार्य सुधारून नॉर्मलवर येते. यावरून तिची शरीरक्रियांमध्ये टिकावू व सकारात्मक बदल घडवून आणण्याची क्षमता लक्षात येईल. जर आवरण पेशींचे कार्य बिघडले असणाऱ्या हृदयरुग्णांमध्ये ई.ई.सी.पी. हा परिणाम घडूवन आणू शकते, तर तंदुरुस्त व्यक्तींच्या रक्तवाहिन्यांच्या कार्यावर दिसणारे परिणाम पाहून आपण थक्कच होऊ. सर्व रक्तप्रवाह वाढवण्याबरोबरच तंदुरुस्त व्यक्तींमध्ये रक्ताभिसरण संस्थेला बळकटी आणण्याची ई.ई.सी.पी.ची क्षमता संशोधकांनी सिद्ध केली आहे. रक्तवाहिनीची तंदुरुस्ती व रक्तप्रवाहाला प्रतिसाद देण्याची क्षमता यांचा मापदंड असणारी स्पंदन-क्षमता या उपचारांनी वाढते. आवरण-पेशींचे नेहमीचे कार्य टिकवण्याचे कामही त्यामुळे शक्य होते. लक्षात घ्या, ज्याप्रमाणे रक्तप्रवाहाचा अतिरेक होऊ शकत नाही त्याचप्रमाणे रक्ताभिसरण अतिबलवान किंवा शरीर अतितंदुरुस्त होऊ शकत नाही.

शरीराची शुद्धता व विषमुक्ती (डिटॉक्सीफिकेशन)

शरीरातील टाकाऊ, विषारी पदार्थ बाहेर टाकण्याचे महत्त्वाचे काम करणाऱ्या मूत्रपिंड व यकृत या दोन अवयवांवर ई.ई.सी.पी.चा फार मोठा परिणाम होतो.

मूत्रपिंडे शरीरातील फिल्टर किंवा गाळणी म्हणून काम करतात. जेव्हा त्यांच्यातून रक्त वाहते तेव्हा रक्तातील टाकाऊ द्रव्ये बाहेर काढली जाऊन लघवी बनते. तसेच क्षार आणि पाण्याचा समतोल साधला जातो. ई.ई.सी.पी.ने मूत्रपिंडाच्या रक्तप्रवाहात २१%नी वाढ होते, ६०% जास्त लघवी तयार होते व दुपटीने जास्त क्षार बाहेर टाकले जातात. मूत्रपिंडात तयार होणारे व क्षार-पाण्याचा साठा करणारे रेनिन नावाचे संप्रेरक ई.ई.सी.पी.मुळे ३७%नी कमी होते. रेनिन कमी झाल्याने रक्तदाब कमी होऊन नियंत्रणात येतो. थोडक्यात काय, तर ई.ई.सी.पी. मूत्रपिंडांचा रक्तपुरवठा वाढवते, लघवी बनवण्याची त्यांची क्षमता सुधारते व रेनिन कमी करून जास्त क्षार बाहेर टाकते. जर आपण फक्त तंदुरुस्त लोकांचा विचार केला, तर हे उपचार घेणारे सर्व जण नैसर्गिक विषमुक्ती व शरीरशुद्धतेचा फायदा मिळवू शकतात.

यकृताची तीन महत्त्वाची कार्ये असतात –

१. पेशींमधील विविध टाकाऊ पदार्थ, औषधे व रक्तातील इतर हानीकारक पदार्थांचे विघटन करून बाहेर टाकण्यासाठी मूत्रपिंड किंवा आतडी यांच्याकडे पाठविणे.
२. अन्नावर प्रक्रिया करून प्रथिने व इतर पोषक द्रव्यांमध्ये त्याचे विघटन करणे. उदा. यकृत स्निग्धे पचवणारा पित्तरस (बाइल) तयार करते व अन्नामधून अ, ड व ई जीवनसत्त्वाचे शोषण करण्यास मदत करते.
३. रक्तातील जास्तीची साखर व बी-१२ जीवनसत्त्व साठवून ठेवून जरूर पडल्यास ते शरीरात पाठवण्याचे काम यकृत करते. पुरेसा रक्तपुरवठा झाल्यासच यकृत सर्व महत्त्वाची कामे करू शकते. जितका जास्त रक्तपुरवठा होईल, तितके संपूर्ण कार्यक्षमतेने तुमचे शरीर विषमुक्त करण्याचे काम यकृत करू शकेल. यकृताचा रक्तपुरवठा २५% नी वाढवून ई.ई.सी.पी. या कामात मोलाचे साहाय्य करते.

अँटिऑक्सिडंट्सची मूल्यवाढ

शरीरातल्या प्रत्येक पेशीमध्ये मायटोकाँड्रीया नावाची 'भट्टी' असते. यामध्ये नेहमीच्या चयापचयाच्या दरम्यान प्राणवायू वापरून ऊर्जानिर्मिती होत असताना 'फ्री रॅडिकल' नावाचा अस्थिर प्राणवायू कधीकधी तयार होतो. पेशींचे आवरण,

रक्तवाहिन्यांच्या भिंती, प्रथिने, स्निग्धे व डी.एन.ए. यांना खराब करून टाकण्याची मोठी क्षमता यांच्यात असते. जर त्याला ताबडतोब निष्प्रभ केले नाही, तर तो अजून जास्त घातक व अस्थिर बनू शकतो. शरीरामधील अँटिऑक्सिडंट्सचे नैसर्गिक साठे वापरून शरीर या घातक प्राणवायूला निष्प्रभ करीत राहते; पण जर साठे अपुरे असतील, तर फ्री रॅडिकल्स साचून ऑक्सिडेटिव्ह स्ट्रेस तयार होतो. असे जास्त काळ चालू राहिल्यास दीर्घ काळचे झिजवणारे दुखणे मागे लागते. फ्री रॅडिकल्सच्या वाढत्या प्रमाणामुळे अकाली वार्धक्य येऊ शकते. तसेच हार्टअ‍ॅटॅक, पक्षघात, मधुमेह, कर्करोग, संधीवात, स्मृतिभ्रंश, अल्झायमर, लूपस,अकाली थकवा असे अनेक आजार होऊ शकतात. कोलेस्टेरॉलला खराब करून रक्तवाहिन्यांमध्ये त्याची पुटे चढण्याच्या क्रियेला फ्री रॅडिकल्स चालना देतात. उदा. हृदय-रुग्णांमध्ये फ्री रॅडिकल्सचे उत्पादन तंदुरुस्त व्यक्तींपेक्षा जास्त प्रमाणात दिसून येते. म्हणजेच त्यांच्यामध्ये अँटिऑक्सिडंट्सचा प्रतिकार अपुरा पडत असतो.

फ्री रॅडिकल्सनी नुकसान करून अंदाधुंदी माजवायच्या आत नैसर्गिक अँटिऑक्सिडंटच्या साहाय्याने त्यांच्यावर हल्ला करून त्यांना निष्प्रभ करण्यासाठी शरीरात पुरेशा अँटिऑक्सिडंट्सचा साठा असणे गरजेचे आहे. दुर्दैवाने जसे आपले वय होत जाते, तसे त्यांचे शरीरातील नैसर्गिक साठे कमी होत जातात. ते वाढवण्यासाठी म्हणूनच अनेक डॉक्टर, आहारतज्ज्ञ, फिटनेस सल्लागार व वार्धक्यतज्ज्ञ अँटिऑक्सिडंट्स असणारे अन्नपदार्थ अथवा गोळ्या घेण्याचा सल्ला देतात.

ई.ई.सी.पी. ही एक शारीरिक उपचार-पद्धती असली, तरी तिच्यातून हा फायदा मिळू शकतो. फ्री रॅडिकल्समुळे पेशींच्या आवरणाचे नुकसान होऊन मॅलनडायॅलडिहाइड हा पदार्थ तयार होतो. प्रभावी अँटिऑक्सिडंट असणारे ई जीवनसत्त्व हा पदार्थ कमी करते. रक्तप्रवाह वाढवून व हे विषारी पदार्थ जलद साफ करून ई.ई.सी.पी.पण तेवढ्याच प्रमाणात हा विषारी पदार्थ कमी करते. ई.ई.सी.पी.चा अँटिऑक्सिडंट परिणाम हे या उपचारांच्या दीर्घकालीन फायद्याचे एक कारण आहे.

ई.ई.सी.पी.मुळे चिरतारुण्य मिळेल का? मला वाटत नाही, मी इतके धाडसी विधान आता करू शकेन! पण रक्तप्रवाहात वाढ करून व शरीरात अनेक लाभदायक बदल घडवून आणून शरीराचे स्वास्थ्य व तंदुरुस्ती जास्तीत जास्त वाढवण्याचे ती काम करते, यात तिळमात्र शंका नाही.

स्नायूंना प्राणवायूचा पुरवठा

व्यायामाच्या दरम्यान जास्त काम करण्यासाठी स्नायू अधिक प्राणवायूची मागणी करतात आणि अर्थातच जास्त प्राणवायू पोहोचवण्याचा एकमेव मार्ग म्हणजे अधिक रक्तपुरवठा. प्राणवायूची मागणी पूर्ण करण्यासाठी व्यायामाच्या दरम्यान सर्व स्नायू-तंतूंना जास्त रक्त पोहोचवण्याची एक अंतर्गत यंत्रणा स्नायूंमध्ये कार्यरत असते. या यंत्रणेचे दोन भाग असतात. पहिले म्हणजे व्यायामाने जास्तीच्या केशवाहिन्या उघडण्यास चालना मिळते व रक्तप्रवाहात वाढ होते. दुसरे म्हणजे जेव्हा स्नायू आकुंचन पावतात तेव्हा या केशवाहिन्यांचा आकार बदलतो, त्यांचा पृष्ठभाग रुंदावतो व त्या जास्त स्नायूतंतूंपर्यंत पोहोचू शकतात.

व्यायामानंतरही स्नायू जास्त प्राणवायूची मागणी करीत असतात. पुन्हा पूर्ववत होण्यासाठी, व्यायामाने आलेला थकवा व वेदना घालवण्यासाठी व पुढच्या व्यायामाची पूर्वतयारी करण्यासाठी त्यांना याची गरज पडते. स्नायूंमधल्या चयापचयामधून निर्माण होणारे लॅक्टिक ॲसिड साचून राहिल्यामुळे स्नायूंना शीण येतो, तर स्नायूपेशी किंवा तंतुमध्ये छोटे छेद गेल्यामुळे ते दुखरे होतात. (डिलेड ऑनसेट मसल सोअरनेस, DOMS). व्यायाम झाल्यानंतर बऱ्याच तासांनी हे दुखरेपण जाणवते व दुखरेपणा वाढवणाऱ्या गोष्टी टाळल्यावर साधारण तीन ते सात दिवसांत काही उपचारांशिवाय ते बरे होते. नियमित व्यायाम करणाऱ्यांमध्ये व खेळाडूंमध्ये या थकव्यामुळे व दुखरेपणाने इजा होण्याची जास्त संभावना असते.

व्यायामानंतर थकलेल्या स्नायूंना जास्त रक्तपुरवठा झाल्यास खेळाडू आपला थकवा व दुखरेपणा कमी करू शकतात, इजा होण्याचा धोका व रिकव्हरीचा काळ घटवू शकतात. रक्तामधून पोहोचणारा प्राणवायू व पोषक द्रव्ये सुधारणेच्या प्रक्रियेत मदत करतात. तसेच स्नायूंच्या छेदांमुळे निर्माण होणारी त्रासदायक रसायनेही लवकर साफ करतात. जलद सुधारणेमुळे तसेच शीण व दुखरेपणा कमी जाणवल्याने मैदानात, कोर्टवर किंवा ट्रॅकवर कुठेही उत्कृष्ट कामगिरी होण्याची खेळाडूंना शाश्वती वाटते.

सरावाच्या दरम्यानच्या कूलडाऊनच्या काळात रक्तातील लॅक्टिक ॲसिडचे प्रमाण पटपट कमी होण्याचे उपाय अनेक खेळाडू शोधत असतात. श्रमलेल्या स्नायूंना अजून इजा न होता तिथला रक्तपुरवठा वाढावा म्हणून या काळात सोपे, कमी श्रमाचे एरोबिक व्यायाम केले जातात. तरीही खेळाडूंना एका समस्येला तोंड द्यावे लागते. जरी कूलडाउनच्या काळात (ॲक्टिव रिकव्हरी) विश्रांतीच्या काळापेक्षा (पॅसिव्ह रिकव्हरी) जलद गतीने लॅक्टिक ॲसिडची

पातळी कमी होत असली, तरी कोणत्याही हालचालींना ऊर्जेची गरज भासतच असल्याने हलक्या व्यायामांनीही ऊर्जेचे साठे घटतात. वेगळ्या शब्दांत सांगायचे झाले, तर आधीच्या व्यायामाच्या ताणातून बाहेर पडण्यासाठी केलेल्या हलक्या व्यायामांनीही शीण, दुखरेपणा व इजा होण्याचा धोका वाढू शकतो.

अनेक व्यावसायिक खेळाडू मग व्यायामानंतर किंवा स्पर्धेनंतर मालिश करून घेतात. मालिश किंवा मसाजचे फायदे सर्वज्ञात आहेत. त्यामुळे कष्ट न करता रक्तप्रवाहाला चालना मिळते व बरे होण्याची प्रक्रिया जलदपणे होते. मालिशमुळे रक्ताभिसरणाला चालना मिळते. लवचीकता व हालचालींची क्षमता वाढते. प्रतिकारसंस्था बळकट होते, सांध्यांची हालचाल वाढते, जखमेचे व्रण भरून येतात, स्नायू शिथिल होऊन लॅक्टिक ॲसिड व विषारी द्रव्ये लवकर साफ केली जातात व व्यायामानंतरची सुधारणा दोन-तीन पटीने जलद गतीने होते. मालिशमुळे वेदना, इजा होण्याचा धोका व अस्वस्थपणाही कमी होतो.

मी पूर्वी सांगितल्याप्रमाणे अनेक रुग्णांना ई.ई.सी.पी.ने खोलवर मालिश केल्यासारखे वाटते. जेव्हा पायाचे पट्टे आकुंचन व प्रसरण पावतात तेव्हा ते मालिशचे सर्व फायदे मिळवून देत असतात, पण ई.ई.सी.पी.ची मालिशपेक्षा जास्त मदत होते. जोरदार व्यायाम केल्याप्रमाणे रक्तप्रवाहाला चालना मिळतेच, पण व्यायामाचा धोका व ऊर्जेचा खर्च टळतो. जास्तीचा रक्तपुरवठा हाताळण्यासाठी अधिक केशवाहिन्या कार्यरत होतात. पाय दाबले गेल्याने स्नायूंचा आकार हलकेच बदलतो व केशवाहिन्यांचा आकार बदलून जास्त स्नायूतंतूंपर्यंत त्या पोहोचू शकतात. या सर्व क्रियेमध्ये साचलेले लॅक्टिक ॲसिड लवकर साफ केले जाते. पुढच्या व्यायामासाठी लगेच लागणारी ऊर्जा वाचते व स्नायूंची डागडुजीपण केली जाते. अशा पद्धतीने ई.ई.सी.पी. स्नायूंचे कार्य व कामगिरी सुधारून खेळाडूंना मैदानात, कोर्टवर किंवा तरणतलावात तत्परतेने परत आणल्यास मदत तर करतेच, पण थकवा, वेदना व इजा होण्याचा धोकाही कमी करते.

रक्तप्रवाहाचा रतीब

ई.ई.सी.पी. मानवी शरीरातील सर्वांत मूलभूत प्रक्रियेला बलवान बनवते व ती म्हणजे रक्तप्रवाह. परिणामी अगणित प्रकारांनी स्वास्थ्य व तंदुरुस्ती सुधारते. अगदी त्रासदायक दीर्घकालीन दुखण्यापासून ते खेळाडूंमधील फिटनेस सुधारण्यापर्यंत तिचा फायदा होतो. फक्त एकच प्रश्न वारंवार अनुत्तरीत राहतो. पुढच्या प्रकरणात आपण त्याचे उत्तर शोधणार आहोत.

६

हृदयरोग व आधुनिक वैद्यकशास्त्र

ई.ई.सी.पी.बद्दल मी यापूर्वी का ऐकले नाही?

जेव्हा मी प्रथम लोकांना भेटते व ई.ई.सी.पी.बद्दल सांगायला लागते तेव्हा सर्वांचा अगदी एकसारखा प्रतिसाद असतो. मग ती कित्येक वर्षे हृदयरोगासोबत काढणारी, औषधोपचार व शस्त्रक्रिया झालेली व्यक्ती असो, नवीन निदान झालेला रुग्ण असो, हृदयरोग्यांचे कुटुंबीय असोत, एखादा स्नेही असो किंवा ओळखीची व्यक्ती असो, प्रत्येकाची प्रतिक्रिया सारखीच असते. "हे यापूर्वी ऐकण्यात का आलं नाही?" बहुतेक वेळा या प्रश्नामध्ये आश्चर्य, साशंकता, क्षोभ, राग यांसारख्या संमिश्र भावना मिसळलेल्या असतात. ई.ई.सी.पी.चा प्रत्यक्ष अनुभव नसलेले अनेक डॉक्टर्ससुद्धा त्या बाबतीत जरा कचरून, काळजीपूर्वक सल्ला देतात.

"मी यापूर्वी याबद्दल काही ऐकलं का नाही?" हा प्रश्न माझ्या मनात सतत गुणगुणत असतो. आपल्या हृदयविकाराच्या नव्या ज्ञानानुसार संपूर्ण रक्ताभिसरण संस्थेच्या रक्तप्रवाहाला चालना देणाऱ्या उपचारपद्धतीच्या आपण शोधात असूनही आपल्याला ई.ई.सी.पी.ची माहिती नाही. शंभर शोधनिबंधांमधून ई.ई.सी.पी.चे फायदे निर्विवाद सिद्ध होऊनही ई.ई.सी.पी.ची आपल्याला माहिती नाही. एफ.डी.ए. व मेडिकेअरने विम्याचे संरक्षण दिले असूनही, संपूर्ण सुरक्षित, वेदनारहित व परिणामकारक नॉन-इनव्हेझिव उपचारपद्धती असूनही आपल्याला ई.ई.सी.पी.ची माहिती नाही. का? अत्यंत विश्वासार्ह सत्य आपल्यासमोर स्पष्ट दिसत असूनही हे एक वैद्यकीय गुपित का असावे? या प्रश्नाला सरळ, सोपे व खरे असे स्पष्ट उत्तर नाही. अमेरिकेतील वैद्यकीय यंत्रणेतील अनेक वादग्रस्त मुद्द्यांशी त्याचा संबंध आहे. या प्रकरणात मी त्यांच्यावर प्रकाश टाकण्याचा प्रांजळ प्रयत्न करणार आहे.

अमेरिकेतील वैद्यक – 'जितके हायटेक तितके चांगले'

अमेरिका या देशाला प्रगत तंत्रज्ञान व नवनवीन शोधांचा मोठा इतिहास आहे. नवीन पायंडे पाडण्याच्या व नूतन दिशा दाखविण्याच्या अमेरिकन परंपरेमध्ये वैद्यकीय व्यवस्थाही कुठे मागे नाही. यामुळेच अनेक जीवनदायी व आयुष्याला कलाटणी देणाऱ्या शोधांचे श्रेय अमेरिकेतील डॉक्टर्स व संशोधकांना मिळाले आहे. ही शोधांची तीव्र आस नसती, तर आज पोलिओची लस नसती, सिझेरिअन, मूत्रपिंडरोपण व बायपासची शस्त्रक्रिया नसती. इतकेच काय, क जीवनसत्त्व, एम.आर.आय. किंवा इतर अनेक लोकांना निरोगी व तंदुरुस्त ठेवणाऱ्या गोष्टी अस्तित्वात नसत्या.

'असाध्य ते साध्य' करणाऱ्या वैद्यकशास्त्राच्या या ओढीचे व अथक परिश्रमांचे फलित म्हणजे हे शोध आहेत व हेच अत्यंत रास्त अभिमानाचे कारणही आहे. असा दृष्टिकोन आपल्याला चिरंतन संदेश देत असतो की, अशक्य ते शक्यात बदलता येते व शोधांना सीमा नसते; परंतु येत्या काही दशकांमध्ये झालेल्या तंत्रज्ञानाच्या असामान्य प्रगतीनंतर (संगणक, लेसर-तंत्रज्ञान इ.) या विचारप्रणालीची काळी बाजूही समोर येऊ लागली आहे. आज अमेरिकेतील वैद्यकशास्त्राने प्रगत तंत्रज्ञानावरच संपूर्ण लक्ष केंद्रित केले आहे. त्यामुळे तंत्रज्ञानावर आधारित नसणारे उपचार निरुपयोगी आणि कमी यशस्वी मानले जातात. जितके वैद्यक जास्त गुंतागुंतीचे, धोका पत्करून केलेले व महाग, तितके ते जास्त परिणामकारक अशी या वैद्यकीय सत्ताधारी वर्गाची मनोभूमिका तयार झाली आहे. विल्यम बोडेन (एम.डी.) हे कनेक्टिकट विद्यापीठातील वैद्यकीय महाविद्यालयाचे प्राध्यापक म्हणतात, "जितके जास्त धडाडीचे व आक्रमक उपचार, तितके ते जास्त यशस्वी व परिणामकारक, असा अमेरिकेत समज आहे." असे उपचार दोन भागात विभागले जातात. औषधोपचार व इनव्हेझिव प्रोसीजर्स. याच्या बाहेरील इतर उपचारांना अजिबात महत्त्व दिले जात नाही. त्यांना खरे वैद्यकीय उपचार समजले जात नाही. थोडक्यात काय, तर आधुनिक वैद्यकामध्ये नॉन इनव्हेझिव उपचारांना स्थान देण्याची मानसिकताच राहिली नाही.

अमेरिकेतील अनेक वैद्यकीय विद्यालयातील शिक्षणाचा पाया अशा सरधोपट दृष्टिकोनावर आधारलेला आहे. काही वैद्यकीय महाविद्यालयांमध्ये सर्वशरीरसमावेषक (होलीस्टीक) पर्यायी वैद्यकाचा अभ्यासक्रमात समावेश केलेला असला, तरी बहुतेक सर्व डॉक्टरांना दोनच पर्याय शिकवलेले असतात. औषधे नाहीतर शस्त्रक्रिया. या दोन गोष्टी सोडल्यास, बरे करण्याचे इतर काहीच मार्ग नाहीत, असे ते मानत असल्याने त्यांच्या व्यवसायात हेच दोन मार्ग ते अवलंबतात.

अशा मानसिकतेचे उत्तम उदाहरण म्हणजे हृदयरोगावरची आजची उपचारपद्धती!

नुसत्या इन्वेझिव प्रोसीजर्सनी हृदयरोगावर पूर्णपणे उपचार होत नाहीत. तसेच काही थोड्या पेशंट्समध्येच त्यामुळे जीवनमान वाढू शकते, असे अनेक शोधनिबंधांमध्ये सिद्ध झाले असूनही त्यांचा वापर सगळीकडे दिवसेंदिवस वाढत आहे. हृदयरोगावर शस्त्रक्रिया हाच उपाय उपलब्ध आहे व काहीतरी उपाय तर करायलाच हवेत, असे हृदयरोगतज्ज्ञांचे मत असते. या मतप्रवाहामुळे ई.ई.सी.पी.चा उपचारांसाठीचा एक पर्याय म्हणून विचारच केला जात नाही. सध्याच्या आधुनिक पाश्चात्त्य वैद्यकाच्या दृष्टीने ई.ई.सी.पी. खूपच 'लो टेक' किंवा सोपी व साधी उपचारपद्धती आहे. म्हणून ती विश्वासार्ह नाही. सर्व औषधे घेऊन थकलेल्या व अजून शस्त्रक्रिया करणे अशक्य असलेल्या खूप आजारी पेशंटना तो पर्याय दिला जातो. सगळ्या हाय-टेक पर्यायांनी हात टेकल्यावर हृदयरोगतज्ज्ञ ई.ई.सी.पी. सुचवतात आणि काय होते ओळखा पाहू? बहुतेक पेशंटना ई.ई.सी.पी.नंतर खूप बरे वाटू लागते. मग बरेच जण विचारतात, "माझ्या डॉक्टरांनी हे मला आधी का सुचवले नाही? मला इतक्या सगळ्या प्रोसीजर्सना तोंड देण्याची काय आवश्यकता होती?"

शस्त्रक्रिया व औषधोपचार यांना आधुनिक वैद्यकशास्त्रात काही स्थान नाही, असे मला या चर्चेतून बिलकूल सूचित करायचे नाही, हे मी आधीच स्पष्ट केले आहे. त्यांचे स्थान निर्विवादपणे आहेच, पण त्यांचा गरजेपेक्षा खूपच जास्त वापर केला जात असून इतर अत्यंत परिणामकारक, नॉन इनव्हेझिव उपचारपद्धती बहिष्कृत केल्या जात आहेत, असे माझे म्हणणे आहे. हृदयरुग्णांना स्वस्त, सोप्या व नॉन इनव्हेझिव उपचारांचा पर्याय आधी देणे व जास्त आक्रमक, धोकादायक व महाग उपचार शेवटचा पर्याय म्हणून ठेवणे हा विचारच अनेक पाश्चिमात्य डॉक्टरांसाठी फार धक्कादायक आहे. खरेतर आरोग्यसंस्थांमधील कित्येक व्यक्ती तर अशी साधी कल्पनाही करू शकत नाहीत. ही परिस्थिती बदलायला हवी असेल, तर ती फक्त पेशंटच्या मागणीमुळेच बदलेल.

ई.ई.सी.पी.ने बिले कशी भरणार?

हृदयरोगाच्या उपचारांसाठी बायपास, अँजिओप्लास्टी, स्टेंट, तपासण्या, हॉस्पिटलमध्ये भरती होणे, नवनवीन गुंतागुंतीचे औषधोपचार यांसारखे हायटेक पर्याय वापरण्याच्या मागे पाश्चिमात्य वैद्यकशास्त्राच्या मानसिकतेबरोबरच अजून एक महत्त्वाचे कारण आहे. या उपचारांमुळे डॉक्टर, हॉस्पिटल, औषध-उत्पादक कंपन्या व आरोग्य संस्थांमध्ये प्रति वर्षी हजारो बिलियन डॉलर्सची उलाढाल होते. हा अत्यंत फायदेशीर व्यवसाय आहे. एका हृदयरुग्णाच्या उपचारांमधून त्याच्या आयुष्यभरामध्ये एक मिलियन डॉलर्सचे उत्पन्न आरोग्य विभागात होऊ शकते. २००३मध्ये (माहिती उपलब्ध असणारे शेवटचे वर्ष) एका बायपास शस्त्रक्रियेसाठी सरासरी ८३९१९

डॉलर्स लागले. त्याच वर्षात एका अँजिओप्लास्टीसाठी सरासरी ३९२५५ डॉलर्स खर्च आला. या खर्चाच्या आकड्यांमध्ये हॉस्पिटल-तपासणी, औषधे व शस्त्रक्रियेच्या पश्चात लागणारी काळजी यांच्या खर्चाचा समावेश आहे. याउलट ई.ई.सी.पी.च्या अपेक्षित खर्चाचा सर्वसाधारण आकडा सहा हजार डॉलर्स होता व ह्यात तपासणी, हॉस्पिटलचा खर्च, औषधे अथवा इतर खर्चाचाही अंतर्भाव नव्हता. शस्त्रक्रिया झालेल्या हृदयरुग्णांच्या तुलनेने ई.ई.सी.पी.च्या रुग्णांना भविष्यातही हॉस्पिटलमध्ये अॅडमिट होण्याची कमी गरज पडते. थोडक्यात काय, तर स्वस्त ई.ई.सी.पी. ही या व्यवसायासाठी फायदेशीर नाही. तसेच या उपचारानंतर इतर खर्चिक उपचारांची रुग्णाला गरज पडत नाही.

हा मुद्दा खूप वादग्रस्त आहे. रुग्णसेवेच्या संदर्भात डॉक्टर व हॉस्पिटल यांनी घेतलेले निर्णय पैशांवर अवलंबून असावेत, ही कल्पना स्वीकारणे किंवा विचारात घेणेही कित्येकांना सहन होणार नाही. म्हणूनच माझ्या सांगण्याशी डोळे झाकून सहमत होण्यापेक्षा मी जी मते व निरीक्षणे तुमच्यासमोर मांडते आहे, त्यावरून तुम्ही तुमचे निष्कर्ष काढलेले उत्तम!

आरोग्यसेवेच्या उद्योगामध्ये प्रचंड प्रमाणात स्पर्धा व चुरस आहे. विशेषत: मोठ्या शहरांमध्ये प्रत्येक नव्या व पुनर्तपासणीला येणाऱ्या पेशंटसाठी हॉस्पिटलची एकमेकांत स्पर्धा असते. हॉस्पिटलची निवड करताना पेशंट नवनवीन व प्रगत तंत्रज्ञानावर आधारलेल्या सुविधांची निवड करतात. हायटेक हॉस्पिटल निवडण्याची अमेरिकेतील मानसिकता याला जबाबदार आहे. त्यामुळे पेशंट मिळवण्यासाठी व टिकवण्यासाठी हॉस्पिटल्स प्रगत तंत्रज्ञानाच्या यंत्रणेत गुंतवणूक करतात, आवार सजवतात व नावाजलेले डॉक्टर नोकरीवर घेतात. मग ते आपला उत्कृष्ट स्टाफ व सुविधांची जाहिरात करण्यासाठी अजून खर्च करतात. हा सर्व पैसा कुठून येतो?

अनेक महाग शस्त्रक्रिया केल्यामुळे बराच पैसा जमा होतो. या शस्त्रक्रियाच हॉस्पिटलला या व्यवसायात टिकवून ठेवतात. तसेच हॉस्पिटल चालू ठेवायचे असेल, तर काही शस्त्रक्रियांचे ठरावीक आकडे गाठले गेले पाहिजेत असा शासनाचा नियम आहे. न्यूयॉर्क व न्यूजर्सीसारख्या काही राज्यांमध्ये अँजिओग्राफी व बायपास प्रोसीजर्सना हा नियम लागू होतो. त्या करणाऱ्या हृदयरोग-तज्ज्ञांनाही काही नियम पाळावे लागतात. ठरावीक प्रोसीजर्सचे ठरावीक आकडे गाठल्यासच त्यांचे सब-स्पेशालिटी सर्टिफिकेट टिकवता येते.

का कोण जाणे, पण अमेरिकेतील संपूर्ण वैद्यकीय व्यवस्थेमधील नैतिक मूल्ये मोठ्या कठीण परिस्थितीतून जात आहेत. व्यवसाय व व्यावसायिक म्हणजे डॉक्टर्स, हॉस्पिटल्स, औषध-उत्पादक कंपन्या यांचे उत्पन्नच आजारी व

सतत उपचारांची गरज असणाऱ्या पेशंटवर अवलंबून आहे. वैद्यकीय व्यवसायाची उत्पन्न वाढवण्याची गरज व इच्छाच तत्त्वत: रुग्णसेवेच्या विरोधात जाते. प्राचीन काळातील ग्रीक डॉक्टर व तत्त्ववेत्ता गॅलेनने ही कात्रीत सापडण्याची स्थिती जाणली होती. वैद्यकीय व्यवसायातून नफा मिळवण्याची इच्छा व वैद्यकीय सेवेचे व्रत या दोन गोष्टी संपूर्ण विरुद्धधर्मी आहेत याची त्याने तेव्हा जाणीव करून दिली होती. या दोन्हीला सांधणारे मार्ग शोधताना नागरिकांचे स्वास्थ्य व आपली अर्थव्यवस्था यांच्यावर प्रचंड परिणाम होतो आहे. या परस्परविरोधी भावनांचा मेळ घालण्याचे काम करणे ही आमच्यासारख्या आरोग्यसेवेत कार्यरत असणाऱ्यांची जबाबदारी आहे; पण भूतकाळाची शिकवण असे सांगते की, पेशंटनी केलेली मागणीच खरा बदल घडवून आणू शकेल.

'(अ)' नैसर्गिक अनुक्रम

जेव्हा कोणतीही नवीन वैद्यकीय उपचारपद्धती एखाद्या आजारासाठी उपलब्ध होते तेव्हा ती सर्वसाधारणपणे खूप आजारी किंवा गंभीर पेशंटसाठी प्रथम वापरण्यात येते. जशी त्या उपचारांची जास्त माहिती होते, अनुभव वाढतो, स्वत:ला परिणाम प्रत्यक्ष दिसतात व जशी अनेकविध संशोधनातून तिची परिणामकारकता सिद्ध होत जाते तशी ती रोगांच्या उपचारांमध्ये लोकप्रिय होत जाते व तिचा उपचारांसाठी लवकर वापर केला जाऊ शकतो.

हृदयरोगासाठी ई.ई.सी.पी. उपचारपद्धती जेव्हा परिचित झाली तेव्हा ती या ठरावीक साचातून गेली नाही. जेव्हा प्रथम उपलब्ध झाली तेव्हा अमेरिकेतील गंभीररीत्या आजारी असणाऱ्या हृदय-रुग्णांसाठी ती राखीव ठेवली जात असे; पण मेडिकेअरने उपचारांचे शुल्क घ्यायला सुरुवात करून पाच वर्षे झाली आहेत व उपचारांची निर्विवाद परिणामकारकता व सुरक्षितता सिद्ध करणारे शंभराहून अधिक शोधनिबंध महत्त्वाच्या सर्व हृदयरोगविषयक जर्नलमध्ये प्रसिद्ध झाले आहेत. काही शोधनिबंधांमधून तर असेही निष्कर्ष निघाले आहेत की, हृदयरोगाचे निदान झाल्या झाल्या व बायपास किंवा इतर शस्त्रक्रिया करण्यापूर्वी पहिला पर्याय ई.ई.सी.पी.चा देण्यात यावा. कोणत्याही उपचारांवर याहून जास्त शिक्कामोर्तब ते काय असू शकते?

इतके सर्व असूनही सर्व उपाय करून निराश झालेल्या हृदयरोगाच्या पेशंटलाच फक्त ई.ई.सी.पी.चा पर्याय दिला जात आहे. दुर्दैवाची गोष्ट अशी की, अशा कठीण परिस्थितीतील सर्वच पेशंटना हा पर्याय मिळतो असेही नाही. अमेरिकेत हृदयरोगाने ग्रस्त असणारे एकूण २.४ मिलियन लोक असे आहेत, ज्यांच्यासाठी शस्त्रक्रिया करणे अशक्य आहे, असे डॉक्टरांचे मत आहे. औषधे

सोडल्यास ई.ई.सी.पी. हा एकच पर्याय त्यांच्यासाठी उपलब्ध आहे. जीवन सुधारण्याचा एकमेव आशेचा किरण! पण ई.ई.सी.पी. अस्तित्वात आहे, ही माहितीच त्यांच्यापर्यंत पोहोचत नाही.

पुन्हा असे लक्षात येते की, हा कल बदलायचा असेल, तर तो पेशंटने मागणी केल्यावरच बदलेल. हृदयरोगाचे नुकतेच निदान झालेल्या, स्वत:च संशोधन करून ई.ई.सी.पी.ची माहिती मिळवणाऱ्या अनेक व्यक्ती आता आम्ही पाहतो आहोत. त्या प्रोसीजरचा पर्याय नाकारून बाह्य उपचार-पद्धतीची निवड स्वत: करत आहेत.

हृदयरोग : थोडा आडवळणाचा रस्ता

कित्येक हृदयरुग्णांना ई.ई.सी.पी.ची माहिती नाही, ही एक गंभीर बाब आहे. अजून एका मोठ्या समस्येचीही ती निर्देशक आहे. ती म्हणजे बहुसंख्य हृदयरुग्णांना व त्यांच्या कुटुंबियांना त्यांच्या आजाराच्या खऱ्या स्वरूपाबद्दल चुकीची माहिती दिली जात आहे. पुन्हा पुन्हा मी पेशंटना बोलताना ऐकले आहे, ''हृदयरोगामुळे आलेले अडथळे हीच मुख्य समस्या आहे व बायपास, अँजिओप्लास्टी किंवा स्टेंटसारखी 'रूटीन' प्रोसीजर अडथळे दूर करेल व गंभीर परिस्थिती सुधारेल.''

या गैरसमजाचे आपण पाच निरनिराळ्या स्तरांमध्ये निराकरण करू या.

१. हृदयरोग हा अर्थातच संपूर्ण रक्ताभिसरण संस्थेचा आजार आहे. अडथळे ही मुख्य समस्या नसून अकार्यक्षम रक्तवाहिन्यांमुळे हृदयात व संपूर्ण शरीरात रक्तप्रवाह मंदावतो व अडथळे तयार होण्यासाठी पोषक अशी परिस्थिती निर्माण होते ही सद्य:स्थिती आहे.

२. सर्व प्रकारच्या शस्त्रक्रिया व प्रोसीजर्स अडथळ्यांवर म्हणजे रोगाच्या प्रगट लक्षणांवर लक्ष केंद्रित करतात; संपूर्ण आजारावर नव्हे. म्हणूनच बायपास, अँजिओप्लास्टी व स्टेंटने भविष्यातला हार्ट अॅटॅक टळत नाही किंवा आयुर्मर्यादाही वाढत नाही.

३. अडथळे काढता येत नाहीत. ते कॅल्शियम व स्निग्धांनी बनलेले असतात व एकदा तयार झाले की, रक्तवाहिनीच्या भिंतींचा ते कायमचा हिस्सा बनून जातात.

४. बायपास, अँजिओप्लास्टी किंवा स्ट्रेंट या काही 'रूटीन' म्हणण्यासारख्या प्रोसीजर नव्हेत. त्यांपैकी प्रत्येकीत जंतुसंसर्ग, पक्षघात, स्मृतिभ्रंश व मृत्यूचाही धोका संभवतो. अनेकदा दुष्परिणाम उद्‌भवतात व त्या अयशस्वी होऊ शकतात.

५. हृदयरोग संपूर्ण बरा तर होऊ शकत नाही. त्यामुळेच हृदयरोगासोबत

झगडताना त्रास कमी करून, रोगाचा पुढचा प्रवास रोखून, हार्टअ‍ॅटॅकचा धोका टाळून चांगल्यात चांगले जीवन जगता यावे, हे आपले ध्येय आहे. ते साध्य करण्याचा पहिला उपाय म्हणजे रक्ताभिसरण व संपूर्ण हृदयाच्या रक्तपुरवठ्याला बळकटी देणे. तसे केल्याने छातीत दुखणे, थकवा, धाप लागणे यांसारखे त्रास तर कमी होतातच, पण हृदयाला व इतर रक्तवाहिन्यांना जास्त कार्यक्षमतेने काम करण्याची सवय लागते. या सर्व प्रक्रियेमध्ये 'अडथळ्यांना' काहीच महत्त्व उरत नाही.

हृदयरोगाच्या निदानामुळे वाटणाऱ्या प्रचंड भीती व अस्वस्थतेमुळे बहुसंख्य हृदयरुग्णांना त्यांच्या आजारावर ताबडतोब इलाज करून हवा असतो, हे साहजिकच आहे. ही इच्छा व आजाराबद्दलचे गैरसमज यामुळे इतर पर्यायांचा विचार न करता बरेचदा पेशंट ताबडतोब इन्वेझिव प्रोसीजर्सकडे वळतात. सुचवली गेलेली प्रोसीजर रोगावर योग्य ते उपचार करेल, अशी खात्री झाल्याने इतर पर्यायांचा शोध घेण्याची त्यांना गरजही वाटत नाही. प्रोसीजरमधून काय साध्य होईल, या विषयी दुर्दैवाने अनेक पेशंटच्या चुकीच्या अथवा अवाजवी अपेक्षा असतात. त्यामुळे जेव्हा गोष्टी ठरल्याप्रमाणे होत नाहीत व त्रास पुन्हा सुरू होतो तेव्हा साहजिकच संभ्रम, संताप व अपेक्षाभंग पदरात पडतो.

मला अनेकदा विचारले जाते, ''आताही मला आधीइतकाच त्रास होतो आहे. मग ऑपरेशनच्या एवढ्या दिव्यातून मला का जावे लागले?''

इन्फॉर्म्ड कन्सेंट व बायोएथिक्स

(संपूर्ण माहितीनिशी दिलेली अनुमती व वैद्यकीय नीतीप्रणाली)

इतक्या सगळ्या हृदयरुग्णांना चुकीची माहिती का दिली जाते? त्यांना योग्य माहिती देण्याची जबाबदारी कोणाची? पहिल्या प्रश्नाला बरीच वेगवेगळी उत्तरे मिळू शकतील; पण शेवटच्या प्रश्नाचे एकच योग्य उत्तर आहे. पेशंटला रोगनिदान व्यवस्थित समजावून 'सर्व' उपचारपद्धतींचे फायदे व तोटे सांगणे व कोणतेही उपचार न घेतल्यास काय होऊ शकते, याची माहिती देणे हे डॉक्टरचे दायित्व आहे, कर्तव्य आहे.

खोलात जाऊन डॉक्टरशी चर्चा करण्यात खूप वेळ खर्च होतो. डॉक्टरांच्या क्लिनिकमध्ये गर्दी असल्याने प्रत्येकाला मर्यादित वेळ मिळतो. त्यामुळे असे होणे शक्य नाही, अशी तुमची समजूत असेल; परंतु पेशंटच्या हिताला महत्त्व देऊन, रोग व त्यावरील उपचार यांची संपूर्ण माहिती देऊन त्यांना योग्य मार्गदर्शन करणे हा डॉक्टरचा विशेषाधिकारही आहे व त्यांच्यावरची मोठी जबाबदारीही.

तसे झाल्यास सर्व मुद्यांचा विचार करून उपचार निवडण्याची पेशंटला संधी मिळते. वैद्यकीय व्यवसायातील नीतिप्रणालीच्या गाभ्यातील हे एक महत्त्वाचे तत्त्व मानले जाते. जेव्हा आम्ही डॉक्टर बनतो तेव्हा हिप्पोक्रॅटिक शपथ घेतली जाते. त्यातील काही भागाच्या अनुवादात म्हटले आहे – अतिउपचार व उपचारांबद्दलची अनास्था हे टोकाचे सापळे टाळून रुग्णहितासाठी आवश्यक असलेले सर्व उपचार मी करीन. सहानुभूती, अनुकंपा व प्रेमळपणाचे पारडे शल्यविशारदाच्या सुरीपेक्षा व रसायनशास्त्रज्ञाच्या औषधापेक्षाही जड होऊ शकते, हे मी ध्यानात ठेवीन.

थोडक्यात काय, तर सर्व माहिती पेशंटपर्यंत पोहोचवणाऱ्या महत्त्वाच्या मध्यस्थाची भूमिका डॉक्टर बजावत असतो. तसेच त्यांचे हित डोळ्यासमोर ठेवून निवडलेल्या उपचारांबद्दल संपूर्ण व अचूक माहिती मिळवण्यासाठी पेशंट डॉक्टरवर सर्वार्थाने अवलंबून असतात.

ही जबाबदारी असूनही हृदयरोगाच्या उपचारांसाठी प्रोसीजर अथवा शस्त्रक्रियेचा पर्याय निवडण्यासाठी बरेचदा डॉक्टर घाई करतात, असे पेशंटनी मला सांगितले आहे. 'वेळ फार महत्त्वाचा आहे' असे काही डॉक्टर मोघमपणे सूचित करतात, तर काही जण तमा न बाळगता तसे उघडपणे सांगतात. 'ताबडतोब बायपास केली नाही, तर हा शनिवार-रविवारही पाहाल की नाही सांगू शकत नाही.' असेही सांगितले गेल्याचे मी ऐकले आहे; पण आपण यापूर्वी पाहिले आहे की, खूपच कमी प्रोसीजर्स अशा 'अतितत्काळ' शीर्षकाखाली मोडतात. हृदयरोग हा दीर्घकालीन व हळूहळू वाढत जाणारा आजार असून रोहिणीमध्ये अडथळे निर्माण होण्यासाठी काही वर्षे जावी लागतात. बहुतेक पेशंटना अँजिओग्राफीच्या टेबलवरून उतरून, एक लांब श्वास घेऊन, आपल्या रोगाच्या उपचारांच्या पर्यायांचा तुलनात्मक विचार करण्याइतका अवधी निश्चित असतो. जो डॉक्टर ताबडतोब निर्णय घेण्याची घाई नसतानाही तसे सूचित करतो, तसेच तुम्हाला इतर पर्यायांचा विचार करण्यासाठी अवधी देत नाही, त्याच्याकडून इन्फॉर्म्ड कन्सेन्टचे (संपूर्ण माहिती दिल्यानंतरच रुग्णाची अनुमती घेण्याचे) नैतिक तत्त्व भंग झाले आहे, असे समजले जाते.

तुमच्या डॉक्टरांनी वर नमूद केलेले पाच गैरसमज टाळले पाहिजेत. त्याबरोबरच त्यांनी ई.ई.सी.पी.सकट सर्व उपचाराच्या पर्यायांचा उहापोह केला पाहिजे. वरीलपैकी दोन्ही गोष्टी जर त्यांनी केल्या नाहीत, तर तुम्हाला तुमच्या आजाराचे स्वरूप नीट समजणार नाही व तुम्ही विचारपूर्वक व तर्कसंगत निर्णय घेऊ शकणार नाही. तसेच दिलेल्या उपचारांबद्दल वाजवी अपेक्षाही ठेवू शकणार नाही. अशा माहितीची मागणी करणे व ती देणाऱ्या डॉक्टरचा शोध घेणे हा तुमचा प्रत्येकाचा मूलभूत अधिकार आहे.

ई.ई.सी.पी.बद्दल अजून बऱ्याच लोकांना का माहिती नाही, या प्रश्नाची कारणमीमांसा दुर्दैवाने ही अशी आहे. हृदयरोग संपूर्ण रक्ताभिसरण संस्थेचा आजार आहे. अडथळ्यांची काळजी करू नये, कारण ते पूर्ण काढून टाकणे अशक्य असते. अडथळे काढण्यासाठी केल्या जाणाऱ्या प्रोसीजर्सनी दिशाभूल होऊन बरेच धोकेही संभवतात. तत्काळ शस्त्रक्रियेची खूप अभावानेच गरज भासते व परिणामकारकता सिद्ध झाली असणारी नॉन इन्वेझिव उपचार-पद्धती संपूर्ण शरीरावर उपचार करू शकते. ह्या सर्व हृदयरोगाबद्दलच्या सत्य मुद्यांची माहिती जर जास्त पेशंटपर्यंत पोहोचली, तर मला पुन्हा कोणी विचारणार नाही – 'डॉक्टर मी याबद्दल आधी का ऐकलं नाही?' अडथळ्यांवर केल्या जाणाऱ्या बायपास, अँजिओप्लास्टी व स्टेंट यांच्या इन्वेझिव प्रोसीजर्स पेशंट करून घेणार नाहीत. ते ई.ई.सी.पी.ची मागणी करतील व मग हृदयरोगावर उपचार करणारी आघाडीची पद्धती म्हणून ती सर्वज्ञात होईल.

माहिती सर्वांपर्यंत पोहोचवण्याच्या गरजेमधूनच वैद्यकीय व्यवसायात एक नवीन पायंडा पडत आहे. तो म्हणजे 'इन्फर्मेशन थेरपी' किंवा 'माहितीद्वारे उपचार'. कोणत्याही उपचारांसाठी संपूर्ण माहितीनिशी अनुमती देता यावी यासाठी त्याची पुराव्यावर आधारित अचूक अशी सर्व माहिती पेशंटपर्यंत लेखी स्वरूपात पोहोचवून त्या व्यक्तीला निर्णय घेण्यास मदत करणे, हे त्यांचे ध्येय आहे. तपासणी, चाचणी व शस्त्रक्रियेइतकीच 'माहिती'पण आरोग्याच्या देखरेखीसाठी महत्त्वाची आहे, अशी यातील मध्यवर्ती कल्पना आहे. कोणत्या मुद्द्यांची पेशंटबरोबर चर्चा करायची, हे ठरवणारा डॉक्टर किंवा सर्व सांगितलेले लक्षात ठेवणे अशक्य वाटणारा पेशंट या दोघांवरही आरोग्यविषयक निर्णय अवलंबून राहायला नकोत. पेशंटने स्वत:च स्वत:चे आरोग्य सांभाळावे व असे करताना एकत्रित निर्णय घ्यावेत, या गोष्टीला सध्या जे महत्त्व दिले जाते आहे, त्याला अनुसरूनच ही कृती आहे. इन्फर्मेशन थेरपी दिवसेंदिवस लोकप्रिय होते आहे व काही डॉक्टर्सही त्याचा वापर वाढावा म्हणून प्रचार करीत आहेत.

डॉक्टर-पेशंटचे नाते

पेशंटना आजारातून बरे व्हायचे असते. आपल्या हिताचा विचार करूनच डॉक्टर कोणतीही उपचारपद्धती, प्रोसीजर व पुढील योजना सुचवतील, असा त्यांचा पूर्ण विश्वास असतो. यामुळेच डॉक्टरचा सल्ला पेशंट ताबडतोब स्वीकारतात. अनेक डॉक्टर हे नाते जाणून असतात व पेशंट त्यांना किती मानतात, याची त्यांना कल्पनाही असते. जाणता किंवा अजाणता या अधिकारांची डॉक्टर-पेशंट नात्याला

एक किनार असते. त्यामुळे बरेचदा विस्ताराने न समजावता व सर्व पर्यायांची चर्चा न करता डॉक्टर काही उपचार सुचवतात व कोणताही प्रतिप्रश्न न करता पेशंट डोळे झाकून त्याचा स्वीकार करतात.

लंडनच्या सिटी युनिव्हर्सिटीतील लेखक व तत्त्वज्ञ झियाउद्दिन सरदार यांनी डॉक्टर-पेशंट नात्यातील अधिकारावर खालील टिप्पणी केली आहे –

इतर अनेक वैद्यकीय परंपरांमध्ये आरोग्य-रक्षणाचे अधिकार डॉक्टरांच्या हातात नसून स्वत: पेशंटच्या हातात असतात. डॉक्टरांनी सुचवलेले उपचार पेशंटच्या संपूर्ण शरीर-मनाच्या शक्तीसमवेत काम करतात. पाश्चिमात्य पद्धतीत मात्र डॉक्टर, आरोग्यतज्ज्ञ व वैद्यकीय यंत्रणा यांचा अधिकार सर्वोत्तम समजला जातो. म्हणूनच वेगवेगळे आजार हॉस्पिटलमध्ये घेऊन येणाऱ्या पेशंटला 'असाहाय्य व बळीचा बकरा' असल्यासारखे वाटते, यात काहीच नवल नाही.

हा अधिकार असमान असला, तरी तपासण्यांचा सल्ला देणे, प्रोसीजर्स करणे व औषधे देणे याच्या पलीकडे जाऊन डॉक्टरांची तुमच्या प्रति मोठी जबाबदारी असते. डॉक्टरांनी तुम्हाला तुमच्या रोगनिदानाबद्दल, तसेच त्यावरील उपचारांचे पर्याय, प्रत्येकाचे फायदे व तोटे व काहीच उपचार न घेतल्यास होणारे परिणाम याबद्दल सखोल माहिती देणे अपेक्षित असते. याचबरोबर तुमच्यावरही एक जबाबदारी आहे. तुम्ही आरोग्याच्या बाबतीत स्वयंसिद्ध असायला हवे, प्रश्न विचारायला हवे. मगच तुम्हाला हवी ती आरोग्याची योग्य सेवा मिळू शकेल.

सर्वांत महत्त्वाचे म्हणजे तुमच्या प्रश्नांनी डॉक्टर अस्वस्थ होतील, ही चिंता मनातून काढून टाका. मला भेटून ई.ई.सी.पी.ची माहिती घेतली, ही गोष्ट डॉक्टरांना अजिबात आवडणार नाही, ही भीती आपल्याला वाटत असल्याचे मला बऱ्याच जणांनी सांगितले आहे. डॉक्टरांचा उपमर्द करून त्यांना नाखूश करण्याची पेशंटची अजिबात इच्छा नसते. अत्यंत जवळच्या व विश्वासाच्या नात्याने अनेक पेशंट त्यांच्या डॉक्टरांबरोबर बांधले गेले असतात. पूर्वी कधी डॉक्टरांनी त्यांचा जीव वाचवला असतो व पेशंट डॉक्टरांच्या ऋणात असतात.

पण तुम्ही जर एखाद्या उपचारपद्धीबद्दल जास्त माहिती मिळवण्याचा प्रयत्न करत असाल, तर त्यामुळे डॉक्टरांना अपमानित किंवा अस्वस्थ वाटण्याचे कारणच नाही. आपल्या आरोग्य व स्वास्थ्यासंदर्भात जास्तीत जास्त ज्ञान मिळवणे हा तुमचा हक्कही आहे व तुमच्यावरची जबाबदारीही. त्या ओघात डॉक्टरांचा उपमर्द करण्याची भीती बाळगणे चुकीचे आहे. तुमच्या आरोग्यरक्षणात तुमची व

डॉक्टरांची भागीदारी असते. तसेच डॉक्टरांच्या भाव-भावनांपेक्षा तुमच्या तब्येतीला निश्चितच जास्त महत्त्व आहे. जे डॉक्टर खरोखरच तुमच्या बाजूने असतील, ते हृदयरोगाच्या सर्व उपचार-पद्धतीवरील परस्पर खुल्या चर्चेचे स्वागतच करतील व बहुतांशी डॉक्टर या गटात मोडतील, असा माझा विश्वास आहे. एकदा ई.ई.सी.पी.चा विषय काढून तर पाहा!

माहिती व ज्ञान ही शक्ती आहे

हृदयरोगाविरुद्ध पुकारलेल्या लढ्यात माहिती हे तुमचे सर्वोत्कृष्ट शस्त्र आहे. आपल्या आजाराबद्दल सखोल माहिती मिळवणे, जरूर तेव्हा प्रश्न विचारणे व या सर्व प्रवासात डॉक्टरांना सहभागी करून घेण्यामुळे तुम्हाला हवे ते उपचार निश्चितपणे मिळतील; पण तुमची जबाबदारी इथे संपत नाही. स्वास्थ्याच्या मार्गावरची वाटचाल सुरू ठेवून रक्तप्रवाहाला बळकटी देण्यासाठी जीवनशैलीच्या संदर्भातले कोणते पर्याय तुम्ही निवडावेत, हे आपण पुढच्या प्रकरणात पाहणार आहोत.

७

स्वास्थ्याच्या महामार्गावरून चालताना

ई.ई.सी.पी.नंतरचे आरोग्य-रक्षण

आरोग्यासाठी 'रक्तप्रवाह' ही अत्यंत आवश्यक बाब आहे, हे आपण पाहिलेच. हृदयरोगाच्या व अपुऱ्या रक्तप्रवाहाशी निगडित असणाऱ्या अनेक रोगांच्या उपचारांमध्ये ई.ई.सी.पी. किती विविध प्रकारांनी मोलाची मदत करते, हेही आपण सविस्तरपणे पाहिले. रक्तपुरवठा वाढल्याने पेशंटचा सुधारणेच्या दिशेने प्रवास सुरू होतो; पण ही आनंददायी घटना ई.ई.सी.पी.बरोबरच संपत नाही. तशी ती संपायला नकोच. कारण हे सर्व फायदे जास्तीत जास्त काळ मिळत राहावेत, यासाठी आपल्या राहणीमानात आपण अनेक सुधारणा करू शकतो. जीवनशैलीत चांगले बदल करू शकतो.

तुम्ही हृदयरोगासमवेत जीवन जगत असाल किंवा भविष्यात तसे जगावे लागेल अशा काळजीत असाल. शक्य ते सर्व करण्याची वेळ आता आली आहे. तुमचे वय किंवा कुटुंबात हृदयरोग असणे यांसारखे घटक तुमच्या नियंत्रणात नसतीलही; पण हृदयरोगाला प्रतिबंध करता येईल किंवा तो झाल्यास पुढचा त्रास बराच कमी करता येईल, असे अनेक घटक बदलण्याची ताकद तुमच्या हाती असते. तुम्ही अंदाज बांधला असेलच की, या सर्व धोक्याच्या घटकांमध्ये एक समान गोष्ट आहे, ती म्हणजे रक्तप्रवाह अपुरा होणे. उत्तम आयुष्य घालवण्याचा सर्वोत्तम मार्ग म्हणजे रक्त प्रवाही ठेवणे. उत्तम रक्तप्रवाह व निरोगी आयुष्य राहण्यासाठी कोणत्या अत्यावश्यक पायऱ्या आहेत, ते या प्रकरणात आपण पाहणार आहोत.

'बैठे रहो' या मोहाशी दोन हात करा

अनेक अमेरिकन नागरिकांची जीवनशैली दिवसेंदिवस खूप बैठी होऊ लागली आहे. आपण पूर्वी चालत चालत दुकानात जात असू, खरेदी करत असू व परत

चालत घरी येत असू. असे दिवस तर गेल्यातच जमा आहेत. आजकाल आपण सगळीकडे गाडीनेच जातो. कित्येकदा गाडीतून न उतरताच कामे करतो. इंटरनेटने सर्व जग आपल्या दिवाणखान्यातच आणून ठेवल्यामुळे खरेदी, संशोधन व लोकांमध्ये मिसळण्यासारखी कामेही आपण सोफ्यावरून न हालता घरबसल्या करू शकतो. अनेकांची यामुळे मोठी सोय झाली आहे, हे जरी खरे असले, तरी या बैठ्या जीवनशैलीच्या भयानक लाटेमुळे अनेकांचे बळी जात आहेत. आधुनिक सुखसोयींमुळे निर्माण झालेली निष्क्रियता अत्यंत धोकादायक परिणामांना जन्माला घालते आहे.

अमेरिकन हार्ट असोसिएशनच्या अहवालानुसार आपल्या रिकाम्या वेळात व्यायाम न करता बैठे जीवन जगणाऱ्या पुरुषांचे प्रमाण ३५% तर स्त्रियांचे प्रमाण ४१% आहे. अमेरिकेतील सर्जन जनरलच्या रिपोर्टनुसार ६०% प्रौढ अमेरिकन लोक नियमितपणे क्रियाशील राहत नाहीत व २५% लोक तर बिलकूल व्यायाम करत नाहीत. निदान थोडे तरी श्रम करणाऱ्या लोकांच्या तुलनेत पूर्ण निष्क्रिय किंवा बैठ्या राहणीच्या व्यक्तींमध्ये हृदयरोग, कर्करोग, नैराश्य व इतर अनेक दुर्धर आजार फार मोठ्या प्रमाणात दिसून येतात. बैठी जीवनशैली नुसते हृदयरोगाचे प्रमाण वाढवून थांबत नाही, तर त्या आजारामुळे मृत्यू येण्याचा धोकाही ६०%नी वाढवते.

लठ्ठपणा घटवा अथवा टाळा

बैठ्या जीवनशैलीचा सगळ्यात दृश्य परिणाम म्हणजे वजनवाढ व स्थूलपणा. अमेरिकेत जवळजवळ एक तृतीयांश प्रौढ व्यक्ती अतिशय स्थूल आहेत व अजून ३५% व्यक्तींचे वजन प्रमाणापेक्षा जास्त आहे. प्रति वर्षी साधारण तीन लाख अमेरिकन व्यक्तींचा स्थूलतेशी निगडित कारणांमुळे मृत्यू होतो. लठ्ठपणामुळे रक्तवाहिन्यांच्या कार्यात अडथळा येतो. हृदयरोग, पक्षघात, इन्शुलिन रेझिस्टन्स, मधुमेह, उच्च रक्तदाब, वाढलेले कोलेस्टेरॉल व इतर आजारांचा धोका लठ्ठपणामुळे वाढतो. दुर्दैवाने आरोग्यासाठीच्या या गंभीर धोक्याला नियंत्रणात आणण्याचे कोणतेच चिन्ह अजून अमेरिकेत दिसत नाही. उलट १९९१पासून लठ्ठ अमेरिकन्सचे प्रमाण ७५% नी वाढले आहे.

लठ्ठपणाच्या या साथीच्या रोगाने अमेरिकेतील तरुण पिढीला मोठ्या प्रमाणात ग्रासले आहे. सहा ते एकोणीस वयोगटातील जवळजवळ ९.२ मिलियन म्हणजेच एकूण लोकसंख्येच्या १६% व्यक्ती लठ्ठ किंवा स्थूल आहेत व अजून ३१% याच धोकादायक मार्गाने स्थूलपणाकडे वाटचाल करत आहेत. या देशातल्या वेगवेगळ्या गटांकडून बाहेर येणारी आकडेवारी तर

अजूनच डोळ्यात अंजन घालणारी आहे. आमच्या फिलाडेल्फिया शहरातील ५१% मुले स्थूल किंवा लठ्ठ आहेत, असे नुकत्याच केलेल्या निरीक्षणात दिसून आले. ही लठ्ठ व बसकामी मुले जशी मोठी होतील, तशी सर्व लठ्ठपणाच्या धोक्यांना ती मोठ्या प्रमाणात बळी पडू शकतील. प्रौढ हृदयरुग्णांमध्ये आढळून येणारी रक्तवाहिन्यांची अकार्यक्षमता लठ्ठ मुलांमध्ये दिसून आली आहे. अगदी पाच वर्षांच्या स्थूल मुलांमध्येसुद्धा योग्य वजन असणाऱ्या मुलांपेक्षा जास्त प्रमाणात उच्च रक्तदाब व हृदयाच्या स्नायूंमध्ये घट्टपणा दिसून येते. जितके हृदयाचे स्नायू जास्त घट्ट किंवा दाट तितका रक्तप्रवाह तुटपुंजा, असे समीकरण असते.

तुम्हाला धोका आहे का?

तुमची बॉडी मास इंडेक्स म्हणजे (BMI) तुमचे किलोग्रॅममधले वजन व मीटर स्क्वेअरमधली उंची यांचे प्रमाण तुम्ही लठ्ठ आहात की नाही हे ठरवते. पंचवीस किंवा जास्त बी.एम.आय. असल्यास लठ्ठ किंवा जाड आणि तीस किंवा जास्त बी.एम.आय. असल्यास स्थूल समजण्यात येते.

अनेक निरीक्षणांनी स्थूलता व हृदयरोग यांच्यातील दुव्यावर प्रकाश टाकला आहे. हृदयरोगामुळे सी-रिएक्टीव्ह प्रोटीन या सूज व दाहाच्या मार्करच्या पाठोपाठ चरबीच्या पेशींमध्ये तयार होणारे लेप्टीन नावाचे संप्रेरक (हॉर्मोन) वाढते, असे दिसून आले आहे. घटलेले एच.डी.एल (HDL - लाभदायक कोलेस्टेरॉल) व उच्च रक्तदाब जसे हृदयविकाराचा थेट धोका वाढवतात तसेच वाढलेले लेप्टीनही वाढवते. यामधून पुन्हा एकदा अपुरा रक्तप्रवाह सूज, दाह व हृदयरोग यांच्यातील जवळचे नाते स्पष्ट होते.

चला... हला...

'व्यायाम तब्येतीसाठी चांगला असतो' हे वाक्य आपण सर्वांनी वेळोवेळी ऐकले आहे व आपल्यातील बहुतांशी लोक त्याच्याशी सहमतही आहेत; पण आपण कधी विचार केला आहे का, की व्यायाम तब्येतीसाठी का चांगला आहे? आपण जाणतो की, व्यायामाने शरीर बळकट होते, चयापचय सुधारते, लठ्ठपणा

कमी होण्यास किंवा वजन प्रमाणात राहण्यास मदत होते. आपण हेही जाणतो की, व्यायाम उत्साह वाढवतो, चैतन्यपूर्ण करतो, फिट बनवतो व आपले सौंदर्य खुलवतो. फायद्यांची यादी मारुतीच्या शेपटाप्रमाणे वाढत जाणारी आहे; पण मूळ कारण असे की, व्यायाम रक्तप्रवाहाला चालना देतो. व्यायाम केल्याने हृदयाचे ठोके जलद होतात. जास्त दाबाने संपूर्ण शरीराकडे रक्त पंप केले जाते. प्रत्येक अवयवातील प्रत्येक पेशीपर्यंत ते पोहोचल्यामुळे शरीर निरोगी राखण्यासाठी आवश्यक असणाऱ्या सर्व क्रिया घडत जातात. रक्तप्रवाह वाढवतो म्हणून व्यायाम आपल्या तब्येतीसाठी चांगला असतो. सर्व फायद्यांचा लाभ त्यामुळे मिळतो.

व्यायामाचे शास्त्र

व्यायामाने वाढणारा रक्तप्रवाह व आरोग्य यांच्यातील कारण व निष्पत्तीवर आधारित नाते शास्त्रज्ञांनी शोधले आहे. शारीरिकदृष्ट्या कार्यक्षम राहण्यासाठी त्यामुळे खात्रीने चालना मिळते. हार्वर्ड ॲलमनी माजी विद्यार्थी स्टडीमध्ये यावर महत्त्वाचे संशोधन झाले. हार्वर्डच्या सतरा हजार मध्यमवयीन पदवीधरांचे सव्वीस वर्षांच्या कालावधीत निरीक्षण करण्यात आले व व्यायामासकट अनेक आवश्यक गोष्टींची नोंद करण्यात आली. नियमितपणे जोरदार व्यायाम (पळणे, पोहोणे, सायकलिंग अथवा टेनिस खेळणे इ.) करणाऱ्यांमध्ये कमी व्यायाम (गोल्फ किंवा सावकाश फिरणे इ.) करणाऱ्यांच्या तुलनेत मृत्यूचे प्रमाण २५% कमी होते. यातील प्रमुख संशोधक व आघाडीचे लेखक डॉ. राल्फ पाफेनबारगर यांनी या विषयी एक साधे समीकरण सांगितले. व्यायाम केल्याच्या प्रत्येक तासाबरोबर तुम्ही तुमचे आयुष्य त्या तासाने तर वाढवताच, पण अजून एका तासाने वाढवता. (तुमच्या आयुष्यातला तो तास व अजून एक तास परत मिळवता.)

पण उत्तम आरोग्य व व्यायाम यांच्यात इतके स्पष्ट नाते कसे? चांगला रक्तप्रवाह उत्तम आरोग्यासाठी महत्त्वाचा आहे व व्यायाम रक्तप्रवाह वाढवतो, असे आपल्या लक्षात येते; पण रक्तप्रवाह शरीर-कार्यासाठी इतका महत्त्वाचा का? उत्तर सोपे आहे. रक्तप्रवाह वाढवून आपण संपूर्ण शरीरभर व विशेषत: हृदयापर्यंत जास्त प्राणवायू पोहोचवतो. यामुळे हृदयाचे संरक्षण तर होतेच, पण त्याला अधिक कार्यक्षम बनवून आपण त्याला सुदृढ बनवतो. या उलट जेव्हा आपण बैठे जीवन जगतो तेव्हा हृदयावर व पर्यायाने जीवनावर संकट ओढवून घेतो.

व्यायाम हृदयरोगाला प्रतिबंध करतो आणि व्यायाम हृदयरोगाचे दुष्परिणाम कमी करतो

नियमित व्यायामाने हृदयाचे संरक्षण होते व हृदयरोगाची वाढ खुंटून दुष्परिणाम कमी होतात, असे शास्त्रशुद्ध संशोधनातून वारंवार सिद्ध करण्यात आले आहे. शरीर सतत कार्यक्षम राहिल्यामुळे मधुमेह, स्थूलपणा, रक्ताच्या गाठी व रक्तवाहिन्यांतील पेशींची अकार्यक्षमता कमी होऊन हृदयरोगाचा धोका कमी होतो. व्यायामाने चांगल्या एच. डी. एल (HDL) कोलेस्टेरॉलची पातळी वाढून रक्तदाबही नियंत्रणात राहिल्यामुळे हृदयरोगापासून संरक्षण मिळते. ह्या सर्व फायद्यांमुळे हृदयरोगामुळे होणाऱ्या मृत्यूचे प्रमाण घटते. नियमित व्यायाम करणाऱ्यांना हार्टअ‍ॅटॅक येण्याची शक्यता कमी असते. आला, तर त्यातून वाचण्याची शक्यता जास्त असते व हृदयरोगामुळे मृत्यू होण्याचे प्रमाण कमी असते.

व्यायाम हृदयाचे कसे संरक्षण करतो, ते आपण अजून एक पाऊल पुढे जाऊन पाहू या. हृदयरोगाला प्रतिबंध किंवा त्याचा प्रवास रोखण्यासाठी शारीरिक पातळीवर व्यायाम कशी मदत करतो, हे आपण ठरवू शकतो. सूज व दाह यामुळे रक्तवाहिन्यांची खराबी होऊन हृदयरोगासकट अनेकविध आजारांचा 'श्रीगणेशा' होतो, हे आपण यापूर्वी पाहिले आहे. दुसऱ्या प्रकरणात आपण रक्तपुरवठ्याची यंत्रणा कशी काम करते ते पाहिले होते. रक्तप्रवाहाच्या घर्षणामुळे सुजेला आळा बसतो, हेही वाचल्याचे तुम्हाला आठवत असेल. म्हणजेच व्यायाम रक्तप्रवाह वाढवून रक्तवाहिन्यांचे संरक्षण करतो, ही नुसती तात्त्विक चर्चा नाही. सूज व दाह यांना आळा घालण्याची व्यायामाची क्षमता रक्तातील सी-रिॲक्टीव प्रोटीनच्या उतरत्या पातळीवरून संशोधकांनी सिद्ध केली आहे.

तुम्हाला जर हृदयरोग झाला असेल, तर इन्वेझिव प्रोसीजरपेक्षा व्यायामच तुमच्यासाठी जास्त फायद्याचा आहे, असे एका निरीक्षणातून दिसून आले आहे. स्टेंट टाकलेल्या, नियमितपणे व्यायाम न करणाऱ्या हृदयरुग्णांची इन्वेझिव प्रोसीजर न केलेल्या, पण दररोज वीस मिनिटे सायकलवर व्यायाम करणाऱ्या हृदयरुग्णांशी तुलना करण्यात आली. जर्मनीतील लाईपझीगमधील संशोधकांना चार वर्षांच्या या निरीक्षणात असे आढळून आले की, नियमित व्यायाम करणाऱ्यांच्या गटात हृदयरोगाचे दुष्परिणाम किंवा हार्टअ‍ॅटॅक येण्याचे प्रमाण १८%नी कमी होते. संपूर्ण रक्ताभिसरण संस्थेचा व पर्यायाने हृदयाचा रक्तपुरवठा वाढल्याने आरोग्य सुधारते व हृदयाचे संरक्षण होते या मुद्यावर पुन्हा एकदा शिक्कामोर्तब झाले. हृदयरोग म्हणजे फक्त एक-दोन अडथळे नाहीत, हे आपल्याला माहीत झालेच आहे. साहजिकच स्टेंट टाकणे हे फक्त मलमपट्टी (बॅन्ड-एड) केल्यासारखे

होते. संपूर्ण हृदयाच्या स्नायूंना पुरेसा रक्तपुरवठा करण्याच्या मूळ कामामध्ये ते अयशस्वी होते; पण सगळीकडचा रक्तपुरवठा सुधारल्यामुळे व्यायामाने हृदयाचे व सर्व रक्तवाहिन्यांचे आरोग्य सुधारते.

व्यायामाबद्दल बोलायचे झाले, तर फायदेच फायदे आहेत! जितका व्यायाम जास्त तितका हृदयविकाराचा प्रतिबंध जास्त व तितके तुमचे हृदय निरोगी! ज्या व्यक्ती हृदयरोगाची वाटचाल रोखण्याचा किंवा आजाराला प्रतिबंध करण्याचा मनापासून प्रयत्न करीत आहेत, त्यांच्यासाठी यासारखी गोड बातमी नाही. स्पेशल ट्रेनिंग किंवा मशिनशिवायही आपण जो दररोज करू शकतो अशा व्यायामासारख्या गोष्टीने या एक नंबरच्या मारेकऱ्याचा बळी होण्यापासून आपण वाचू शकतो, हेच यातून स्पष्ट होते.

व्यायामाने वजन घटते, आरोग्य सुधारते

व्यायामाने वजन घटण्यास मदत होते. तसेच ऊर्जा जास्त खर्च होते, चयापचयाचा वेग वाढतो व त्यामुळे वजन प्रमाणात राहण्यास सोपे जाते हे सर्वज्ञात आहेच. वजन कमी झाल्याने इतरही अनेक थक्क करणारे फायदे मिळण्याचा मार्ग खुला होतो.

बैठी जीवनशैली व लठ्ठपणाचे दुष्परिणाम कमी करण्यासाठी लहान वय सर्वांत उत्तम! नियमित व्यायाम, कमी स्निग्ध पदार्थ असणारा संतुलित आहार यांसारखे छोटे छोटे, पण महत्त्वाचे बदल कोवळ्या वयात केल्यास लठ्ठ मुलांमध्ये रक्तवाहिन्यांचे कार्य एकदम सुधारते. म्हणजेच तरुणपणात शरीराची पटकन बरे होण्याची क्षमता तर वाढतेच, पण रक्तप्रवाह निरोगी राहण्यासाठी मदत होते.

पण निरोगी आयुष्याचे बी बालपणातच नीट रुजते किंवा व्यसने लागण्याआधीच त्यांना आळा बसतो, हे जरी खरे असले, तरी आरोग्य सुधारणेचे आमचे वय आता संपले, असे स्थूल व्यक्तींनी समजणे अयोग्य आहे. आहारनियमन किंवा डाएटिंग न करताही स्थूल प्रौढांना व्यायामाचा प्रचंड फायदा मिळतो. ड्यूक विद्यापीठाच्या हेल्थ पॉलिसी व रिसर्च सेंटरच्या संशोधनात चाळीस ते पासष्ट वयोगटातील रुग्णांना तीन गटात विभागून त्यांचे आठ महिन्यांच्या काळात निरीक्षण करण्यात आले. आठवड्याभरात वीस मैल पळणारा एक गट, बारा मैल पळणारा दुसरा गट, तर बारा मैल चालणारा तिसरा गट होय. तिन्ही गटांतील रुग्णांमध्ये चरबी व वजन मोठ्या प्रमाणात घटलेले दिसले. वीस मैल पळणाऱ्या गटामध्ये सर्वांत जास्त वजन कमी झाले, तर एका आठवड्यात बारा मैल पळणाऱ्या किंवा चालणाऱ्या गटातील रुग्णांचे एकसारखेच वजन घटले.

दररोज तीस मिनिटे चालण्यानेही बहुतेक स्थूल व्यक्तींमध्ये वजन व चरबी कमी होऊ शकते, असा निष्कर्ष संशोधकांनी काढला.

व्यायामाने वजन कमी केल्यास हृदयरोगाविरुद्धच्या लढ्यामध्ये अनन्यसाधारण यश मिळते. भारतातील सी. एस. हरियाणा कृषी विद्यापीठातील नुकत्याच झालेल्या निरीक्षणामध्ये असे दिसून आले की, सलग तीन महिने दररोज एक तास व्यायाम करणाऱ्या रजोनिवृत्त स्थूल स्त्रियांमध्ये चरबीबरोबरच रक्तदाब व कोलेस्टेरॉलही कमी होते व उत्साह आणि क्रियाशीलता वाढते. सलग चौदा आठवडे दररोज व्यायाम करणाऱ्या रजोनिवृत्त स्त्रियांमध्ये एकूण चरबी, पोटावरची व पोटातली चरबी (अंतर्गत अवयवांभोवतीची) व इन्शुलिन रेझिस्टन्स (इन्शुलिनच्या कामाला शरीरातील पेशींकडून होणारा विरोध) कमी होतो, असे कॅनडातील ओन्टोरिओ क्वीन्स युनिव्हर्सिटीमधल्या निरीक्षणात दिसून आले. कोणत्याही डाएटिंगशिवाय हे फायदे मिळवता आले हे विशेष! आठ आठवडे एरोबिक व्यायाम (ट्रेड मिलवर चालणे किंवा व्यायामाची सायकल चालवणे) करणाऱ्या सदोतीस ते सत्तेचाळीस वयोगटातील स्थूल व्यक्तींमध्ये वजन, चरबीचे प्रमाण व कमरेचा घेर कमी झाला, असा इंग्लंडमधील लिव्हरपूल विद्यापीठातील संशोधनात महत्त्वपूर्ण मुद्दा पुढे आला. सहभागी व्यक्तींना दोन गटांत विभागण्यात आले. एका गटातील व्यक्तींनी आठवड्यातून पाच वेळा व्यायाम करून प्रत्येक वेळी चारशे कॅलरीज (उष्मांक) खर्च केल्या, तर दुसऱ्या गटातील व्यक्तींनी आठवड्यातून फक्त दोन वेळा व्यायाम करून प्रत्येक वेळेस एक हजार कॅलरीज खर्च केल्या. दोन्ही गटांना सारखाच फायदा झाला. व्यायामाकडे वजन कमी करण्याचा मार्ग म्हणून पाहताना प्रत्येक आठवड्यात किती एनर्जी (ऊर्जा) खर्च होते हा महत्त्वाचा मुद्दा आहे, असा यातून निष्कर्ष निघाला.

व्यायामासाठी अनेक पर्याय आहेत

अमेरिकन कॉलेज ऑफ स्पोर्टस मेडिसिन व द सेंटर्स फॉर डिसिज कंट्रोल व प्रिव्हेन्शन यांनी असे सुचवले आहे की, प्रत्येकाने आठवड्यातून किमान पाच वेळा, रोज निदान अर्धा तास टार्गेट हार्ट रेटला एरोबिक व्यायाम (चालणे, पोहणे, पळणे, डान्स इ.) केल्यास हृदयाला फायदा होतो. व्यायाम करताना हृदयाचे ठोके मोजणे जर कठीण जात असेल, तर थोडा जास्त व्यायाम करण्याचा प्रयत्न करावा. म्हणजे तो करताना तुमच्या श्वसनाचा वेग वाढला पाहिजे. घाम आला पाहिजे; पण एक पूर्ण वाक्यही बोलता येणार नाही इतक्या श्रमाचा व्यायाम करू नये.

बाजारामध्ये अनेक पुस्तके, व्हिडिओ, मासिके, गुरू व ट्रेनर्स व्यायामासाठी उपलब्ध आहेत, हे तुम्हाला माहिती असेलच. तसेच 'सर्वोत्कृष्ट', 'सर्वसंपूर्ण',

व्यायामाच्या फायद्यांची यादी
वाढता वाढता वाढे

हातातले पुस्तक खाली ठेवून 'चला, हलू या' असे वाटण्यासाठी आतापर्यंत पाहिलेले मुद्दे पुरेसे नसतील, तर ही अजून एक यादी! संशोधनाने सिद्ध केले आहे की, व्यायामामुळे

- नैराश्य, अस्वस्थता कमी होते. मूड सुधारतो.
- बालपणात व वयात येताना अस्थिवर्धन होण्यास व प्रौढपणी हाडांचे आरोग्य व बळकटी वाढून ती टिकवण्यास मदत होते. वृद्धपणी कमरेचे हाड मोडण्याचा धोका त्यामुळे कमी होतो.
- आतड्याचा, स्तनांचा व प्रॉस्टेट ग्रंथीचा कर्करोग होण्याचा धोका घटतो.
- मधुमेहाची शक्यता कमी होते, तसेच मधुमेहींमध्ये आजाराची नैसर्गिक वाटचाल रोखली जाते. शरीरातील अँटीऑक्सिडंट्सच्या कार्याला बळकटी येऊन वृद्ध होण्याची प्रक्रिया मंदावते. आजाराची प्रगती संथ होते व जोश, उत्साह, फिटनेस वाढून तंदुरुस्त व निरोगी दृष्टिकोन वाढीस लागतो.
- हातापायातील स्नायूंचा रक्तपुरवठा वाढतो व सर्वच स्नायूंचे कार्य व कामगिरी सुधारते.
- सांधे लवचीक होतात व शरीराचा तोल सुधारतो.
- स्वप्रतिष्ठा व आत्मगौरव वाढीस लागतो.
- झोप सुधारते, त्यामुळे विश्रांती व्यवस्थित होऊन आराम व शांती मिळते.

तुमचा टार्गेट हार्ट रेट कसा ठरवाल?

१. मॅक्सिमम हार्ट रेट = २२० - तुमचे (वर्षातील) वय.
(उदा. तुमचे वय पन्नास असल्यास २२०-५० = १७० बीट्स प्रति मिनिट हा तुमचा हार्ट रेट.)

२. टार्गेट हार्ट रेट = मॅक्सिमम हार्ट रेटच्या ५० ते ८०%
(उदा. १७० चे ५०% = ८५
     १७० चे ८०% = १३६
टार्गेट हार्ट रेट = ८५ ते १३६ बीट्स प्रतिमिनिट.)

‘अति जलद’, ‘सगळ्यात सोपे’ अशी व्यायामाला बिरुदे लावणाऱ्या अनेक वेबसाइट्सपण शेकडोने दिसतात; पण एक लक्षात घ्या. कोणतेही एक तंत्र किंवा व्यायामाचा प्रोग्रॅम सर्वोत्कृष्ट नसतो. व्यायाम करून क्रियाशील (ॲक्टीव्ह) राहणे महत्त्वाचे! काही व्यायामप्रकार तुम्हाला जास्त चांगले वाटतील, करायला आवडतील, सोपे वाटतील किंवा तुमच्या वैयक्तिक गरजा इतर व्यायामप्रकारांपेक्षा जास्त नीट पूर्ण करतील; पण तुमच्या शरीरात रक्तप्रवाह वाढवणारा कोणताही व्यायाम किंवा क्रियाशीलता तुम्हाला इच्छित फायदे देईल, आजाराचा धोका कमी करेल, तंदुरुस्ती, बळ, लवचीकता, शरीराची प्रमाणबद्धता वाढवेल व तुमच्या आयुष्याची प्रत सुधारेल.

व्यायाम न करण्यासाठी आपण अनेक सबबी शोधू शकतो. कामामधून वेळ मिळत नाही, हवामान खूपच खराब आहे, व्यायामाची साधनसामग्री जवळ नाही इ.इ. पण व्यायाम अनेक मार्गांनी करता येतो. खूप मोठ्या लवाजम्यासकट व्यायाम केला, तरच तब्बेत सुधारते किंवा हृदयाला फायदा होतो, असे नाही. व्यायामासाठी सलग वेळ काढला पाहिजे असेही नाही. नॅशनल इन्स्टिट्यूट ऑफ हेल्थमधील नॅशनल हार्ट, लंग व ब्लड इन्स्टिट्यूटच्या मते प्रतिदिन दहा किंवा वीस मिनिटांच्या सत्रांमध्ये विभागून व्यायाम केला, तरीही लाभ मिळतो. तुमची दिवसातली एकूण क्रियाशीलता महत्त्वाची.

सतत क्रियाशील (ॲक्टीव्ह) राहण्याचे महत्त्व शब्दांत सांगणे कठीण आहे आणि खरोखरच दैनंदिन जीवनात सतत क्रियाशील राहण्याची संधी आपल्याला कल्पनेपेक्षा जास्त वेळा मिळत असते. उदा. तुमच्या पुढच्या मीटिंगसाठी जाताना जरा लांबचा रस्ता घ्या. पार्किंग लॉटमध्ये गाडी दूरवर लावा. तुमच्या विमानाची वेळ होईपर्यंत एअरपोर्टवर येरझारा घाला. लिफ्टच्या ऐवजी जिने चढत वरच्या मजल्यावर जा. बागेत काम करण्यासाठी काही वेळ राखून ठेवा. या क्षुल्लक वाटणाऱ्या छोट्या बदलांनी तुमच्या शरीराची हालचाल वाढेल. तुमची तंदुरुस्ती वाढवण्यासाठी, रक्तदाब कमी होण्यासाठी व हृदयरोगाचा धोका घटण्यासाठी व्यायामाइतकेच ते लाभदायक ठरतील. तर मग चला, हलू या!

ताणतणाव नियमन

मानसिक ताण व तणावामुळे शरीरात वाढणारी अनेक संप्रेरके (उदा. ॲड्रिनॅलीन, कॉटीसाल, नॉरइपिनेफ्रीन) यांचा प्रत्यक्ष संबंध विविध रोग व आजारांशी कसा आहे, ते शास्त्रज्ञांनी शोधून काढले आहे. संताप, द्वेष, शत्रुत्व, नैराश्य यांमुळे पुन्हा सी-रिएक्टीव्ह प्रोटीनची पातळी वाढते, असे नुकतेच सिद्ध झाले आहे. थोडक्यात काय, तर जेव्हा आपण अस्वस्थ असतो, तेव्हा रक्तवाहिन्यांचे आकुंचन घडवून

विविध व्यायामप्रकारांचा हृदयाला होणारा फायदा

१. **एरोबिक व्यायामप्रकार** (सायकलिंग, पळणे इ.)
कालावधी/वेळ - चार महिने/आठवड्यातून तीन वेळा/साठ मिनिटे.
फायदे – हृदयाची तंदुरुस्ती वाढते. शरीराचा रक्तपुरवठा सुधारतो. एच. डी. एल. (चांगले) कोलेस्टेरॉल वाढते, रक्तवाहिन्यांतील अडथळे टळतात.

२. **कमी आघाताचा एरोबिक व्यायाम**
कालावधी/वेळ - तीन महिने, आठवड्यातून तीन वेळा/साठ मिनिटे.
फायदे – हृदयाची तंदुरुस्ती वाढते. शरीराचा रक्तपुरवठा सुधारतो.

३. **ताईची**
कालावधी/वेळ – तीन महिने, आठवड्यातून दोन वेळा/साठ मिनिटे.
फायदे – हृदयाची तंदुरुस्ती वाढते. शरीराचा रक्तपुरवठा सुधारतो. शरीरातील द्रवपदार्थांचा समतोल व हृदयाच्या स्नायूंची ताकद वाढते.

४. **स्ट्रेंग्थ ट्रेनिंग**
कालावधी/वेळ – चार महिने, आठवड्यातून तीन वेळा/साठ मिनिटे.
फायदे – हृदयाच्या ठोक्यांची गती व रक्तदाब कमी होतो. संपूर्ण शरीराचा रक्तपुरवठा सुधारतो.

५. **चालणे**
कालावधी/वेळ – सहा आठवडे. आठवड्यातून पाच वेळा/तीस मिनिटे.
फायदे – हृदयाची तंदुरुस्ती व संपूर्ण शरीराचा रक्तपुरवठा सुधारतो. एच. डी. एल. वाढते, कोलेस्टेरॉल व ट्रायग्लिसराईड कमी होऊन रक्तवाहिन्यांचे संरक्षण होते.

६. **पोहणे**
कालावधी/वेळ – दहा आठवडे. आठवड्यातून तीन वेळा/तीस मिनिटे.
फायदे – रक्तदाब कमी होतो.

७. **योगासने**
कालावधी/वेळ – तीन महिने. रोज साठ मिनिटे
फायदे – हृदयाच्या ठोक्यांची गती व रक्तदाब कमी होतो. रक्ताभिसरण संस्थेवरचा भार कमी होऊन रक्तपुरवठा सुधारतो. कोलेस्टेरॉल कमी होऊन रक्तवाहिन्यांचे संरक्षण होते. रक्ताच्या गुठळ्या होण्याचे प्रमाण कमी होऊन रक्तप्रवाह मुक्तपणे सुरू राहतो.

आणणारी संप्रेरके शरीरात निर्माण होतात व रक्तप्रवाहाला बाधा आणतात. म्हणूनच तणाव-नियमन करून ताण आटोक्याबाहेर न जाऊ दिल्यास मानसिक व भावनिक आरोग्याबरोबर शारीरिक स्वास्थ्यही सुधारते.

ताणतणाव वाढायला लागले की, शरीर अनेक संदेश पाठवायला सुरुवात करते. डोकेदुखी, अपचन, स्नायूंमधला ताण, झोप न लागणे, दात खाणे असे त्याचे स्वरूप असते. कधी छातीत धडधडणे, तळहाताला घाम येणे, थकवा, अंगदुखी, पोट बिघडणे असेही त्रास होतात, तर कधी संताप अनावर होणे, काळजी वाटणे, नैराश्य, चिडचिडेपणा, एकटेपणा, अस्वस्थता अशी लक्षणे जाणवतात. यातली कोणतीही लक्षणे तणाव वाढल्याचे दर्शवतात. ती प्रत्येकाला वेगवेगळी जाणवतात, पण त्यांच्याकडे दुर्लक्ष करू नये.

एकदा या खुणा लक्षात आल्या की, वेगवेगळ्या पद्धतींनी तणाव कमी करता येतो. त्याने रक्तवाहिन्या शिथिल होतात व रक्तप्रवाह सुधारतो.

काही सर्वसाधारण तणावनियमनाच्या पद्धती

- विचारपूर्वक व जाणीवपूर्वक खाणे-पिणे.
- धूम्रपान बंद करणे.
- मित्रमंडळी, कुटुंबीय व कामावरील सहकाऱ्यांशी मिळून-मिसळून वागणे. संवाद साधणे.
- पुरेशी विश्रांती घेणे.
- नियमितपणे व्यायाम करणे.
- आपल्या वेळेचे नीट नियोजन करणे.
- मदतीची गरज भासेल तेव्हा न संकोचता मदत मागणे.
- श्वसनाच्या पद्धती, स्नायू-शिथीलीकरण, मनाचे शिथिलीकरण, बायोफीडबॅक इ. पद्धतीने मन:शांती मिळवणे.

धूम्रपान थांबवा

गेल्या कित्येक दशकांपासून धूम्रपानाच्या धोक्यांबद्दल जनजागृती सुरू असूनही मृत्यू व आजारपणाला कारणीभूत होणारा तो देशातला एक मोठा प्रश्न बनून राहिला आहे. प्रति वर्षी ४,४२,००० अकाली मृत्यूंना कारणीभूत होणारा धूम्रपान हा अमेरिकेतील मोठाच यमदूत आहे. जगभरात तंबाखू व धूम्रपान यामुळे होणाऱ्या मृत्यूंचा आकडा लवकरच प्रति वर्षी सहा दशलक्षच्या घरात जाईल. म्हणजेच एच.आय.व्ही./ एड्सच्या पातळीवर तो पोहोचेल. धूम्रपानामुळे फुप्फुसे निकामी होतात, त्यांचा कर्करोग व इतर श्वसनाचे त्रास होतात हे अनेक अमेरिकन लोक

जाणतात; पण हृदय व रक्ताभिसरण-संस्थेवरच्या त्याच्या परिणामांबद्दल बरेच जण अनभिज्ञ असतात. खरे पाहता, फुप्फुसाच्या कर्करोगापेक्षा जास्त मृत्यू धूम्रपान करणाऱ्या हृदयरोग व पक्षघाताच्या रुग्णांमध्ये होतात. अमेरिकेत हृदयरोगामुळे होणाऱ्या सर्व मृत्यूंपैकी ३०% मृत्यू धूम्रपानामुळे होतात.

सुमारे १,३१,००० स्त्रिया व पुरुष यांचा समावेश असलेल्या, २१ देशांमध्ये राबवल्या गेलेल्या जागतिक आरोग्य संघटनेच्या मोनिका (मल्टिनॅशनल मॉनिटरिंग ऑफ ट्रेन्डस् अँड डिटरमिनन्ट्स इन कार्डिओव्हॅस्क्यूलर डिसीज) प्रोजेक्टमधल्या निष्कर्षाप्रमाणे पस्तीस ते एकोणचाळीस या वयोगटातील व्यक्तींचा हार्ट अ‍ॅटॅक येण्याचा धोका धूम्रपानाने खूप वाढतो. धूम्रपान न करणाऱ्यांपेक्षा हार्ट अ‍ॅटॅक येण्याचा संभव त्यांच्यात पाच पटीने जास्त असतो. धूम्रपान थांबल्यास हा हार्ट अ‍ॅटॅकचा आकडा ५०%नी कमी होईल, असे यातून सिद्ध झाले.

पुरुष डॉक्टरांमध्ये धूम्रपान व मृत्यूचे प्रमाण यावर आधारित एक संशोधन ब्रिटनमध्ये पन्नास वर्षांपूर्वी सुरू झाले. त्यातून अजूनही महत्त्वाची माहिती मिळत आहे. १९५१मध्ये या 'ब्रिटिश डॉक्टर स्टडी'मध्ये १९३०पूर्वी जन्मलेल्या साधारण ३५००० डॉक्टर पुरुषांचे निरीक्षण करण्यास सुरुवात झाली. यातील पहिले निष्कर्ष १९५४मध्ये प्रसिद्ध झाले. अतिशय महत्त्वपूर्ण समजल्या जाणाऱ्या या शोधनिबंधात सर्वांत प्रथम धूम्रपान व फुप्फुसांचा कर्करोग, तसेच धूम्रपान व हार्ट अ‍ॅटॅकमधला दुवा सिद्ध झाला. त्यानंतर इतर चोवीस रोगांची धूम्रपानाशी सांगड घालण्यात आली. उच्च रक्तदाब, हृदयरोग, हार्ट फेल्युअर व पक्षघात यांचा त्यात समावेश होता.

धूम्रपानाने हृदयरोगाचा धोका कसा वाढतो?

धूम्रपानाचे घातक परिणाम शरीराला तिसऱ्या सेकंदाला जाणवू लागतात. हृदयाचे ठोके जलद पडू लागतात, रक्तदाब वाढतो व धूम्रपानाच्या धुरातील कार्बन मोनोऑक्साइड रक्तातील प्राणवायू कमी करतो. सर्व काम सुरळीत चालू ठेवणाऱ्या पेशींपर्यंत प्राणवायू व पोषक द्रव्ये पोहोचविण्याचे काम रक्तप्रवाह करत असतो, हे आपल्याला माहीत आहेच; पण जर त्यात पुरेसा प्राणवायू नसेल, तर कितीही वाहते रक्त असून काय कामाचे? प्राणवायू नसेल, तर पेशी मृत्युमुखी पडतील. जेव्हा हृदयाला पुरेसा प्राणवायू मिळत नसल्याची जाणीव होते, तेव्हा ते जास्त जोरात काम करून तो वाढवण्याचा प्रयत्न करते. म्हणजेच धूम्रपानाने रक्तातला प्राणवायू जेव्हा कमी होतो तेव्हा पेशी अक्षरशः मृत्युमुखी पडतात व हृदयावरचा ताणही प्रचंड वाढतो. याउलट जेव्हा तुम्ही धूम्रपान बंद करता तेव्हा ताबडतोब रक्त व प्राणवायू जास्त प्रमाणात शरीरभर पोहोचवले जातात.

सिगारेट्स व सर्व प्रकारच्या तंबाखूंमधील मुख्य धोक्याचा घटक म्हणजे निकोटीन. निकोटीनचे शरीरावर अत्यंत विपरीत परिणाम होतात. सर्वप्रथम त्याने रक्तवाहिन्या आकुंचन पावतात. त्यामुळे रक्तप्रवाह खंडित होतो, रक्तदाब वाढतो व हृदयावरचा कामाचा ताण वाढतो. (म्हणून धूम्रपान करणाऱ्यांचे हातपाय थंड पडतात व कांती फिकुटलेली वाटते.) रक्तवाहिन्यांमध्ये पुटे चढणे व ती फुटणे या दोन्ही क्रियांना चालना मिळते. या घातक मिश्रणामुळे हृदयाला रक्तपुरवठा करणाऱ्या रक्तवाहिन्या एकदम बंद पडून किंवा फुटून मोठा हार्टअॅटॅक येण्याचा धोका खूपच वाढतो.

निकोटीनबद्दलची वाईट बातमी इथे संपत नाही. रक्तवाहिन्यांच्या आतील आवरण-पेशींमुळे रक्तपुरवठा नीट चालू राहतो. रक्तातील स्टेम सेल्सपासून (आद्य पेशी) आवरणपेशी तयार होतात. जिथे निरोगी आवरण पेशींची गरज असते, तिथे रक्तवाहिनीमध्ये स्थिरावण्याचे महत्त्वाचे काम स्टेम सेल्स करतात. स्टेम सेल्सचे रक्तातील प्रमाण घटल्यास हृदयरोगाचा धोका वाढतो. धूम्रपान करणाऱ्यांमध्ये स्टेम सेल्सचे प्रमाण अल्प असते कारण स्टेम सेल्ससाठी निकोटीन विषासारखे असते. जितके जास्त धूम्रपान कराल तितके त्यांचे प्रमाण घटते. धूम्रपान थांबल्यावर लगेच स्टेम सेल्सचे प्रमाण वाढते; पण पुन्हा सुरू केल्यास तितक्याच खालच्या पातळीवर येते.

धूम्रपान करणाऱ्यांमध्ये इतरांपेक्षा जास्त सूज व रक्तात गुठळी करणारे फॅक्टर्स दिसून येतात. सी-रिएक्टीव्ह प्रोटीन, होमोसिस्टीन व फायब्रीनोजेन या तिघांचाही हृदयरोगाचा धोका वाढवण्यामध्ये हात असल्याचे सिद्ध झाले आहे. धूम्रपान सोडलेल्या व्यक्तींमध्ये धूम्रपान न करणाऱ्यांच्या तुलनेत या तीन फॅक्टर्सचे प्रमाण थोडेच जास्त असते. यातून असे दिसते, की कधीही यशस्वीपणे धूम्रपान सोडल्यास हृदयरोगाचा धोका कमी करण्यात यश मिळवता येते.

रक्तप्रवाह, हृदय व रक्तवाहिन्यांचे कार्य यावर परिणाम करण्याबरोबरच इतर अनेक मार्गांनी धूम्रपान हृदयरोगाचा धोका वाढवते. ते एल. डी. एल. (वाईट) कोलेस्टेरॉल वाढवते, एच. डी. एल. (चांगले) कोलेस्टेरॉल कमी करते व शरीराला इन्शुलिन-रेसिस्टंट (इन्शुलिनच्या परिणामाला असणारा विरोध वाढवणारे) बनवून मधुमेहाचे प्रमाण वाढवते.

सिगारेटच्या नुसत्या धुरानेपण धोका वाढतो बरे का!

तुम्ही धूम्रपान करायचे ठरवता, तेव्हा शरीरातील प्राणवायू कमी होणे, रक्तप्रवाह व रक्ताभिसरण बिघडणे हे दुष्परिणाम तुमच्याप्रमाणेच आजूबाजूच्या व्यक्तींवरही होतात व तब्येतीवर गंभीर दुष्परिणाम होतात. पॅसिव्ह स्मोकिंग म्हणजे धूम्रपान

करणाऱ्या व्यक्तींबरोबर राहिल्याने फुप्फुसात जाणारा धूर हृदयरोगाचा धोका ५०%नी वाढवतो व प्रति वर्षी अमेरिकेत पस्तीस हजार मृत्यूंना कारणीभूत होतो, असे दिसून आले आहे.

अमेरिकेत डेलावेअर, कॅलिफोर्निया, न्यूयॉर्क यांसारख्या १७०० राज्ये व शहरांमध्ये सार्वजनिक ठिकाणच्या धूम्रपानावर बंदी आणून हा धोका कमी करण्याचा प्रयत्न केला जात आहे. ऑस्ट्रेलिया, कॅनडा, आयर्लंड, इटली, इराण, नेदरलँड व नॉर्वे यांसारख्या देशांमध्ये धूम्रपानावर पूर्ण बंदी घालण्यात आली आहे. याचे आरोग्यावरचे सकारात्मक परिणाम येत्या काही काळात आपल्याला थक्क करणार आहेत. उदाहरणार्थ हेलिना, मॉन्टाना येथे दोन वर्षांपूर्वी कामाच्या जागी धूम्रपानावर बंदी घालण्यात आली. सहा महिन्यांनंतर ती बंदी उठवली, तरीही त्या काळात हार्टअॅटॅकचे प्रमाण ४०%नी घटले होते. सध्या अमेरिकेत फक्त ६९% कामांच्या ठिकाणी धूम्रपान निषिद्ध आहे, पण जर देशभर हे लागू झाले, तर हार्ट अॅटॅक, पक्षघात व मृत्यूचे प्रमाण हजारोंच्या संख्येने घटेल व बंदीनंतरच्या पाच वर्षांच्या काळात १.३ मिलियन लोक धूम्रपान सोडण्यात यशस्वी होतील, असे एका निरीक्षणात दिसून आले. 'धूम्रपान कधीही सोडल्यास लाभ मिळतो' असे प्रलोभन दाखवून ब्रिटिश डॉक्टर्स स्टडीने धूम्रपान सोडण्यासाठी प्रोत्साहन दिले आहे. धूम्रपान सोडल्यावर धोके लगेच कमी होतात, असे यात दिसते. धूम्रपानाचे सगळे धोके धूम्रपान तिशीतच थांबवल्यास टाळता येतात. चाळीशीत धूम्रपान सोडल्यास नऊ वर्षे आयुष्य वाढते. पन्नाशीत थांबवल्यास सहा वर्षे, तर साठाव्या वर्षापर्यंत थांबवल्यास तीन वर्षांचे आयुष्य बोनस मिळते. थोडक्यात काय, तर कोणत्याही वयात धूम्रपान थांबवल्यास रक्तप्रवाह व तब्येत सुधारून तुम्ही धोका निश्चितपणे कमी करू शकता.

मर्यादित मद्यपान

मद्यपान व हृदयरोगामधील नात्याला येत्या काही वर्षांत बरेच महत्त्व दिले गेले आहे. थोड्या प्रमाणात मद्य घेतल्यास एच. डी. एल. (चांगले) कोलेस्टेरॉल वाढते, रक्तदाब घटतो व रक्ताच्या गुठळ्यांचे प्रमाण कमी होऊन रक्तवाहिन्यांचे संरक्षण होते, असे संशोधनातून दिसून आले आहे. मर्यादित मद्यपानामुळे काही व्यक्तींना हृदयविकारापासून थोडे संरक्षण मिळते, असे दिसते. स्त्रियांसाठी एक व पुरुषांसाठी रोज दोन ड्रिंक्स म्हणजे मर्यादित मद्यपान म्हणता येईल. एक ड्रिंक म्हणजे ८० प्रुफचे १.५ औंस, १०० प्रुफचे १ औंस लिकर (मद्य), वाइनचे ५ औंस किंवा बिअरचे १२ औंस होतात.

अर्थातच मर्यादित मद्यपानाचे वर सांगितलेले सर्व फायदे संतुलित आहार व नियमित व्यायामानेही मिळवता येतात. मद्यपानाची एक दुसरी महत्त्वाची बाजूही विचारात घेतली पाहिजे. रक्तदाब वाढणे, जठर व स्वादुपिंडाचे आजार, हृदय व मेंदूला इजा होणे असे अनेक धोकादायक विकार अति मद्यपानाने होतात. म्हणूनच मद्यपान करत नसणाऱ्यांनी ते मुद्दाम सुरू करू नये, असाच सल्ला अमेरिकन हार्ट असोसिएशनने दिला आहे. जर मद्यपान करत असाल, तर प्रमाण कमी केल्याने रक्तदाब कमी होतो व रक्तप्रवाह विनासायास सुरू राहतो.

उच्च रक्तदाब, मधुमेह व कोलेस्टेरॉल सांभाळा

अनेक आजार हृदयविकाराचा धोका वाढवतात. त्यामध्ये मुख्यत्वे उच्च रक्तदाब, मधुमेह व वाढलेल्या कोलेस्टेरॉलचा समावेश होतो.

उच्च रक्तदाब ताब्यात ठेवा : जेव्हा रक्तदाब वाढतो तेव्हा रक्तवाहिन्या ताठर होतात व त्यांच्यावरचा रक्ताचा दाब वाढतो. या वाढलेल्या दाबामुळे रक्तवाहिन्यांचे व महत्त्वाच्या अवयवांचे नुकसान होते. डोकेदुखी, मळमळ, उलट्या, अस्पष्ट दिसणे यांसारखी उच्च रक्तदाबाची लक्षणे बऱ्याच उशीरा दिसायला लागतात. त्यामुळे त्याला 'छुपा मारेकरी' असे म्हणतात. तोपर्यंत आजाराने गंभीर रूप धारण करून नुकसानीला सुरुवात केलेली असते. आजमितीला अमेरिकेत १४०/९० मि.मी. ऑफ मर्क्युरी किंवा यापेक्षा जास्त रक्तदाब असणाऱ्या पासष्ट दशलक्ष व्यक्ती असून अजून ३०% लोकसंख्या उच्च रक्तदाबाच्या आधीच्या अवस्थेमध्ये आहे.

रक्तदाब समजून घेऊ या : रक्तदाब मोजताना दोन आकड्यांचा विचार केला जातो. वरच्या रक्तदाबाला सिस्टोलिक बी.पी. म्हणतात. (म्हणजे १२०/९०मधील १२० हा वरचा व ९० हा खालचा रक्तदाब.) हृदय आकुंचन पावल्यानंतर लगेच जो दाब रक्तवाहिन्यांवर पडतो, तो यात मोजला जातो. खालच्या रक्तदाबाला डायस्टोलिक बी.पी. म्हणतात. हृदयाच्या विश्रांतीच्या काळातला दोन ठोक्यांमधला रक्तदाब यात मोजला जातो. नंबर मि.मी. ऑफ मर्क्युरीमध्ये मोजले जातात व त्यांचे नॅशनल इन्स्टिट्यूट ऑफ हेल्थने खालीलप्रमाणे वर्गीकरण केले आहे.

रक्तदाब वाढवणारे घटक : एखाद्या व्यक्तीमध्ये रक्तदाब का वाढतो, हे सांगणे खूप सोपे नाही. अनेक घटकांचा त्यात समावेश असतो. यामध्ये कुटुंबातील जवळच्या नातेवाइकांना उच्च रक्तदाब असणे, लठ्ठपणा, रोज तीनपेक्षा जास्त ड्रिंक्स घेणे, जास्त मिठाचा आहार घेणे, आहारात कॅल्शियम, मॅग्नेशियम व पोटॅशियमचे प्रमाण कमी असणे, इन्शुलिनला रेझिस्टन्स असणे

वरचा रक्तदाब (सिस्टोलिक रक्तदाब)

उच्च रक्तदाब	१४० किंवा जास्त
उच्च रक्तदाबपूर्व पातळी (प्रि-हायपरटेन्शन)	१२० - १३९
नॉर्मल रक्तदाब	११९ किंवा कमी

खालचा (डायस्टोलिक) रक्तदाब

उच्च रक्तदाब	९० किंवा जास्त
उच्च रक्तदाबपूर्व पातळी (प्रि-हायपरटेन्शन)	८० - ८९
नॉर्मल रक्तदाब	७९ किंवा कमी

व वय वाढणे यांचा त्यात मोठा वाटा असतो. मानसिक किंवा शारीरिक ताणतणावामुळे उत्पन्न होणाऱ्या संप्रेरकांमुळे रक्तवाहिन्या बारीक होऊनही रक्तदाब वाढतो.

उच्च रक्तदाबावरील उपाय : जीवनशैलीत बदल करणे, हे उच्च रक्तदाबाच्या उपचारांसाठी खूप आवश्यक असते. शारीरिक व्यायाम वाढवून वजन प्रमाणात आणणे, धूम्रपान बंद करणे, मद्यपान मर्यादित ठेवणे, मिठाचे प्रमाण आहारात कमी ठेवणे व तणाव-नियंत्रण या विविध उपायांनी निश्चितपणे फायदा होतो. आहारात भाज्या, फळे व एकदल धान्याचे प्रमाण वाढवून स्निग्धे मर्यादित ठेवावीत. तसेच कॅल्शियम, मॅग्नेशियम व पोटॅशियम पुरेसे घेण्याची आवश्यकता असते. हे सर्व करूनही रक्तदाब ताब्यात न राहिल्यास काही औषधे सुरू केली जातात. काही वेळा रक्तदाब ताब्यात ठेवण्यासाठी एकापेक्षा अधिक गोळ्यांचीही गरज भासते.

जीवनशैलीतील बदलांमुळे असो किंवा गोळ्या-औषधांनी असो, रक्तदाबावर नियंत्रण ठेवणे शरीरस्वास्थ्यासाठी अत्यंत आवश्यक असते. रक्तप्रवाह सुरळीत ठेवून हृदयरोगाचा धोका टाळण्यासाठी त्यामुळे मदत होते.

मधुमेहावर नियंत्रण

शरीरातील इन्शुलिनच्या असमतोलामुळे मधुमेह होतो. शरीरातील सर्व पेशींना रक्तातील साखर (ग्लुकोज) पोहोचवण्याचे महत्त्वाचे काम स्वादुपिंडात तयार होणारे इन्शुलिन हे संप्रेरक करते. बहुतेक मधुमेहींमध्ये इन्शुलिन अपुऱ्या प्रमाणात तयार होते. त्यामुळे साखरेचे रक्तातील प्रमाण वाढते. ती पेशींपर्यंत पोहोचू शकत नाही. रक्तातील साखरेचे प्रमाण पाहून शरीरात पुरेसे इन्शुलिन तयार होते की नाही ते ठरवता येते. त्यामुळे मधुमेहींना रक्तातील साखरेचे प्रमाण वारंवार मोजावे लागते.

जेव्हा शरीरात तयार होणारे इन्शुलिन नीट वापरले जात नाही तेव्हा त्या घटनेला 'इन्शुलिन रेझिस्टन्स' असे म्हणतात. ही मधुमेहाची आधीची अवस्था असते व यामुळे हृदयरोगाचा धोकाही वाढतो. रक्तात साखर वाढू लागली की, जास्त प्रमाणात इन्शुलिन तयार करण्याचा प्रयत्न स्वादुपिंड करते. या अति ताणामुळे स्वादुपिंडातील पेशी हळूहळू निकामी होतात. मग तर रक्तातील साखर खूपच वाढते व मधुमेहाचे निदान होते. वाईट कोलेस्टेरॉल (एल. डी. एल.) व ट्रायग्लिसेराइड्स वाढणे आणि चांगले (एच. डी. एल) कोलेस्टेरॉल घटणे या गोष्टींबरोबरच इन्शुलिन रेझिस्टन्सचाही 'मेटॅबॉलिक सिन्ड्रोम'मध्ये समावेश आहे. आजमितीला साठ दशलक्ष अमेरिकन नागरिकांना इन्शुलिन रेझिस्टन्स आहे. त्यातील पंचवीस टक्के लोकांना पुढे मधुमेह होईल.

मधुमेहाच्या बहुतेक रुग्णांना संतुलित आहार, मर्यादित वजन व गोळ्यांनी आजारावर नियंत्रण मिळवता येते, तर काहींसाठी इन्शुलिनची इंजेक्शने गरजेची असतात. मधुमेहामुळे प्रति वर्षी २,१८,००० व्यक्ती मृत्युमुखी पडतात. तसेच हृदयरोग, पक्षघात, अंधत्व, पायाचे, मूत्रपिंडाचे व मज्जातंतूंचे आजार यांसारख्या वैद्यकीय समस्याही त्यामुळे वाढतात. म्हणूनच योग्य उपचार होणे अत्यंत आवश्यक असते. मधुमेहींमध्ये इतरांच्या तुलनेने जास्त हृदयरोग होण्याची शक्यता असते व मृत्यूचे प्रमाणही २-४ पटीने वाढते.

कोलेस्टेरॉलवर लक्ष ठेवा

सगळे कोलेस्टेरॉल वाईट असते, असा आपला गैरसमज आहे. खरेतर कोलेस्टेरॉल एक बराच उपयुक्त घटक आहे. नवीन पेशींच्या निर्माणासाठी, संप्रेरकांच्या उत्पादनासाठी व मज्जातंतूंच्या आवरणासाठी त्याची मोठी मदत होते. संपूर्ण शरीरासाठी आवश्यक असणारे कोलेस्टेरॉल जठरात तयार केले जाते; पण दूध, अंडी, मांस यांसारख्या प्राणीजन्य अन्नपदार्थांमधूनही ते शरीरात येते. या आहारातील कोलेस्टेरॉलमुळेच बरेचदा हृदयरोगाचा धोका वाढतो.

रक्तवाहिन्यांमध्ये कोलेस्टेरॉलची पुटे साठून त्या कडक बनतात. अशा ॲथेरोस्क्लेरॉसिसमुळे रक्तप्रवाहाला अडथळे येतात. आहारात कोणते कोलेस्टेरॉल आहे, त्यावरून ते चांगले की हानिकारक हे लक्षात येते. चांगले (एच. डी. एल.) कोलेस्टेरॉल रक्तातील सर्व इतर कोलेस्टेरॉल कमी करून हृदयरोगापासून

आपली रक्ततपासणी अशी समजून घ्यावी.

टोटल कोलेस्टेरॉल

पातळी (मिग्रॅ/डेलि)	गट
< २००	आवश्यक
२०० – २३९	सीमारेषेवरील
≥ २४०	वाढलेले

एल. डी. एल. कोलेस्टेरॉल

पातळी (मिग्रॅ/डेलि)	गट
< १००	अगदी योग्य
१०० – १२९	साधारण योग्य
१३० – १५९	सीमारेषेवरील
१६० – १८९	वाढलेले
≥ १९०	खूप जास्त

एच. डी. एल. कोलेस्टेरॉल (चांगले)

पातळी (मिग्रॅ/डेलि)	गट
≥ ६०	आवश्यक
४० – ५९	सीमारेषेवर
< ४०	खूप कमी

ट्रायग्लिसेराइड्स

पातळी (मिग्रॅ/डेलि)	गट
< १५०	आवश्यक
१५० – १९९	सीमारेषेवर
≥ २००	वाढलेले

आपला बचाव करते. वाईट (एल. डी. एल.) कोलेस्टेरॉलची पुटे रक्तवाहिन्यांमध्ये जमा होतात व रक्तप्रवाहाला अडथळा निर्माण होतो. वाढलेल्या ट्रायग्लिसेराइड्चापण हृदयरोगामध्ये मोठा हात असतो.

कोलेस्टेरॉल किंवा ट्रायग्लिसेराइड्स वाढल्यास आपल्याला कोणतीच लक्षणे जाणवत नाहीत. रक्ततपासणीतच वाढलेली पातळी लक्षात येते. विशीच्या वरच्या प्रत्येकाने दर पाच वर्षांनी संपूर्ण कोलेस्टेरॉलची तपासणी करून घ्यावी.

तुमच्या कोलेस्टेरॉलची पातळी अनेक गोष्टींवर अवलंबून असते. जेवणात कोलेस्टेरॉल व संपृक्त स्निग्धे (सॅच्युरेटेड फॅट) कमी ठेवल्यास, आपले वजन उंचीच्या प्रमाणात ठेवल्यास व नियमित व्यायाम केल्यास कोलेस्टेरॉल व ट्रायग्लिसेराड्सची पातळी व परिणामी हृदयरोगाचा धोका घटतो. तुमच्या कुटुंबामध्ये जास्त कोलेस्टेरॉल असण्याची प्रवृत्ती असेल किंवा जीवनशैलीतील बदलांनी पातळी नियंत्रणात येत नसेल, तर औषधे सुरू करायला लागतात.

निरोगी व दीर्घायुषी व्हा

या प्रकरणातील काही माहिती व आकडे आपणास कदाचित चिंताग्रस्त करतील; पण आपण संपूर्ण कायापालट घडवून आणू शकतो. निरोगी दीर्घायुष्याच्या सतत शोधामध्ये असताना रक्तप्रवाह वाढवण्याचे किती विविध उपाय आपल्याला उपलब्ध आहेत, हे लक्षात येते. जीवनशैलीत काही बदल घडवून आणणे खरोखरच खूप आव्हानात्मक असते; पण फायद्यांचा जरूर विचार करा. गंभीर धोकादायक घटक नाहीसे करून किंवा नियंत्रणात आणून आपण हृदयरोगाविरुद्धची लढाई जिंकू शकतो, इतर अनेक आजारांवर मात करू शकतो व निरोगी, समाधानी दीर्घायुष्य मिळवू शकतो.

वैद्यक शास्त्राच्या भविष्यकाळाबद्दल आपण पुढच्या प्रकरणात माहिती घेणार आहोत. हृदयरोग व इतर अनेक आजारांवर मात करू शकणाऱ्या ई.ई.सी.पी.ने आपल्याला संपूर्ण वैद्यकीय व्यवसायाच्या कायापालटापाशी आणून ठेवले आहे.

८
क्रांतीची उत्क्रांती

ई.ई.सी.पी. व वैद्यकशास्त्राचा भविष्यकाळ : क्रांतीची उत्क्रांती

वैद्यक शास्त्रातील नवनवीन शोधांमुळे सतत बदलत राहणारे सत्य स्वीकारणे हे वैद्यक व्यवसायिकांसमोरचे मोठे आव्हान आहे. आज उपचारात जे 'प्रमाण' मानले जाते, ते उद्या सहजपणे चुकीचे मानले जाऊ शकते. आपण अनेक वर्षे अभ्यास व सराव करतो; पण मग अचानक लक्षात येते की, व्यवसायाची पद्धती, विचारधारा कालबाह्य होऊ लागली आहे. या सत्याचा स्वीकार करण्याचा अनुभव आपल्याला लीन व नम्र बनवतो.

सतत बदलणाऱ्या वास्तवाला स्वीकारून आपल्या नित्य व्यवसायात बदल घडवून आणणे जरी आव्हानात्मक असले, तरी महत्त्वाचेही आहे. वैद्यकीय परिपाठाची शास्त्राशी सतत व काळजीपूर्वक सांगड घालत गेले पाहिजे. माझ्या सर्व पेशंटना संपूर्ण अद्ययावत वैद्यकीय सल्ला मिळावा, म्हणून मी माझ्या ज्ञानाच्या कक्षा सतत रुंदावत असते; पण नवीन कल्पना प्रत्यक्षात येण्यासाठी अनेकदा कित्येक वर्षे जातात, असे भूतकाळ आपल्याला सांगतो. उदाहरणार्थ, रक्तपात करणे (ब्लडलेटिंग) निरुपयोगी व हानीकारक आहे, असे सिद्ध झाल्यानंतरही ते वर्षानुवर्षे वापरले जात होते. यामुळे अनेक लोकांचा बळी गेला व अगणित आजारही झाले.

व्हिएन्नाच्या एका डॉक्टरांनी १८४७ साली सिद्ध केले की, शवविच्छेदन केल्यानंतर हात न धुता स्त्रियांची प्रसूती केल्यास स्त्रिया व नवजात अर्भकांना भयंकर जंतुसंसर्ग होतो. त्यांनी आपल्या सर्व कर्मचाऱ्यांना हात स्वच्छ धुऊन, निर्जंतुक करून मगच दुसऱ्या पेशंटवर उपचार करण्याचा आदेश दिला व मृत्यूचे प्रमाण तत्काळ घटले; परंतु पेशंटच्या मृत्यूला आपण कारणीभूत होऊ

शकतो ही कल्पनाच डॉक्टरांना अपमानकारक वाटली. त्या डॉक्टरांचा उपहास करून हा परिपाठ बंद पाडण्यात आला. हात धुण्याचे ज्ञान प्रत्यक्ष आचरणात येईपर्यंत किती रुग्ण दगावले असतील, हा विचार भयावह आहे. शास्त्रशुद्ध ज्ञानाच्या बरोबरीने वैद्यकशास्त्रात प्रगती झाली नाही, तर काय होते, याचे उत्तम उदाहरण म्हणजे अमेरिकेतील ई.ई.सी.पी.चा प्रवास होय.

मनुष्य प्राण्यावरील ई.ई.सी.पी.च्या संशोधनाला १९७०च्या सुमारास आरंभ झाला व त्याचे फायदे ताबडतोब सिद्ध झाले. जिथे ई.ई.सी.पी.चे प्रथम प्रयोग झाले तिथल्या एका तंत्रज्ञाशी मी काही वर्षांपूर्वी बोलले. ''आम्ही जे पाहत होतो, ते केवळ अविश्वसनीय होते.'' तो म्हणाला, ''हृदयधमन्यांमध्ये प्रचंड प्रमाणात रक्तप्रवाह वाढला होता. आपल्याला एक मोठा शोध लागला आहे, याची तेव्हा सर्वांनाच जाणीव झाली. या घटनेला आता तीस वर्षे झाली, पण तांत्रिकदृष्ट्या पुढारलेल्या प्रोसीजर्स व शस्त्रक्रिया यांच्या तुलनेत ई.ई.सी.पी. मात्र डॉक्टरांकडून अजूनही उपेक्षिली जात आहे.''

संशोधकांमध्ये उत्कृष्ट निष्कर्षांमुळे उत्साह वाढवून प्रोत्साहित करणारी ई.ई.सी.पी. अमेरिकेत पुढची वीस वर्षे दुर्लक्षिली गेली. चीनमध्ये मात्र याचे महत्त्व जाणले गेले व वापराला सोप्या व सुखकारक मशीनमध्ये त्याचे रूपांतर झाले. तेच मशीन आजही हृदयरोगाच्या उपचारांसाठी प्रामुख्याने वापरले जात आहे. १९९०च्या सुरुवातीला आधी शस्त्रक्रिया झालेल्या वृद्ध पेशंटची संख्या वाढू लागली. आजाराची क्लिष्टता वाढली व हृदयरोगाची त्रासदायक लक्षणे पुन:पुन्हा जाणवू लागली तेव्हा अमेरिकेतील डॉक्टरांचे लक्ष पुन्हा ई.ई.सी.पी.कडे वळले. टोकाचा व गंभीर हृदयरोग असणाऱ्या पेशंटसाठी नवीन उपचारांची गरज डॉक्टरांच्या लक्षात आली. ई.ई.सी.पी.चे या गटाला मिळालेले लाभ केवळ असाधारण होते आणि पुन्हा संशोधकांना काहीतरी मोठे महत्त्वाचे हाती आल्याची जाणीव झाली.

सुरुवातीला अत्यंत आजारी रुग्णच ई.ई.सी.पी.साठी पाठवले जात असत. त्यामुळे त्यांच्यामध्ये दिसणारे बदल अजूनच विस्मयकारक होते. आजार वाढण्याआधी ई.ई.सी.पी. दिल्यास उत्कृष्ट फायदे मिळतील, असे ई.ई.सी.पी.च्या पुरस्कर्त्यांना वाटू लागले; पण इन्वेझिव प्रोसीजर्स व शस्त्रक्रियेसाठी अपात्र असणाऱ्या गंभीर आजाराच्या पेशंटसाठी शेवटचा उपाय म्हणूनच ई.ई.सी.पी. राखीव ठेवले जावे असा डॉक्टरांचा आग्रह होता.

या विचारसरणीला कोणताही शास्त्रीय आधार नाही. जेव्हा काही निवडक पेशंटसाठी ई.ई.सी.पी. सुरू करण्यात आली तेव्हा काही विलक्षण शोध लागले. हृदयरोगाबद्दलच्या वैज्ञानिक सत्याबद्दलच प्रश्नचिन्ह निर्माण होऊ लागले. फक्त

अडथळे निर्माण होणे इतकेच हृदयरोगाचे स्वरूप मर्यादित नाही, असे स्पष्ट होऊ लागले. हृदयरोग संपूर्ण रक्ताभिसरण संस्थेला व्यापतो, हे लक्षात आले. अडथळ्यांना उघडण्यासाठी केल्या जाणाऱ्या विविध उपचारांबद्दल शंका वाटू लागली. हृदयरोगाच्या मुळाशी सूज व दाह आहे, याची खात्री पटू लागली; पण अडथळे उघडून हृदयरोगावर उपचार करणाऱ्या विविध इन्वेझिव प्रोसीजर्स सूज व दाह अजून वाढवतात हे लक्षात आले. म्हणजे त्यांच्यामुळे बरे होण्याऐवजी हृदयरोग अजून वाढेल अशी चिन्हे दिसू लागली.

ही जाणीव वैद्यकीय व्यावसायिकांसाठी फारच धक्कादायक होती. उच्च तंत्रज्ञानावर आधारलेल्या महागड्या इन्वेझिव प्रोसीजर्सवर आधारलेली ही मल्टीबिलीयन डॉलर्सची इंडस्ट्री आहे. हृदयशस्त्रक्रिया, हृदयरोगतज्ज्ञ, हृदय-शल्यविशारद व इन्वेझिव प्रोसीजर्सचे स्पेशालिस्ट यांच्या आकड्यांमध्ये प्रचंड वाढ होण्याचे ते एक कारण आहे. म्हणूनच बाहेर आलेल्या नवीन माहितीमुळे उपचार-पद्धतीत बदल होणे तर सोडाच, पण ती माहिती सामान्य नागरिकांपर्यंत पोहोचण्यासाठीही कित्येक वर्षे जावी लागली. याउलट अडथळ्यांना उघडणाऱ्या किंवा बायपास करणाऱ्या प्रोसीजर्सचा आकडा गेल्या पंधरा वर्षांत सातत्याने वाढतो आहे. काही मोजक्या धाडसी डॉक्टरांनी याबद्दल बोलण्याचा केलेला प्रयत्न बरेचदा हाणून पाडण्यात आला.

हळूहळू गेल्या काही वर्षांत अनेक प्रथितयश हृदयरोगतज्ज्ञांनी हृदयरोगाबद्दलच्या नव्या ज्ञानाबद्दल मोठ्या प्रमाणात लिहिले आहे. संपूर्ण रक्ताभिसरण संस्थेवर उपचार करेल, अशी उपचार-पद्धती प्रथम वापरण्यात यावी आणि शस्त्रक्रिया व इन्वेझिव प्रोसीजर्स सर्वांत शेवटचा उपाय म्हणून गंभीर आजारी रुग्णांसाठी ठेवल्या जाव्यात, असेही अनेकदा बोलले व सुचवले गेले. नुसत्या लक्षणांवर उपचार केंद्रित न करता आजाराच्या मूळच्या कारणावर उपचार करावेत, ही विचारसरणी मूळ धरू लागली आहे. क्लीव्हलँड क्लिनिक फाउंडेशनमधील हृदयरोग विभागाचे उपाध्यक्ष स्टीवन निस्सेन (एम.डी.) एका डॉक्टरांच्या सभेला उद्देशून म्हणाले, ''हृदयरोगासाठी पूर्ण रक्ताभिसरण संस्थेचा आजार म्हणून जोपर्यंत उपचार केले जात नाहीत, शरीरातील चयापचयामध्ये (मेटॅबॉलीक मिल्यू) जोपर्यंत बदल केला जात नाही तोपर्यंत आजाराचे फलित बदलणार नाही.''

हृदयरोगाच्या नवीन व्याख्येप्रमाणे उपचाराचा नवीन दृष्टिकोन अनेकदा औषधे व जीवनशैलीतील बदल सुचवतो. नियमित व्यायाम, संतुलित आहार, धूम्रपान थांबवणे यांसारखे उपाय पुन:पुन्हा सुचवले जातात; पण या विषयावर लिहिणारा प्रत्येक लेखक कोणत्याच वैद्यकीय उपचार-पद्धतीचा सल्ला देत नाही; आणि मग पेशंट साहजिकच विचारतात, ''जर इन्वेझिव प्रोसीजर्सने

हृदयरोगावर उपचार करता येत नाहीत, तर मग कशाने करता येतात?''

संपूर्ण रक्ताभिसरण संस्थेच्या आजाराचा संपूर्ण तोडगा

ई.ई.सी.पी ही संपूर्ण संस्थेवर संपूर्ण उपचार करणारी सुयोग्य उपचारपद्धती आहे, यात कोणताही संदेह नाही. ती इन्वेझिव प्रोसीजर नाही. तिला विम्याचे संरक्षण आहे व ती निर्विवादपणे संशोधनातून सिद्ध झालेली आहे. हृदयाचा व संपूर्ण शरीराचा रक्तप्रवाह वाढवण्यात व सर्व रक्तवाहिन्यांचे आरोग्य सुधारण्यात ती यशस्वी होते व म्हणूनच हृदयरोगाच्या मूळाशी जाऊन उपचार करणारी ती एकमेव उपचारपद्धती आहे. मग तो नुसतीच स्ट्रेस टेस्ट पॉझिटीव्ह आलेला रुग्ण असो किंवा हृदयरोग अत्यंत गंभीर अवस्थेला पोहोचलेला, सर्व उपचार करून थकलेला पेशंट असो. हृदयरोगाच्या बहुतेक सर्व रुग्णांना सुयोग्य ठरणारी ही उपचारपद्धती आहे. त्यांचे शरीर ती हृदयरोगाशी लढण्यायोग्य बनवते. तिचे नाव आहे ई.ई.सी.पी.

शास्त्रीय संशोधन व तंत्रज्ञानातील प्रगतीचे अंतिम ध्येय असते, जटिल समस्येला सोपे बनवणे, आव्हानाकडून चिंतामुक्तीकडे जाणे. ई.ई.सी.पी. ही अशीच एक कामगिरी आहे. सोप्या, सुरक्षित व प्रभावी असणाऱ्या ई.ई.सी.पी.त अजून सुधारणेला वावच नाही. हृदयरोगावर अत्यंत प्रगत उपचार करणारे, पण सोपे तंत्रज्ञान असणारे हे उपचार आहेत.

'नुकसान करू नका' व 'शरीराला स्वत:चे स्वत: बरे होण्याची संधी द्या' प्रत्येक डॉक्टरच्या अशा दोन महत्त्वाच्या नैतिक जबाबदाऱ्या नीट पार पाडणारी ही ई.ई.सी.पी. आहे.

डॉक्टर-पेशंट नातेसंबंध दृढ करण्याची सुसंधी

अर्थातच जीवनशैलीतले बदल व औषधोपचारांचा हृदयरोगावर काहीच परिणाम होत नाही, असे मला अजिबात सुचवायचे नाही. हृदयरोग असतानाही समृद्ध जीवन जगण्यासाठी ती अत्यावश्यक साधने आहेत; परंतु अनेकदा असेही दिसून येते की, खाण्याच्या व व्यायामाच्या सवयी बदलणे, धूम्रपान बंद करणे, आपली आपण औषधे घेणे हे बऱ्याच हृदयरुग्णांना कठीण किंवा अशक्य वाटते.

बऱ्याच अर्थाने ई.ई.सी.पी.मुळे पेशंटना आपल्या दैनंदिन जीवनात बदल घडवून चांगल्या सवयी लावून घेण्यासाठी एक नवी संधी मिळते. स्टॅमिना व उत्साह वाढवून, आयुष्य जास्त सुखकर होऊन तंदुरुस्त राहण्यासाठी मदत होते. उपचारांच्या आधी शक्य नसणाऱ्या अनेक गोष्टी ते करू शकतात व जास्त क्रियाशील होतात. दुसरे असे की, सात आठवड्यांच्या कालावधीत डॉक्टर-

पेशंटमधील नाते अजून दृढ होते. रोजच्या उपचाराच्या फेरीमुळे डॉक्टरांमधला विश्वास अजून वाढतो. तसेच ई.ई.सी.पी.मुळे मिळणाऱ्या फायद्यांना योग्य जीवनशैलीची जोड देण्यासाठी पेशंटना आवश्यक तोच सल्ला देण्याची डॉक्टरांना संधी मिळते. या काळात धूम्रपान थांबवणे, संतुलित आहार घेणे व टप्प्याटप्प्याने व्यायाम वाढवण्यासंबंधी सूचना देऊन त्यांचा पाठपुरावा करता येतो. समस्या कोणतीही असो किंवा प्रत्येक पेशंटची गरज वेगळी असो, आरोग्यासंबंधी भागीदारी तयार होण्यासाठी ही एक सुवर्णसंधीच मिळते. थोडक्यात काय, तर आरोग्याच्या योग्य पथावर परत येण्यासाठी आवश्यक असणारे शारीरिक व मानसिक पाठबळ ई.ई.सी.पी.मुळे उपलब्ध होते.

प्रतीक्षा कशासाठी?

ई.ई.सी.पी.मुळे मिळणारे प्रचंड फायदे व संपूर्ण रक्ताभिसरण संस्थेवर उपचार करण्याची तिची क्षमता लक्षात आल्यावर पुन:पुन्हा मनात एक महत्त्वाचा प्रश्न उठतो. आजाराची प्रगती रोखून पेशंटचे जीवन कित्येक पटींनी सुखकारक व आरामदायी करणारी उपचारपद्धती देण्यासाठी वाट का पाहायची? आजाराचे स्वरूप गंभीर होऊन कोणताच पर्याय न उरेपर्यंत का थांबायचे? या प्रश्नांना सुसंगत व योग्य उत्तर नाही. वास्तविक पाहता, जगभरातील अनेक लोक हृदयरोग-उपचारांसाठी पहिला पर्याय म्हणून आता ई.ई.सी.पी.ची निवड करीत आहेत व अर्थातच त्यांना विज्ञानाचा पाठिंबा आहे.

अमेरिकेत नुकत्याच झालेल्या एका संशोधनामध्ये बायपास, अँजिओप्लास्टी किंवा स्टेंट यांचा पर्याय नाकारून ई.ई.सी.पी.चा उपचार निवडणाऱ्या हृदयरुग्णांची तुलना सर्व इन्वेझिव प्रोसीजर्सचे उपाय थकल्यावर शेवटचा पर्याय म्हणून ई.ई.सी.पी. निवडणाऱ्या हृदयरुग्णांशी करण्यात आली. ई.ई.सी.पी. प्रथम पर्याय म्हणून निवडणाऱ्या व्यक्तींमध्ये दुसऱ्या गटापेक्षा हार्ट ॲटॅकचे व हॉस्पिटलमध्ये भरती होण्याचे प्रमाण बरेच कमी होते. तसेच उपचारानंतर सहा महिन्यांनी अंजायना बऱ्याच कमी प्रमाणात जाणवत होता. हे अत्यंत महत्त्वाचे संशोधन लवकरात लवकर ई.ई.सी.पी. दिल्याने किती वैद्यकीय व आर्थिक फायदे होतात यावर प्रकाश टाकते, पण तरीही अजून मेडिकल प्रॅक्टीस बदलायला तयार नाही. अजूनही आपण वैज्ञानिक सत्य दृष्टीआड करून विरुद्ध दिशेनेच प्रवास करत आहोत. अजूनही शस्त्रक्रिया करणे अशक्य असणाऱ्या गंभीर हृदयरोगाच्या रुग्णांसाठीच ई.ई.सी.पी. राखीव ठेवत आहोत.

यापुढे काय?

अजूनही अमेरिकेतील बहुतांशी हृदयरुग्ण ई.ई.सी.पी.च्या पर्यायाची कधीच माहिती न मिळाल्याने एकानंतर एक प्रोसीजर्स, शस्त्रक्रिया, तपासणी यांना सामोरे जात आहेत. दररोज मी अशा परिस्थितीतील पेशंटना भेटते आहे. जर त्यांनी योगायोगाने बातमी किंवा माहितीपत्रक वाचले नसेल, स्वत:च इंटरनेटवर शोध घेतला नसेल, तर हृदयरोगाचा पहिला उपचार म्हणून सोडाच, पण ई.ई.सी.पी.चे साधे नावही त्यांना माहीत नसते. त्यांच्यासारखे देशभरातील लाखो लोक ह्या माहितीपासून वंचित राहिले आहेत.

अजून ई.ई.सी.पी. सर्वपरिचित का नाही? या व मागच्या प्रकरणात आपण याची बरीच कारणमीमांसा पाहिली आहे; पण आता कोणतेच कारण महत्त्वाचे नाही. तुम्ही हे पुस्तक वाचल्यामुळे एका आरोग्यक्रांतीमध्ये सहभागी झाला आहात. जगभरच्या लाखो लोकांना व त्यांच्या कुटुंबीयांना आशेचा किरण दाखवणारी ई.ई.सी.पी. आपण ख्यातनाम करू या! तुमच्याप्रमाणे जितक्या जास्त लोकांपर्यंत ई.ई.सी.पी.ची माहिती जितकी लवकर मिळेल, तितकी हृदयरोगाचे उपचार व वैद्यकीय प्रॅक्टीस बदलायला मदत होईल.

भविष्यात डोकावताना

ई.ई.सी.पी. कोणकोणत्या पद्धतीने या विषयावर आपला ठसा उमटवेल याचा अंदाज आपण बांधला, तर संभाव्य शक्यता केवळ थक्क करतील. तिची सुरक्षितता, परिणामकारकता व विविध उपयोगांचा आपल्याला आता थोडा अनुभव येऊ लागला आहे. अनेक विध्वंसक व डोईजड आजारांसाठी अतिशय साधे, सोपे उत्तर देणारी ती एक सुप्त यंत्रणा आहे. वेदनारहित, इन्वेझिव नसणारी किंवा बाह्य उपचार करणारी, कोणत्याही प्रोसीजर धोक्यांपासून मुक्त असणारी उपचारपद्धती अगदी निवडक पेशंटसाठी जरी वापरली गेली,तरी अगणित आयुष्यांची व अनेक दशलक्ष डॉलर्सची बचत होऊ शकेल.

हृदयरोगामुळे होणाऱ्या भावनिक, शारीरिक व आर्थिक आघातांपासून मुक्ती मिळवण्याची आपली आशा ई.ई.सी.पी.मुळे प्रत्यक्षात येऊ शकते. भीती, वेदनामय लक्षणे, हॉस्पिटलमधले वास्तव्य, काम व दैनंदिन जीवनातले अडथळे यामुळे जखडलेल्या हृदयरुग्ण व त्यांच्या कुटुंबियांना मोठा दिलासा मिळू शकतो. खर्चिक, धोकादायक व वेदनादायक शस्त्रक्रियांना तोंड देत ऑपरेशन थिएटरमध्ये वेळ दवडण्यापेक्षा विविधांगी आयुष्य सुखसमाधानाने जगून वेळेचा सदुपयोग करता येईल. पैशांच्या बचतीबरोबरच पेशंटना उद्योगधंद्याला पुन्हा लवकर सुरुवात करता

केस स्टडी

सेहेचाळीस वर्षांच्या रॉको एसला बऱ्याच काळापासून विविध प्रकारे हृदयरोगाचा त्रास होता. तरुणपणातच त्याला तीन हार्ट ॲटॅक येऊन गेले व चव्वेचाळीस व पंचेचाळिसाव्या वर्षी दोन बायपासची ऑपरेशन्स करावी लागली. तरीही काहीही हालचाल न करता किंवा झोपल्या झोपल्याही त्याच्या छातीत दुखू लागे. त्यामुळे तो अत्यंत निराश झाला होता. 'तरुण असूनही मी काहीही करू शकत नाही' तो म्हणायचा.

ई.ई.सी.पी.नंतर अंजायनाची तीव्रता व सातत्य कमी झाले. नायट्रोग्लिसरीनच्या गोळ्यांचे प्रमाण प्रतिदिन चौदावरून दोनवर आले. हृदयरोगाची भीती कमी झाली, उत्साह वाढला. लिटिल लीगचा कोच व चर्चमधील स्वयंसेवक म्हणून तो पुन्हा काम करू लागला. "ई.ई.सी.पी.ने माझ्या आयुष्यात आमूलाग्र बदल घडवून आणला." तो उद्गारला.

आल्याने समाजामध्ये उत्पादन क्षमता व उपयोग दोन्ही वाढेल. ई.ई.सी.पी. आधुनिक वैद्यकाचे भविष्य आहे. आपला संपूर्ण वैद्यकीय व्यवसाय व संस्कृतीमध्ये कायापालट घडवून आणण्याची तिची ताकद आहे. खाली दिलेल्या काही मार्गांनी असे घडू शकते.

एक नंबरच्या मारेकऱ्याला सापळ्यात पकडताना

हृदयरोगाचे खरे स्वरूप, तो का होतो हे कारण जसे बहुतांशी लोकांच्या लक्षात येईल व ई.ई.सी.पी.बद्दल माहिती मिळेल तसे हृदयरोगाच्या उपचार व प्रतिबंधामध्ये आमूलाग्र बदल घडून येईल.

हृदयरोगाच्या उपचारांसाठी पहिला पर्याय आहे, तो ई.ई.सी.पी.चा., हे निर्विवाद सत्य आहे. बायपासच्या, अँजिओप्लास्टी व स्टेंटच्या आधी तर्कशुद्ध, धोक्यापासून मुक्त, स्वस्त व बाह्य उपचारपद्धतीचीच रुग्ण निवड करतील यात तिळमात्रही शंका नाही. इन्वेझिव प्रोसीजर्स व शस्त्रक्रियांचे खरे स्थान उपचारांमध्ये सर्वांत शेवटचे आहे, असेच सारासार विवेकबुद्धी सांगते. म्हणूनच आज अनेक सुशिक्षित अमेरिकन हृदयरुग्ण पहिला पर्याय म्हणून ई.ई.सी.पी. निवडत आहेत आणि जशी हृदयरोगाकडे पाहण्याची नवी दृष्टी वाढेल तसा हा आकडा वाढत जाईल.

हृदयरोग-प्रतिबंधासाठी ही ई.ई.सी.पी. वापरली जाईल. हृदयरोग होण्याची जास्त शक्यता असणाऱ्या पेशंट्समध्ये ही वाटचाल 'मंद' करण्यासाठी किंवा 'बंद' करण्यासाठी ई.ई.सी.पी. साहाय्यभूत होईल. त्यामुळे पर्यायी रक्तवाहिन्यांचे जाळे विणले जाईल. रक्ताभिसरण संस्था बलवान बनेल व हृदयाला कार्यक्षम बनण्याचे प्रशिक्षण दिले जाईल. अशामुळे हृदयरोगाला पुढे ढकलण्यात किंवा त्याच्या दुष्परिणामांची धार बोथट करण्यासाठी या लोकांना मोठी मदत मिळेल.

अपुऱ्या रक्तपुरवठ्यामुळे होणाऱ्या सर्व आजारांवर ई.ई.सी.पी. परिणामकारक उपचार करेल.

प्राणवायू व पोषक द्रव्ये संपूर्ण शरीरापर्यंत अत्यंत परिणामकारकरित्या पोहोचवणाऱ्या ई.ई.सी.पी.चे फायदे केवळ अमर्याद आहेत. अपंगत्व व अकाली मृत्यूला कारणीभूत होणारे अनेक क्लेशकारक व खर्चिक आजार अपुऱ्या रक्तपुरवठ्यामुळे होतात. ई.ई.सी.पी.मुळे सध्याच्या उपचारांमध्ये मोठाच बदल घडून येईल व पूर्वी उपलब्धच नसणारे उपचार आता रुग्णांना मिळू लागतील.

खालील अनेक आजारांसाठी ई.ई.सी.पी. फायदेशीर ठरेल.

- हृदयरोग
- पक्षघात
- पेरिफेरल व्हॅस्क्युलर डिसीज (पायातील रक्तवाहिन्यांचा आजार)
- मधुमेह
- उच्च रक्तदाब
- मूत्रविकार
- पार्किन्सन्स डिसीज
- अल्झायमर्स व स्मृतिभ्रंश
- न्यूरोपथी (मज्जातंतूचा आजार)
- इरेक्टाइल डिस्फंक्शन (लिंग ताठरतेचा अभाव)
- बहिरेपणा व कानाचे काही विकार
- दृष्टिदोष
- ऑटोइम्यून आजार
- व्हर्टिगो
- हमेटिक डिसीज.

आजाराचा प्रतिबंध व खेळाडूंची कामगिरी उंचावणे

निरोगी शरीरातही रक्तप्रवाहास चालना दिल्यास दम, ताकद, चिवटपणा, लवचीकता

व चैतन्य वाढते. शरीरातील दूषित द्रव्ये बाहेर टाकण्याबरोबरच अँटीऑक्सिडंट व सूज-दाह प्रतिकारक म्हणून काम करणारी ई.ई.सी.पी. आयुष्याच्या शोधयात्रेमध्ये मोलाची भागीदार होते. व्यायामाला साथ म्हणून, तंदुरुस्त आयुष्याला मदत म्हणून, रोगप्रतिबंधासाठी हातभार म्हणून अनेक निरोगी व्यक्ती ई.ई.सी.पी.चे साहाय्य घेत राहतील, यात शंका नाही.

व्यावसायिक खेळाडू म्हणजे निरोगी समाजातील एक वजनदार व महत्त्वाचा गट आहे. त्यांची उत्सुकता ई.ई.सी.पी.ने वाढवली आहे. सरावाचा अजून फायदा मिळावा, खेळताना होणाऱ्या इजा कमी व्हाव्यात व दोन सरावांमध्ये जास्तीत जास्त विश्रांती मिळावी यासाठी भविष्यात ई.ई.सी.पी.चा वापर जास्त प्रमाणात होणार आहे. कामगिरी उंचावण्यासाठी खेळाडूंना उपलब्ध असणारे हे एक छुपे अस्त्रच आहे!

आपण काय पणाला लावले आहे?

दर ४५ सेकंदाला अमेरिकेमध्ये हृदयरोगाने एक बळी जात आहे. तरीही जुन्या नियमांनीच उपचार करण्यात आपण अडकलो आहोत. हृदयरोग हा नंबर एकचा मारेकरी व सर्वांत खर्चिक व विकलांग करणारा आजार आहे; पण ह्या सगळ्या वास्तवाला बदलण्याची क्षमता आपल्यात आहे. आजच्याइतकी ई.ई.सी.पी.ची गरज याआधी कधीच भासली नव्हती व वयोवृद्ध नागरिकांचे प्रमाण जसे वाढेल, तशी ती गरज वाढतच जाईल. पेशंटच्या हृदयरोग-निदानानंतर लगेचच या नव्या उपचारांचा उपयोग करण्याची पद्धत रूढ झाली, तर हृदयरोग-उपचारांचा सध्याचा चेहरामोहरा पूर्णपणे बदलेल आणि तरच अढळ पदावर जाऊन बसलेल्या या भयानक आजाराला खाली खेचणे शक्य होईल. तो एक माणुसकीने घेतलेला निर्णय असेल कारण आज लाखो-करोडो आयुष्ये व कित्येक दशलक्ष डॉलर्स पणाला लागले आहेत. हा आता अर्थशास्त्रीय, जैव-नैतिक व जनसामान्यांच्या आरोग्याचा विषय झाला आहे.

हे पुस्तक वाचल्यामुळे स्वतःचे व कुटुंबीयांचे आरोग्य सुधारण्याच्या मार्गावर तुम्ही एक महत्त्वाचे पाऊल पुढे टाकले आहे. स्वतःच्या शरीराचे ऐका. आजाराच्या लक्षणांकडे दुर्लक्ष करू नका. आयुष्याच्या सुखसमाधानाला पुरेसे महत्त्व द्या. आरोग्यरक्षणासाठी सतत तत्पर व कार्यमग्न राहा. प्रश्न विचारत राहा. दिले जाणारे उपचार तुमच्यासाठी सर्वोत्तम आहेत ना, याची प्रथम खात्री करून घ्या.

आपल्याकडे एक प्रभावी अस्त्र आहे. त्याचा पूर्णत्वाने सदुपयोग करण्याची नैतिक जबाबदारी आपल्यावर आहे, हे लक्षात असू द्या.

सतत विचारले जाणारे प्रश्न

अंजायना म्हणजे काय?

हृदयाला अपुऱ्या रक्तपुरवठ्यामुळे जाणवणाऱ्या अनेक लक्षणांच्या समुदायाला अंजायना म्हणतात. हृदयाला रक्त पुरवणारी धमनी खराब होऊन बंद झाली किंवा अरुंद झाली, तर हा त्रास होतो. छातीत दुखणे किंवा दबाव जाणवणे, धाप लागणे, जबडा, मान, खांदे, हात किंवा पाठ दुखणे, मळमळणे व थकवा जाणवणे असे याचे स्वरूप असू शकते.

ई.ई.सी.पी.चे संपूर्ण नाव काय?

ई.ई.सी.पी. म्हणजे एनहान्स्ड एक्स्टर्नल काउंटर पल्सेशन

ई.ई.सी.पी. काय आहे?

ई.ई.सी.पी. ही इन्वेझिव नसणारी (कापाकापी-विरहित व आक्रमक नसणारी) बाह्यरुग्ण विभागात हृदयरोगासाठी दिली जाणारी उपचारपद्धती आहे. तिच्यामुळे अंजायना कमी किंवा बंद होण्यास मदत होते. उपचारांच्या दरम्यान शरीरावर दाब देणारे रुंद पट्टे मांड्यांभोवती बांधले जातात व हृदयाच्या ठोक्यांच्या गतीने दाब दिला व सोडला जातो. त्यामुळे संपूर्ण शरीरातील व विशेषतः हृदयातील रक्तप्रवाहाला चालना मिळते. ई.ई.सी.पी.मुळे बंद हृदयधमन्यांच्या आजूबाजूला पर्यायी रक्तवाहिन्यांचे मोठे जाळे तयार होऊन हृदयाचा रक्तपुरवठा पूर्ववत केला जातो. म्हणून ई.ई.सी.पी.-उपचारांना नैसर्गिक बायपास असेही म्हणतात.

ई.ई.सी.पी.चे काय फायदे आहेत?

बायपास, अँजिओप्लास्टी किंवा स्टेंट प्रोसीजरसारखी ई.ई.सी.पी. इन्वेझिव नाही. (यात शस्त्रक्रिया अथवा कापाकापी करावी लागत नाही.) त्यामुळे ती आरामदायी व धोकाविरहित असून बाह्यरुग्ण विभागात देता येते.

ई.ई.सी.पी.चे काही दुष्परिणाम किंवा धोके आहेत का?

ई.ई.सी.पी. अत्यंत सुरक्षित उपचारपद्धती आहे. काही पेशंटना रक्तदाबाच्या पट्ट्यांमुळे त्वचा हुळहुळण्याचा त्रास होऊ शकतो. त्या जागी जास्त पॅडींग घालून पेशंटचा त्रास बराच कमी करता येतो. उपचारांच्या सुरुवातीच्या सत्रांनंतर काही पेशंटना थकवा जाणवतो, पण पुढच्या काही दिवसांत तो कमी होत जातो. बऱ्याच रुग्णांना खरेतर उपचारांमुळे खूप उत्साह व तरतरी येते.

ई.ई.सी.पी. उपचार किती वेळाचे असतात?

सर्वसाधारणपणे दिवसातून एक तास असे आठवड्याचे सहा दिवस व एकूण सहा आठवडे (एक तासाची पस्तीस सत्रे) हे उपचार चालतात. उपचार लवकर संपवण्यासाठी काही जण रोज दोन सत्रेही करू शकतात. वैद्यकीय समस्या जास्त असल्यास पस्तीसपेक्षा जास्त सत्रे देण्याची आवश्यकता भासते.

ई.ई.सी.पी.नंतर किती वेळात बरे वाटू लागते?

साधारणत: पंधरा ते पंचवीसाव्या सत्राच्या दरम्यान बहुतांशी पेशंटना बरे वाटू लागते. दम किंवा ताकद (स्टॅमिना) वाढणे, झोप सुधारणे, अंजायना कमी होणे, सॉर्बिट्रेटच्या गोळ्या व इतर औषधांची गरज कमी होणे अशा फायद्यांचा त्यात समावेश होतो. अर्थातच हे पेशंटप्रमाणे बदलते व काही जणांना पहिल्याच आठवड्यात खूप फरक पडतो.

एखादे उपचारसत्र चुकले तर चालेल का?

ई.ई.सी.पी. उपचार शक्यतो दररोज व खंड न पडता घ्यावेत, पण एखादा दिवस चुकल्यास तुमच्या एकूण फायद्यांवर परिणाम होणार नाही. एक जास्तीचे सत्र उपचारांच्या शेवटी देता येते व पस्तीस सत्रे पूर्ण करण्यात येतात. व्यायामाप्रमाणेच ई.ई.सी.पी.चे वेळापत्रक जितके नियमितपणे पाळले जाईल, तितके खात्रीदायक लाभ मिळतात.

उपचाराच्या दरम्यान कसे वाटते?

ई.ई.सी.पी. घेताना पायांवर दाब देऊन जोरात मालिश केल्यासारखे वाटते. छातीत किंवा हृदयात काहीही वेगळे जाणवत नाही. हृदयाच्या ठोक्यांच्या तालात पायाभोवतीचे पट्टे आकुंचन व प्रसरण पावताना जाणवतात. आमचे काही पेशंट याला 'हळुवार मिठी'ची उपमा देतात! बहुतांशी पेशंट आरामात वाचू किंवा गाणी ऐकू शकतात. काही तर शांत झोपून जातात.

ई.ई.सी.पी.चे फायदे टिकावू आहेत का?

होय. निश्चितच. उपचारांनंतर तीन ते पाच वर्षे पाठपुरावा केलेल्या पेशंटमध्ये अंजायना व सॉर्बिट्रेटचा वापर कमी होणे व स्ट्रेस टेस्टवर रक्तप्रवाह वाढलेला दिसणे हे फायदे टिकून होते.

ई.ई.सी.पी. व बायपास-अँजिओप्लास्टीची तुलना कशी करता येते?

ई.ई.सी.पी. व बायपास-अँजिओप्लास्टीच्या पेशंटची परिस्थिती पाच वर्षांनंतर सारखीच होती, असे दिसून आले.

एफ. डी. ए ने ई.ई.सी.पी.ला मान्यता दिली आहे का? त्यावर काय संशोधन झाले आहे?

अमेरिकेतील एफ. डी. एने (फूड व ड्रग असोसिएशन) हृदयविकार व अंजायनाच्या उपचारांसाठी व हार्ट अ‍ॅटॅकच्या दरम्यान देण्यासाठी १९९५मध्ये ई.ई.सी.पी.ला मान्यता दिली. तसेच २००२मध्ये ई.ई.सी.पीला हार्ट फेल्युअरच्या उपचारांसाठीपण स्वीकारण्यात आले. यावर अमेरिकेतील आघाडीच्या विद्यापीठांमध्ये मोठ्या प्रमाणात संशोधन झाले आहे व महत्त्वाच्या वैद्यकीय जर्नलमध्ये जगभरात शंभराहून अधिक शोधनिबंध प्रसिद्ध झाले आहेत.

विम्यातून ई.ई.सी.पी.ची फी भरता येते का?

हो, बऱ्याच विमा कंपन्यांनी ही फी भरायला सुरुवात केली आहे.

पेसमेकर बसवला असल्यास ई.ई.सी.पी. करताना प्रॉब्लेम येऊ शकतो का?

नाही. पेसमेकर किंवा डीफिब्रीलेटरला (हृदयाचे ठोके नियमित करण्यासाठी शरीरात बसवलेले छोटे मशीन) ई.ई.सी.पी.मुळे काहीच अडथळा येत नाही.

वॉर्फारीन (रक्त पातळ राहण्याच्या गोळ्या) चालू असल्यास ई.ई.सी.पी.ने काही प्रॉब्लेम येईल?

नाही, ई.ई.सी.पी. त्यांच्यासाठीही पूर्णपणे सुरक्षित आहे.

माझ्या हृदयाच्या पंपींगची क्षमता कमी झाली आहे. (हार्ट फेल्युअर). मी ई.ई.सी.पी. घेऊ शकतो?

हो. निश्चितच. खरेतर हार्ट फेल्युअरसाठी ई.ई.सी.पी. अत्यंत योग्य उपचार

आहे. उपचार घेतल्यानंतर पेशंटच्या पायावरची सूज, धाप लागणे, थकवा येणे या गोष्टी तर कमी होतातच, पण गोळ्यांचे प्रमाणही घटते.

ई.ई.सी.पी. उपचारांसाठी वयाची अट आहे का?

नाही. छत्तीस वर्षांपासून ते सत्त्याण्णव वर्षापर्यंतच्या वयोगटातल्या पेशंटवर ई.ई.सी.पी. केले गेले आहे. बरेच पेशंट ऐंशी व नव्वदीत असतात व त्यांना ई.ई.सी.पी.चे उत्कृष्ट परिणाम जाणवले आहेत.

माझ्यावर याआधी बायपास/अँजिओप्लास्टी, स्टेंट शस्त्रक्रिया झाली आहे. तरी मला ई.ई.सी.पी. घेता येईल?

हो. आमच्या बहुसंख्य पेशंट्सवर यांसारख्या एक किंवा अनेक प्रोसीजर्स आधी झालेल्या असतात, तरीही त्यांना अंजायनाचा त्रास होत असतो म्हणून ते ई.ई.सी.पी.साठी येतात.

ई.ई.सी.पी.मुळे चरबीचे थर सुटे होऊन पक्षघात किंवा हार्टअॅटॅक येऊ शकतो का?

बिलकूल नाही. आपल्या शरीरातील एक महत्त्वाचा नियम म्हणजे द्रवपदार्थ कमीत कमी अडथळ्याच्या मार्गाने वाहतो. रक्तवाहिन्यांमधील चरबीचे थर घट्ट व कडक झाल्यामुळे अडथळे निर्माण करतात. त्यामुळे रक्त पर्यायी मार्गांनी वाहू लागते. ई.ई.सी.पी.च्या दरम्यान रक्त जेव्हा हृदयाकडे वाहत असते तेव्हा अडथळ्यांचा मार्ग टाळून ते आजार नसणाऱ्या निरोगी रक्तवाहिन्यांमधून वाहते. तो लांबचा असला, तरी सोपा मार्ग असतो. हळूहळू हे नवीन पर्यायी मार्ग रक्तप्रवाहाचे कायमचे मार्ग बनतात व अडथळ्यांना टाळून हृदयाला सतत, निरंतर रक्तपुरवठा करत राहतात. अनेक ठिकाणी व गंभीर असे अडथळे असणारे भरपूर पेशंट ई.ई.सी.पी.साठी येतात. उपचारांमुळे एकालाही हार्ट अॅटॅक किंवा पक्षघात झालेला नाही.

ई.ई.सी.पी. करता येणार नाही असे काही पेशंट असतात का?

काही पेशंटवर ई.ई.सी.पी. केली जात नाही. गरोदर स्त्रिया, शस्त्रक्रियेची गरज असणारे, हृदयाच्या गळक्या झडपेचे पेशंट्स व पायामध्ये नुकतीच रक्ताची गुठळी झालेले पेशंट्स या गटात येतात.

तीन वर्षांपूर्वी माझ्या पायात रक्ताची गुठळी झाली होती. मला ई.ई.सी.पी. घेता येईल का?

हो. पूर्वी पायात गुठळी होऊन गेली असल्यास आता तुम्हाला ई.ई.सी.पी. करून घेता येईल. फक्त उपचारांना सुरुवात करण्यापूर्वी रक्ताची गुठळी पूर्णपणे नाहीशी झाली आहे, याची डॉपलर स्टोनोग्राफीवर खात्री करून घ्यावी.

ई.ई.सी.पी.मुळे रक्तदाब वाढतो का?

जर रक्तदाब औषधगोळ्यांनी नियंत्रणात असेल, तर ई.ई.सी.पी.ने काही त्रास होत नाही. उलट उच्च रक्तदाब असणाऱ्या पेशंटचा रक्तदाब त्यामुळे जास्त नियंत्रणात येतो.

माझ्या पायामधले रक्ताभिसरण नीट होत नाही. मला ई.ई.सी.पी. घेता येईल का?

हो. निश्चितच तुम्ही ई.ई.सी.पी. घ्यावीत. ई.ई.सी.पी.ने संपूर्ण शरीराबरोबरच पायाचेही रक्ताभिसरण सुधारते. तुम्हाला पस्तीस सत्रांपेक्षा जास्त सत्रे लागू शकतात. पन्नास सत्रांचे उपचार घेतल्यास उत्तम फायदे माझ्या पेशंटना जाणवले आहेत. उत्साह वाढणे, अंजायना व जिभेखालचे सॉर्बिट्रेट कमी होणे, याबरोबरच पायातले रक्ताभिसरण मोठ्या प्रमाणावर सुधारलेले दिसून येते.

माझ्या हृदयाचे ठोके कधीकधी अनियमित होतात. मी ई.ई.सी.पी. घेऊ शकेन का?

जर ठोक्यांची गती नियंत्रणात म्हणजे प्रति मिनिट शंभराच्या आत असेल, तर निश्चितच ई.ई.सी.पी. घेता येते.

माझ्या पायावर व्हेरीकोज व्हेन्स (मोठ्या फुगलेल्या रक्तवाहिन्या) आहेत. मी ई.ई.सी.पी. घेऊ शकेन?

हो. त्यामुळे ई.ई.सी.पी.त कोणताही अडथळा येत नाही. काही त्रास वाटत असेल, तर उपचारादरम्यान जास्तीचे पॅडींग लावून त्रास कमी करता येतो.

ई.ई.सी.पी. घेतल्यानंतर काही महिन्यांत किंवा वर्षांत पुन्हा अंजायनाचा त्रास झाला तर मी पुन्हा उपचारांसाठी परत येऊ शकेन का?

हो. अवश्य! ही काही एकदाच घेता येईल अशी उपचारपद्धती नाही. हृदयविकार

हा दीर्घ काळचा आजार असल्याने बरेचदा पुन्हा लक्षणे जाणवतात. जास्तीच्या सत्रांसाठी पुन्हा तुम्ही कधीही येऊ शकता.

ई.ई.सी.पी. कीलेशनसारखीच आहे का?

नाही. ई.ई.सी.पी. व कीलेशनमध्ये काहीच साम्य नाही. कीलेशन ही इन्वेझिव प्रोसीजर आहे. तिच्यात कॅल्शियमला बांधून मग कोलेस्टेरॉलच्या थरांमधून काढून टाकणारा ई.डी.टी.ए. नावाचा पदार्थ शिरेतून दिला जातो. हृदयविकारासाठी कीलेशनने काही फायदा होतो, असे संशोधनातून सिद्ध झालेले नाही. उपचारांसाठी विमा कंपनी पैसे देत नाही. तसेच हे उपचार बरेच खर्चिक आहेत. काही वेळा अनेक महिने उपचार चालू ठेवले जातात. कीलेशनचे काही मोठे धोके आहेत. चुकीच्या पेशंटला चुकीच्या कारणासाठी ते दिले गेल्यास जिवावर बेतू शकते. हार्ट फेल्युअरच्या पेशंटना ते खूप धोक्याचे असते. जास्तीचे द्रव पदार्थ शिरेतून दिल्यामुळे हृदयावरचा ताण वाढू शकतो. हृदय अजून दुबळे होऊन फुप्फुसावरही सूज येऊ शकते.

याउलट ई.ई.सी.पी. इन्वेझिव नसणारी, सुरक्षित व अनेक संशोधनांनी सिद्ध झालेली उपचार-पद्धती आहे. सर्व विमा कंपन्यांनी मान्यता दिलेली व वैद्यकीय व्यावसायिकांनी मान्यता दिलेली ही उपचारपद्धती आहे. तसेच ई.ई.सी.पी. बरोबर कीलेशन घेतल्यास काही त्रास होत नाही.

ई.ई.सी.पी. व ई.सी.पी.मध्ये फरक आहे का?

ई.ई.सी.पी. हा व्हासोमिडिअल इन या अमेरिकेतील कंपनीचा रजिस्टर्ड ट्रेडमार्क आहे. भारतामध्ये ह्या उपचार-पद्धतीची मशिन्स विविध कंपन्यांमार्फत उपलब्ध केली गेली आहेत. ही उपचार-पद्धती सर्वसामान्यपणे ई.सी.पी. (एक्स्टर्नल काउंटर पल्शेशन) या नावाने ओळखली जाते.

ECP Centers in Maharashtra

1. Nirmala Heart Care Pvt. Ltd. ECP Center
   Shatabdi Hospital Suyojit City Centre, Mumbai Naka,
   Nashik - 422001
   Contact : Dr. Nitin Ghaisas - 9923472892 / 9823122892

2. Apollo Hospital,
   Jehangir Hospitals and Medial Center, 32 Sasson road,
   near Pune Railway Station, Pune - 411001.
   Contact : 020-26122551 / 26050861, 26050550

3. Global Heart Foundation, Pune
   Contact : 9822000831

4. Om Hospital,
   Alandi Road, Hutatma Chowk, Bhosari, Pune - 411039.
   Contact : Dr. Sunil Agarwal - 9373324665 / 020-271280-63/43

5. Angina Heart Care Center
   Arogyam, Parikh Park, Jalgoan.
   Contact : Dr. Jagmohan Chhabra - 98900349000

6. Anjali Hospital,
   Talmavle, Karad-Dhagevadi Road, Taluka - Patan, Satara.
   Contact : Dr. Sanjay Panwal - 9923561515 / 02372272068

7. Sushrusha Heart Care Center,
   Plot number 22A, Phase III, Palm Beach Road,
   Sector 6, Nerul, Navi Mumbai.
   Contact : Dr. Sanjay Tarlekar - 9322297664

8. Kare Wellness Center, Thane (West)
   Contact : 93222517320 / 02265172555

9. EECP Center   N.M. Medical
   Mehta House, 36 Pandita Ramabai Road, Chaupati, Mumbai 400007.
   022-43425555
   Contact : Dr. Kantharia

10. Asian Heart Institute,
    Bandra-Kurla Complex, Bandra (East), Mumbai - 400051
    Contact : 02266986665

11. IPC Heart Care Centers, Mumbai.
    Contact Number : 9930099975 / 9167700030 / 9167771977

12. Krishna Cardiac Care Center,
    166-C, Krisna Kunj Khareghat Road, Opp. Hindu Colony, Dadar,
    Mumbai - 400014
    Contact : Dr. Ashok Punjabi - 9820041408 / 0222414-0837 / 6865

मेंदूशास्त्रातील तज्ज्ञ संशोधिकेने स्वत:च्याच मेंदूविकाराशी
दिलेली कडवी झुंज

माय स्ट्रोक ऑफ इन्साइट

मूळ लेखिका : डॉ. जिल बोल्त टेलर

अनुवाद : दिगंबर बेहेरे

दैनंदिन जीवनात विचारांचे ओझे घेऊन वावरत असताना आपण डाव्या मेंदूच्या प्रभावाखाली असतो. डाव्या मेंदूचा प्रभाव कमी होऊन जरा उजव्या मेंदूच्या अधिपत्याखाली वावरल्यावर आपले शारीरिक स्वास्थ्य आणि आंतरिक मानसिक शांतता यांचे विविध स्तर उलगडले जातात. मानवी मनाच्या या प्रवासाचा अभूतपूर्व आणि उत्कंठावर्धक आलेख डॉ. जिल बोल्त टेलर यांनी 'माय स्ट्रोक ऑफ इन्साइट'मध्ये मांडलेला आहे. हे झटका किंवा मेंदूला झालेल्या दुखापतीवरील शस्त्रक्रियेनंतर पूर्ववत तंदुरुस्त होण्याकरता मार्गदर्शक आणि अत्यंत उपयुक्त असे पुस्तक आहे. याशिवाय अंत:करणाच्या गाभाऱ्यात वसलेली शांतता कोणालाही केव्हाही अनुभवता यावी, याचे प्रत्ययकारी आणि मन हेलावून टाकणारे वर्णनही यामध्ये आहे.

All rights reserved. No part of this publication may be reproduced, stored in a retrieval system or transmitted, in any form or by any means, without the prior written consent of the Publisher and the licence holder. Please contact us at **Mehta Publishing House,** 1941, Madiwale Colony, Sadashiv Peth, Pune 411030.
© +91 020-24476924 / 24460313
Email : info@mehtapublishinghouse.com
production@mehtapublishinghouse.com
sales@mehtapublishinghouse.com
Website : www.mehtapublishinghouse.com

◆ *या पुस्तकातील लेखकाची मते, घटना, वर्णने ही त्या लेखकाची असून त्याच्याशी प्रकाशक सहमत असतीलच असे नाही.*

www.ingramcontent.com/pod-product-compliance
Lightning Source LLC
LaVergne TN
LVHW032011070526
838202LV00059B/6392